சந்தியா
பதிப்பகம்

அ.ச. ஞானசம்பந்தன்

அ.ச.ஞா. என்றறியப்படும் அரசங்குடி சரவணன் ஞானசம்பந்தன் நவம்பர் 10, 1916 அன்று திருச்சிராப்பள்ளி மாவட்டம் லால்குடியை அடுத்த அரசங்குடியில் பிறந்தவர். பெருஞ்சொல் விளக்கனார் அ.மு. சரவண முதலியாரின் மகன். நாவலர் ந.மு. வேங்கடசாமி நாட்டாருடன் இணைந்து திருவிளையாடற் புராணத்துக்கு உரை எழுதிய தனது தகப்பனார் பணியாற்றிய லால்குடி போர்டு உயர்நிலைப் பள்ளியில் அ.ச.ஞா. பயின்றார். தனது பதின்ம பருவத் திற்குள் பல ஆன்மிக சொற்பொழிவுகள் ஆற்றி வ.உ.சி., ரா. பி. சேதுப்பிள்ளை, எஸ். வையாபுரிப் பிள்ளை போன்ற தமிழறிஞர்களின் பாராட்டைப் பெற்றார். திரு.வி.கவை தனது வழிகாட்டியாகவும் அவர் அறிமுகப்படுத்திய தெ.பொ. மீனாட்சி சுந்தரம் பிள்ளையை தனது ஆசானாகவும் ஏற்று தனது இலக்கியப் பயணத்தை தொடர்ந்தார்.

1935இல் பள்ளி இறுதி வகுப்பை நிறைவு செய்தபின் அ.ச.ஞா அண்ணாமலை பல்கலையில் இயற்பியல் பட்டப் படிப்பில் சேர்ந்தார். அப்போது பெரும் தமிழறிஞர்களான ந. மு. வேங்கடசாமி நாட்டார், ரா. ராகவையங்கார், தெ.பொ.மீ போன்றோர் அங்கு பணியாற்றி வந்தனர். தமிழ்த்துறை தலைவரான நாவலர் சோமசுந்தர பாரதியார் அ.ச.ஞாவின் தமிழ்ப் புலமையை அடையாளம் கண்டு அவரை இயற்பியல் துறையிலிருந்து தமிழ்துறைக்கு தடம் மாற்றினார். தந்தையாரிடம் தமிழ் இலக்கிய இலக்கண நூல்களைப் பயின்றிருந்த அ.ச.ஞா தமிழ் மாணக்கர் ஆனார். இசைமேதை எஸ். ராமனாதன் அரசியல் தலைவர்களான க. அன்பழகன் இரா. நெடுஞ் செழியன் போன்றோர் இவரது சக மாணவர்கள்.

1940ஆம் ஆண்டு, உடன் பயின்ற இராஜம்மாளை காதல் திருமணம் செய்து கொண்டார். பச்சையப்பன் கல்லூரியில் (1942–1956) தமிழ்ப் பேராசிரியராகப் பணியாற்றி பின்னர் மூன்றாண்டு காலம் சென்னை அகில இந்திய வானொலி நிலையத்தில் நாடகத் தயாரிப்பளராக பணியாற்றினார். இவரது பொறுப்பு காலத்தில் இசைமேதை எஸ். ராமனாதன் இசையமைப்பில் ஆய்ச்சியர் குரவையை மக்களுக்கு எடுத்துச் சென்றது சென்னை வானொலி. சிலப்பதிகாரம், மணிமேகலை போன்ற தமிழ்க் காப்பியங்களையும் காவியங்களையும் அ.ச.ஞா நாடகங்களாக்கித் தந்தார். 1959இல் தமிழக அரசின் செய்தித் துறையில் இணை இயக்குநராக சேர்ந்தார். பிறகு தமிழ் வெளீயிட்டுத் துறையிலும் தமிழ் வளர்ச்சித் துறையிலும் இவர் ஆற்றிய பணி இன்று வரை பல்லோராலும் பாரட்டப்பட்டு வருகிறது. இக்காலக் கட்டத்தில் தான் முந்நூறுக்கும் மேற்பட்ட அறிவியல் நூல்கள் தமிழில் வெளியிடப்பட்டன.

பின்னர் மதுரைப் பல்கலையின் முதல் துணை வேந்தராகப் பொறுப்பேற்ற தனது ஆசான் தெ.பொ.மீயின் அழைப்பை ஏற்று அப்பல்கலையின் தமிழ்த்துறை தலைவராக பணியாற்றி 1973இல் ஓய்வு பெற்றார்.

பின்னர் தன்வாழ்நாள் இறுதி வரையிலும் ஆன்மிகச் சொற்பொழிவுகளிலும் ஆய்வு நூல்கள் எழுதுவதிலும் ஈடுபட்டிருந்தார். இவரது அடுத்த தலைமுறை தமிழறிஞர்களாக உருவான ந.சஞ்சீவியும், மா.ரா.போ குருசாமியும் அ.ச.ஞாவின் மாணவர்கள்.

தமிழில் இலக்கியத் திறனாய்வின் முன்னோடியாக அ.ச.ஞாவை கருதலாம். 35 ஆய்வு நூல்களை எழுதியுள்ளார். 1942இல் வெளிவந்த 'இராவணன் மாட்சியும் வீழ்ச்சியும்' 1950இல் வெளிவந்த கம்பன் கலை போன்ற நூல்கள் இவரது ஆய்வுத் திறனுக்கான சான்றுகள். 'கம்பன் ஒரு புதிய பார்வை' (1985) என்ற நூலுக்கு அ.ச.ஞா சாகித்திய அகாதமி விருது பெற்றார்.

நான் கண்ட பெரியவர்கள்

பேராசிரியர்
அ.ச.ஞானசம்பந்தன்

சந்தியா பதிப்பகம்
சென்னை - 83

நான் கண்ட பெரியவர்கள்

அ.ச. ஞானசம்பந்தன்

முதற்பதிப்பு: 2001
சந்தியா பதிப்பக வெளியீட்டில்
முதற்பதிப்பு: 2019

அளவு: டெமி ● தாள்: 60gsm ● பக்கம்: 212
அச்சு அளவு: 11 புள்ளி ● விலை: 180/-
அச்சாக்கம்: அருணா எண்டர்பிரைஸஸ்
சென்னை - 40.

சந்தியா பதிப்பகம்
புதிய எண்: 77, 53வது தெரு, 9வது அவென்யூ,
அசோக் நகர், சென்னை - 600 083.
தொலைபேசி: 24896979, 98409 52919

ISBN: 978-93-87499-68-3

Naan Kanda Periyavarkal

A.Sa.Gnanasambandan

Printed at A S X Pvt Ltd.,
Chennai

Published by
Sandhya Publications
New No. 77, 53rd Street, 9th Avenue, Ashok Nagar,
Chennai - 600 083. Tamilnadu.
Ph : 044 - 24896979

Price Rs. **180/-**

sandhyapathippagam@gmail.com
sandhyapublications@yahoo.com
www.sandhyapublications.com

SAN-829

ஐம்பது ஆண்டுகளின் முன்னர்ப் பேசும் சக்தியை இழந்து வாழ்க்கையே முடிந்துவிட்டது என்று அஞ்சிய எனக்கு, விநாடி நேரத்தில் பேசும் சக்தியையும் அளித்து, கம்பன், சேக்கிழார் என்ற இருவர்பற்றி நூல் எழுதவும் ஆணையிட்ட மகான், யாழ்ப்பாணம் சித்தர் தவத்திரு யோகர் சுவாமிகள் அவர்கள் திருவடிகட்கு இந்நூலைக் காணிக்கையாக்குகிறேன்.

முதற்பதிப்பின் முன்னுரை

*எ*ங்கோ ஒரு சிறு கிராமத்தில் ஒரு தமிழாசிரியரின் மகனாகப் பிறந்து வளர்ந்த எனக்கு, இறைவன் எத்தனை வாய்ப்புகளைத் தந்து என்னை வளர்த்துள்ளான் என்பதை நினைக்கும்போது, அச்சம் கலந்த வியப்பு என்னை ஆட்கொள்கிறது. கிராமத்தில் பிறந்து வளர்ந்த ஒருவன் நினைத்துகூடப் பார்க்க முடியாத பெரியவர்களையும், மகான்களையும் அருகிற் சென்று பார்க்கும் வாய்ப்பு மட்டுமா தந்தான்? அவர்களோடு பேசவும், அவர்கள் எதிரே சொற்பொழிவாற்றவும், அவர்களுடைய ஆசிகளைப் பெறவும் அல்லவா வாய்ப்புகளைத் தந்தான்!

இந்நூலில் கூறப்பெற்றுள்ள மாமனிதர்கள், வரலாறு படைத்தவர்கள். அவர்கள் மாமனிதர்களாக ஆவதற்கு அவர்களின் தூய எண்ணமும் ஆயிரக்கணக்கான செயல்களும் துணைபுரிந்தன. பல்வேறு பரிமாணமுடைய இவர்கள் ஒவ்வொருவரைப் பற்றியும் மிகப் பெரிய வரலாற்று நூலே எழுதலாம். ஆனால், என்னுடைய நோக்கம் அதுவன்று. எவ்விதச் சிறப்பும் இல்லாத என்போன்ற ஒருவனிடம் இந்த மாமனிதர்கள் காட்டிய அன்பு, பரிவு, செய்த உபகாரம் என்பவற்றில் சிலவற்றை மட்டுமே இங்குக் குறித்துள்ளேன்.

இமயமலை தன்நிலையிலிருந்து இறங்கிவந்து ஒரு கடுகுக்கு உபகாரம் செய்வதுபோல் இந்தப் பெருமக்கள் அ.ச என்ற சிறுவனுக்கு, இளைஞனுக்கு, நடுத்தர வயதுக்காரனுக்கு, வயது முதிர்ந்தோனுக்கு எவ்வளவு கருணை காட்டினார்கள்! எவ்வளவு உபகாரம் செய்தார்கள்! இந்தக் கிராமத்துச் சிறுவன், எண்பத்தைந்து வயதிலும் உலகைச் சுற்றிவரவும், முப்பத்தைந்துக்கும் மேற்பட்ட

நூல்களை எழுதவும், பல விருதுகளைப் பெறவும் என்ன தகுதி பெற்றிருந்தான்? மேலே கூறப்பெற்ற மாமனிதர்களின் ஆசியை இவன் முழுவதுமாகப் பெற்றிருந்தான். சிந்தித்துப் பார்த்தால், இம்மாமனிதர்களின் உபகாரம் ஒருவனின் தகுதியைப் பார்த்துச் செய்யப்படுவதன்று; அது தன்னிச்சையாகப் பொங்கிவந்து நம்மில் பாய்கிறது என்பதை ஒவ்வொரு விநாடியும் உணர முடிகிறது.

யாழ்ப்பாணத்து ஸ்ரீலஸ்ரீ யோக சுவாமிகளும், காஞ்சி மகாபெரியவர் ஸ்ரீலஸ்ரீ சந்திரசேகரேந்திர சரஸ்வதி சங்கராச்சாரிய சுவாமிகள் அவர்களும் யாருக்கும் கிடைக்காத ஆசிகளை வாரி வழங்கினார்கள் என்றால், அதற்கு எப்படி நான் தகுதியுடையவனாக இருக்கமுடியும்! ஒரு சிறிதும் தகுதியில்லை என்பதை நான் உணர்வேன். ஆனால், இந்த மகான்கள் வழங்கிய ஆசிகள் எண்ணில் அடங்காதவை. ஏன் தந்தார்கள்? எதற்காகத் தந்தார்கள்: கோடிக்கணக்கான மக்களில் என்னை ஏன் தேர்ந்தெடுத்து வழங்கினார்கள் என்ற வினாக்களுக்கு இந்தப் பிறப்பில் மட்டுமன்றி எந்தப் பிறப்பிலும் விடை காண முடியுமென்று தோன்றவில்லை. ஒருவேளை என் முன்னோர் செய்த தவப்பயனால் இவை எனக்குக் கிடைத்திருக்கலாம். அது எவ்வாறாயினும், இம்மகான்களின் பூரண ஆசியைப் பெற்று இதுவரை வாழ்ந்துவருகிறேன்.

வ.உ.சி, திரு.வி.க, தெ.பொ.மீ., மகாகனம் சாஸ்திரியார் ஆகிய மாமனிதர்கள் தனிப்பட்ட முறையில் எனக்குச் செய்த உபகாரங்களை, அந்த நிகழ்ச்சிகளை இந் நூலில் கூறும் வாய்ப்பு எனக்குக் கிடைத்துள்ளது. இம்மாமனிதர்களின் பல்வேறு செயல்களைப் பல்வேறு கோணங்களில் பலரும் கண்டிருக்கலாம். அவற்றைத் தொகுத்துரைப்பது என் நோக்கமன்று. இப்பெருமக்களிடம் எனக்கு நேர்ந்த நேரடியான அனுபவங்களிற் சிலவற்றைத் தொகுத்துக்கொடுப்பதே இந்நூலின் நோக்கமாகும்.

இந்நூலிற் கூறப்பெற்ற பெரியவர்கள் அனைவரும் பல்வேறு பரிமாணம் உடையவர்கள்; சமுதாயத்திற்குப் பல்வேறு நலங்களைச் செய்தவர்கள். இவர்கள் ஒவ்வொருவர் பற்றியும் தனித்தனியாக நூல் எழுதினால் இவர்களுடைய பண்புகள் செயல்கள் ஆகியவைபற்றி விரிவாக எழுத வாய்ப்புண்டு. ஆனால் இந்தச் சிறு நூல், அந்த முயற்சியை மேற்கொள்ளவில்லை. மேலும் அவர்கள் செய்த செயல்களைப் பக்கம்பக்கமாக விரித்துரைப்பதைக் காட்டிலும் தனிமனிதன் ஒருவனுக்கு அவர்கள் செய்த உபகாரத்தைக் குறிப்பிடும்பொழுது இந்த ஒரு செயலின் மூலம் அவர்களை முழுவதுமாகக் காணமுடிகிறது. புல்லின் நுனியிலுள்ள பனித்துளி

எதிரேயுள்ள ஆலமரம் முழுவதையும் தன்னுள் அடக்கிக் காட்டுவதுபோலத் தனிமனிதனுக்கு இவர்கள் செய்த இந்தச் சிறு உபகாரங்கள் அவர்கள் பெருமையை வெளிக்காட்டும் பனித்துளியாய் அமைவதைக் காணமுடிகிறது. அதற்காகவே இந்த நூல் எழுதப்படுகிறது.

ஒரு சிலரைப்பற்றிச் சில பத்திகளே எழுதப்பட்டிருக்கின்றன. ஒரு சிலரைப்பற்றி அதிகப் பக்கங்கள் எழுதப்பட்டிருக்கும். இந்த அடிப்படையை வைத்துக்கொண்டு இவர்களுக்குள் தார தம்மியம் பார்ப்பது, பெரியபுராணத்தில் காணப்பெறும் அடியார்களிடையே பாட்டின் தொகையைக் கொண்டு தாரதம்மியம் பார்ப்பதுபோலப் பெரும் பிழையாக முடிந்துவிடும். இரண்டு வரிகளில் எழுதப் பெற்றாலும், இருபது பக்கங்களில் எழுதப்பெற்றாலும் இவர்கள் அனைவரும் மாமனிதர்களே என்பதை ஒரு கணமும் மறந்துவிடக் கூடாது.

இந்த நூலை எழுதுவதற்கும் படிதிருத்துவதற்கும் வழக்கம் போல உதவிய ஓய்வுபெற்ற இரயில்வே தலைமைப் பொறியாளர் திரு.C.P. கௌரிசங்கர் அவர்களுக்கும், யாழ்ப்பாணம் ச. மார்க்கண்டு அவர்களுக்கும், படிகளைப் பார்த்து உதவிய முனைவர் ம.ரா.போ.குருசாமி அவர்களுக்கும் என் நன்றியும் வாழ்த்தும் உரியனவாகும்.

வழக்கம்போல இதனை நன்முறையில் அச்சுக்கோத்துத் தந்த சிவசக்தி கணினி அச்சுக்கோப்பாளர்களுக்கும் என் நல்வாழ்த்து உரியதாகும்

அழகிய முறையில் அச்சிட்டு இதனை வெளிக்கொணர்ந்த கங்கை புத்தக நிலையத்தாருக்கும் என் நல்வாழ்த்து உரியதாகும்.

சென்னை 83
ஏப்ரல் 2001

அ. ச. ஞானசம்பந்தன்

உள்ளே...

	பெரியோர்கள் யார்?	11
1.	தந்தையார்	15
2.	அன்னையார்	20
3.	ஸ்ரீலஸ்ரீ வாலையானந்த சுவாமிகள்	24
4.	திருப்பதி ஐயா	26
5.	கப்பலோட்டிய தமிழன் வ.உ.சி.	29
6.	பண்டிதர் நாவலர் ந. மு. வேங்கடசாமி நாட்டார்	33
7.	பாஷா கவிசேகர மகா வித்துவான் ரா. இராகவையங்கார் சுவாமிகள்	38
8.	நாவலர் சோமசுந்தர பாரதியார்	49
9.	விபுலானந்த அடிகள்	52
10.	மகாகனம் சீனிவாச சாஸ்திரியார்	55
11.	தமிழவேள் பி. டி. இராஜன்	66
12.	ம. பா.வும் தி. கி. நா.வும்	73
13.	சா. கணேசன்	75
14.	ஏ. என். சிவராமன்	78

15.	டி. கே. சி.	86
16.	முதறிஞர் ராஜாஜி	88
17.	மர்ரே எஸ். ராஜம்	94
18.	புரட்சிக் கவிஞர் பாரதிதாசன்	97
19.	தமிழ்த் தென்றல் திரு.வி.க.	103
20.	பெரியார் ஈ.வே.ரா.	122
21.	குருதேவர் தெ. பொ. மீனாட்சிசுந்தரனார்	125
22.	வள்ளல் ம. வே. ஜெயராமன்	145
23.	எஸ்.எஸ். வாசன்	149
24.	சர். கந்தையா வைத்தியநாதன் (இலங்கை)	152
25.	சித்தர் யோக சுவாமிகள்	165
26.	காஞ்சி மகாப்பெரியவர்	182
27.	அன்றைய சொற்பொழிவாளர்கள்	189
28.	நான் காணும் இளையர்	194
29.	நீங்காத நினைவுகள்	201

பெரியோர்கள் யார்?

இன்று பெரியோர்கள் என்று சொன்னால், வயது முதிர்ந்தவர்கள், பெரும் பணக்காரர்கள், பெரும் பதவியிலிருப்பவர்கள் என்ற அளவோடு அச்சொல்லின் பொருள் முடிந்துவிடுகிறது. இந்தப் பொருளில் இந்தச் சொல்லை நான் இங்குப் பயன்படுத்தவில்லை. 'செயற்கு அரிய செய்வார் பெரியர்' என்றுதான் பெரியோர்களுக்கு இலக்கணம் வகுக்கிறான், வள்ளுவன். செயற்கரிய செயல் என்றால் என்ன? நூறு கிலோகிராம் கனத்தை நம்மால் தூக்க முடியாது. அதனை ஒருவர் தூக்கினார் என்றால், நம் போன்றவர்களுக்குச் செயற்கரிய செயல்தானே அது? ஒலிம்பிக் ஓட்டப் பந்தயத்தில் முதற் பரிசு பெற்றவர், ஏனையோர் செய்தற்கு அரிய செயலைச் செய்தார் என்பதில் ஐயமில்லை. அப்படியானால், பளுத் தூக்கினவரையும் ஓட்டப் பந்தயத்தில் முதலில் வந்தவரையும் செயற்கரிய செய்தவர்கள் என்று கூறலாமா? இல்லை. தமிழர்கள் இவ்வாறு நினைத்ததில்லை. உடற் பயிற்சியின் மூலமும் உடல் வளர்ச்சியின் மூலமும் எவ்வளவு அரிய காரியத்தைச் செய்தாலும், அதனை நம் முன்னோர் செயற்கரியது என்று சொல்வதில்லை. அப்படியானால் செயற்கரிய என்ற சொல்லின் பொருள் என்ன? 'கந்துக மதக்கரியை வசமா நடத்தலாம்; கரடி வெம்புலி வாயையும் கட்டலாம்; ஒரு சிங்கம் முதுகின் மேல் கொள்ளலாம்;.......வேறொருவர் காணாமல் உலகத்து உலாவலாம்' (தாயு:தேசோ:8) என்று வரிசைப்படுத்தித் தாயுமானவர் கூறுவதைச் செயற்கரிய என்ற சொல்லால் குறிப்பிடலாமா என்றால், அல்ல என்கிறார் அவர். இவைகூடச் செயற்கரிய செயல்கள் அல்ல என்றால், வேறு எதைத்தான் செயற்கரிய செயல் என்று கூறுவது? இந்தச் சந்தேகத்திற்குத் தாயுமானவப் பெருந்தகையே இதே பாடலில் விடை கூறுகிறார். இவையெல்லாம் மிகச் சாதாரணச் செயல்கள் என்று கூறிய அப்பெரியவர், எது செயற்கரிய செயல் என்ற வினாவிற்கு விடை கூறும் முகமாகச் 'சிந்தையை அடக்கியே சும்மா இருக்கின்ற திறன் அரிது' என்று கூறுகிறார்.

செயற்கரிய செயல் எது என்று தேடித் திரிந்த நமக்குத் தாயுமானவப் பெருந்தகை விடை கூறிவிட்டார். நம் உடலுடன் பிறந்த ஐம்பொறிகள், இந்தப் பொறிகளை ஆட்டுவிக்கும் மனம் என்பவை ஒரு கணம்கூட நம் வசத்தில் இல்லை. உண்மையைச் சொல்ல வேண்டுமானால், அவை நம்மை இழுத்துச் செல்கின்றன. ஐம்பொறிகள், மனம் என்பவற்றின் அடிமையாகவே நாம் இருந்துவிடுகிறோம். பொறிகளையும் மனத்தையுமே அடக்க முடியாத நமக்கு அந்த மனத்தின் அடித்தளத்தில் இருக்கும் சிந்தையை எவ்வாறு அடக்க முடியும்? மனம், சித்தம், புத்தி, அகங்காரம் என்ற அந்தக்கரணங்கள் நான்கில் மனமே இரண்டு நிலைகளில் உள்ளது. மேல்மனம், கீழ்மனம் என்ற இரண்டையும் அடுத்துச் சிந்தையும் இரண்டு நிலைகளில் உள்ளது. மேல்சித்தம் (consciousness), அடிச்சித்தம் (deeper consciousness) வேறுபாட்டை அறிந்துதான் தாயுமானவப் பெருந்தகை மனத்தை அடக்கி என்று கூறாமல், 'சிந்தையை அடக்கியே சும்மா இருக்கின்ற திறன் அரிது' என்கிறார். யோகப் பயிற்சியின் மூலம் மனத்தை அடக்கி, ஒருநிலைப்படுத்தப் பழகியவர்கள் உண்டு. அந்த ஒரு நிலைப்படுத்திய நேரத்தில், பொறிபுலன்கள் செயலற்று நின்றுவிடும்.

மெஸ்மரிஸம், ஹிப்னாடிஸம் போன்றவற்றைச் செய்கின்றவர்கள், இந்த மனத்தை ஒருநிலைப்படுத்தும் பயிற்சியில் நன்கு தேறியவர்கள். ஆனால் இவர்கள்கூடச் சிந்தையை அடக்கக் கற்றதில்லை. காரணம், சிந்தை மனத்தைப்போல் நம்முடைய அதிகார எல்லைக்குட்பட்ட தன்று. அதனால், பயிற்சி மூலம் அதனை ஒன்றும் செய்துவிட முடியாது. அப்படியானால் வேறு வழியென்ன?

சில பொருள்களைப் பெறவேண்டுமானால் சிலரிடம்தான் செல்ல வேண்டும். இது உலக நியதி. இதையே சற்று நீட்டினால், சிந்தை அடக்கும் செயலை யாரிடம் எங்கே பெறுவது என்ற வினாவிற்கு விடை கிடைக்கும். ஒவ்வோர் உயிருள்ளும் அந்தர்யாமியாய் உறைகின்ற இறைவனை வேண்டிக்கொள்வது தவிர, வேறு வழியில் இதனைப் பெறவே முடியாது. அதாவது, சிந்தையை அடக்க வேண்டும் என்றால், அதற்குள்ள ஒரே வழி, இறைவன் திருவருளை நாடுவதுதான். அப்படி நாடுவதற்குக்கூட அவன் அருள் வேண்டும் என்பதையே அனுபவ ஞானியாகிய மணிவாசகர் 'அவன் அருளாலே அவன்தாள் வணங்கி' (திருவாச. சிவபுராண 18) என்கிறார். அப்படி வணங்கினால் என்ன கிடைக்கும்? சிந்தை அடங்கும்; அது அடங்கினால் அந்த

இடத்தில் யார் இருப்பார்கள்? இவ்வினாவிற்கு விடையாக மணிவாசகப் பெருமானே 'சிவன் அவன் என் சிந்தையுள் நின்ற அதனால்' (திருவாச. சிவபுராண 17) என்று பாடுகிறார். ஆக, சிந்தை அடங்கினால் சிவன் அந்த இடத்திற்கு வந்து தங்குவான். மூலப்பொருளே நம் சிந்தைக்குள் வந்துவிட்டதால் நாம் எதனையும் செய்ய முடியும்; ஏனையோர் கற்பனையிற்கூட நினைக்க முடியாத செயல்களைச் சிந்தையை அடக்கியவர்கள் அனாயாசமாகச் செய்ய முடியும். இத்தகைய ஆற்றல்கள் பெற்றவர்களையே வள்ளுவப் பேராசான் 'செயற்கரிய செய்வார்'(குறள்:2) என்று கூறுகிறார்.

இவ்வாறு கூறியவுடன் காஷாயம் உடுத்திக்கொண்டு, தாங்களே ஞானத் தலைவர்கள் என்று சொல்லித் திரிகின்றவர்களை மனத்தில் நினைக்க வேண்டா. இவர்கள் பெரியவர்களும் அல்லர் செயற்குரியவற்றைக்கூட இவர்கள் செய்கிறார்களா என்பது ஐயத்திற்குரியது.

பெரியர் என்று வள்ளுவர் குறிப்பிடுவது ஒருவர் உருவத்தையோ, உடையையோ, பதவியையோ வைத்து அன்று. இந்தப் பெரியவர்கள் கோவணம் மட்டுமே அணிந்திருந்தாலும், எப்பொழுதும் சிரித்துக்கொண்டே இருப்பர். எந்த ஆசாபாசங்களும் இவர்களைப் பற்றுவதில்லை. விருப்புவெறுப்பு, சுகம்துக்கம், சூடு-குளிர்ச்சி என்ற இரட்டைகளை வென்ற இவர்களைச் சமதிருஷ்டி உடையவர்கள் என்று கீதை கூறுகின்றது. 'சேய்போல் இருப்பர் கண்டீர் சிவஞானிகளே' என்கிறார் பட்டினத்தார். இந்த இடத்தில் ஒன்றை ஞாபகத்தில் வைத்துக் கொள்ள வேண்டும். மேலே கூறியவற்றைப் பார்த்து விட்டு, பெரியோர் என்பவர்கள் துறவிகளாக உலக வாழ்க்கையில் ஈடுபடாதவர்களாக இருப்பர் என்று தயை கூர்ந்து யாரும் நினைத்துவிட வேண்டா. காலை முதல் மாலை வரை இலக்கியப் பிரச்சினை, தொழிலாளர் பிரச்சினை என்பவற்றிலேயே பெரும்பொழுதைச் செலவழித்த தமிழ்த் தென்றல் திரு.வி.க. அவர்களும் பன்மொழிப் புலமை, பல்கலைப் புலமை என்பவற்றை அனாயாசமாகப் பெற்று வாழ்ந்த குருதேவர் தெ.பொ.மீ அவர்களும் இந்தப் பெரியோர் பட்டியலில் அடங்குவர். ஐம்பது ஆண்டுகளுக்கு முன்னர் இந்தியர்களில் ஒரு சிலரே பெறக்கூடிய பெரும்பதவியை வகித்த மகாகனம் (Rt. Hon) சீனிவாச சாஸ்திரியார் அவர்களும் இப்பெரியோர் பட்டியலில் இடம் பெறுபவர் ஆவர். சித்து என்ற பெயரில் யட்சிணி வித்தைகள் செய்கின்ற இக்காலச் சமயவாதிகள்போல் அல்லாமல், அட்டமா சித்திகளையும் போகிற போக்கில் செய்த யாழ்ப்பாணம் யோக சுவாமிகளும் இப்பட்டியலில் இடம்பெறுபவரே ஆவர்.

அ.ச. ஞானசம்பந்தன்

முடிவாகக் கூறவேண்டுமேயானால் சிந்தையை அடக்கி, சிவனருளை முழுதாகப் பெற்ற இவர்கள் ஆண்டியாகவும் திரியலாம்; அரசராகவும் இருக்கலாம்.

இந்த முன்னுரையோடு என்னுடைய சிறிய அனுபவத்தில் திருவருட் பயனால் நான் கண்ட பெரியவர்கள் சிலரைப்பற்றி ஓரளவு கூறலாம் என்று எண்ணுகிறேன். இங்கு நான் சொல்லியுள்ளவை என்னுடைய சிறிய அனுபவத்தில் நேரிடையாக அவர்களைச் சந்தித்துப் பழகியபோது நடைபெற்றவை யாகும். இந்த அருமைப்பாடுகளைக் கண்டு, கேட்கும் வாய்ப்பு எனக்குக் கிடைத்தது என்பதைத் தவிர, அவர்கள் பக்கத்தில் செல்லக்கூட எனக்குத் தகுதியில்லை என்பதை முற்கூட்டியே இங்குச் சொல்லிவிடுகிறேன்.

இங்குக் கூறப்பெற்ற பெரியவர்கள் மிகப் பெரிய வாழ்க்கை வாழ்ந்து, சமுதாயத்திற்குப் பெருந்தொண்டு செய்தவர்கள். அப்பெருமக்களிடம் நான் பழகிக் கண்ட ஒன்றிரண்டு நிகழ்ச்சிகளை மட்டுமே இங்குக் குறித்துள்ளேன். இவற்றை மட்டும் வைத்துக்கொண்டு அந்த மாமனிதர்களை எடைபோட்டுவிட யாரும் முயலவேண்டா. அவர்களின் மிகமிகச் சிறிய பகுதியையே இங்குக் குறித்துள்ளேன் ஆதலின், இதுதான், இவ்வளவுதான் அவர்கள் என்று தயைகூர்ந்து நினைத்துவிட வேண்டா.

1. தந்தையார்

என் தந்தையார் பெயர் பெருஞ்சொல் விளக்கனார்' அ.மு.சரவணமுதலியார் என்பதாகும். தாய் சிவகாமி அம்மையார். தந்தையார் தமிழ், இலக்கிய, இலக்கண அறிவு மிகுதியாக நிரம்பப் பெற்றவர். தாமே பயின்ற சிறப்பும் உடையவர். அரசங்குடியை அடுத்துள்ள லால்குடி என்ற ஊரில் 1925முதல் 1930வரை ஜவுளிக்கடை வைத்திருந்தார். அந்தக் கடையில் இருந்தபடியே இவர் தமிழ்அறிவை வளர்த்துக்கொண்டார். பிறகு 1930க்குமேல் அப்பொழுது திருச்சி மாவட்ட போர்டு தலைவராக இருந்த திருவாளர் டி.எம். நாராயணசாமிப் பிள்ளையவர்கள் தந்தையாருடைய கல்வியறிவு வீணாகப் போவதை உணர்ந்து, அவரை லால்குடி போர்டு உயர்நிலைப்பள்ளியில் தமிழாசிரியராக நியமித்தார். தந்தையாரவர்கள் தம் பேச்சுத் திறன், கல்விச் சிறப்பு இவற்றால் தமிழகமெங்கும் சென்று சொற்பொழிவாற்றும் வாய்ப்புப் பெற்றிருந்தார். அதுமட்டுமல்லாமல் மலேசியா, சிங்கப்பூர், இலங்கை, பர்மா முதலிய இடங்கட்கும் சென்றுவந்துள்ளார்.

அவரிடத்தில் மிக இளமையிலேயே தமிழ் கற்கும் வாய்ப்பைப் பெற்றேன். அதுமட்டுமன்று, அவர் படிக்க வேண்டும்' என்று எனக்குக் கட்டளை இட்டபொழுது ஒரு குறிப்பையும் கூறினார். 'திருக்குறள் முதல் எந்த நூலாக இருப்பினும் அதன் உரையைப் படிக்கக்கூடாது' என்பது அவரது முடிவான கருத்தாகும். உரையைப் படிக்கக் கூடாது என்பதற்கு ஒரு தக்க காரணமும் இருந்தது. உரையைப் படித்துவிட்டால் ஒரே மாதிரியாகத்தான் அந்தப் பாடலுக்குப் பொருள் செய்ய முடியும். நாமாகச் சிந்தித்து உரைகாண முற்பட்டுப் பலமுறை முயன்று ஏதோ மனத்தில் ஒரு வகையான உரை வகுத்துக்கொண்ட பிறகு உரையாசிரியர்களைப் படித்தால் நம்முடைய அறிவு வளரும.

புதிய நோக்கோடு பாடல்களைப் பார்க்கலாம் என்பது அவருடைய எண்ணம். அவருடைய வாழ்க்கையில் அப்படித்தான் அவர் செய்தார். எனவே, அவருடைய வாழ்வில் பெரிய நிபுணர் என்று சொல்லக்கூடிய முறையில் பெரியபுராணத்தைக் கற்றிருந்தார். ஆதலால், அதிலும் புதிய புதிய நுணுக்கமான உரைகளை அவர் சொல்வதற்கு வாய்ப்பிருந்தது. அதே முறையில் என்னையும் பழக்கினார். சிறிய வயதில் படித்துக்கொண்டிருக்கும் பொழுதுகூட வீட்டில் திருக்குறள், நாலடியார் போன்றவைகளைப் படித்து ஒப்பிக்கும் பழக்கத்தையும் உண்டாக்கினார். எந்தப் பாடலையும் 2 முறை அல்லது 3 முறை படித்தால் அது மனத்தில் பதிந்துவிடும்படி படிக்க வேண்டும். என்று அவர் வற்புறுத்தியது அப்பொழுது சிறிது சங்கடத்தை உண்டாக்கியதெனினும் காலம் செல்லச் செல்ல அதன் அருமைப்பாட்டினை உணர்ந்தேன். பாடம் செய்வதனால் பெரிய அறிவு வளர்ச்சி ஏற்பட்டது என்பது மறுக்க முடியாத உண்மை.

1958ம் ஆண்டு செப்டெம்பர் மாதம் தந்தையார் உடல் நிலை குன்றிச் சென்னைக்கு அழைத்துவரப்பட்டார். டாக்டர் தியாகராஜனும் நானும் மருத்துவமனையில் அவரைச் சேர்க்கச் சென்றிருந்தோம். பிரசித்தி பெற்ற மருத்துவராகிய டாக்டர் ரத்தினவேல் சுப்பிரமணியத்திடம் காட்டி, அவருடைய பார்வையின் கீழ்த் தந்தையார் அனுமதிக்கப்பட்டார்கள். டாக்டர் அவர்கள் பெரிய புராணத்தில் மிகவும் ஈடுபாடுடையவர். சிறந்த சிவபக்தர் என்பதை ஒரளவு கேள்விப்பட்டிருந்தோமே தவிர அப்பொழுது எனக்கோ என் தந்தையாருக்கோ அவரைப் பற்றி அதிகம் தெரியாது. ஒரு நாள் பக்கத்திலுள்ள நோயாளியைப் பார்த்து டாக்டர். ஆர்.எஸ். அவர்கள் 'செட்டியாரே, பயப்படாதீர்கள். உங்களைச் சௌக்கியப் படுத்தி ஊருக்கு அனுப்புவது என் பொறுப்பு" என்று கூறினார். அப்பொழுது தந்தையார் மருத்துவமனையில் சேர்ந்த மூன்றாவது நாள். திடீரென்று தகப்பனார் சிரித்து விட்டார். டாக்டருக்குப் பின்னால் 20,30 இளம் மருத்துவர்கள் நின்றுகொண்டிருந்தார்கள். "என்ன கிழவனாரே, ஏன் சிரிக்கிறீர்கள்?" என்று கேட்டு விட்டார், டாக்டர். எனக்கும் டாக்டர் தியாகராஜனுக்கும் சிறிது அச்சம். என் தந்தையார் யாரையும் சட்டை செய்யாமல் கொஞ்சம் முரட்டுத்தனமாகவே பேசக்கூடியவர் என்பதால் என்ன நேருமோ என்றிருந்தோம். தந்தையார் முதலில் "ஒன்றுமில்லை" என்று மறுத்தாலும், டாக்டர். ஆர்.எஸ். அவர்கள் திருப்பித் திருப்பிக் கேட்க, "கோபப்படவேண்டாம், நீங்கள் பக்கத்திலுள்ள நோயாளியைப் பார்த்துக் 'கவலைப்படாதே, உன்னைச் சௌக்கியப்படுத்தி அனுப்புவது என் பொறுப்பு' என்று கூறியவுடன் இராமகிருஷ்ணருடைய கதை ஒன்று என் நினைவுக்கு

வந்தது. அதுதான் சிரித்துவிட்டேன்” என்றார். 'அது என்ன கதை' என்று டாக்டர் கேட்க, தந்தையார் பகவான் இராமகிருஷ்ணரின் கதையைக் கூறினார். ஒரு மருத்துவர் நோயாளியைப் பார்த்து, 'உன்னைச் சௌக்கியப்படுத்துகிறேன் என்று சொல்வதைக் கேட்டு ஆண்டவன் சிரிக்கிறான், என்னுடைய வேலையை நீ எப்பொழுதப்பா எடுத்துக்கொண்டாய் என்று, இரண்டாவதாக ஆண்டவன் சிரிப்பது அண்ணன் தம்பி என் நிலம், உன் நிலம் என்று சண்டை போட்டுக் கொள்ளும்பொழுதாகும். உனக்குரியது 3க்கு 6அடிதானே, எதற்குச் சண்டை போட்டுக்கொள்கிறீர்கள் என்று ஆண்டவன் சிரிக்கிறான். அதைச் சொன்னபொழுது டாக்டர் ஆர்.எஸ். முற்றிலும் மனம் மாறியவராகக் கண்களில் கண்ணீர் மல்கப் பெரியவரே என்றார். பிறகு அவரிடம் பேசிக்கொண்டிருந்தார். அப்பொழுது டாக்டர் தியாகராஜன் தந்தையார் அவர்கள், “பெரியபுராணத்தில் பெரிய நிபுணர்” என்று சொன்னவுடன் “நாளை வருகிறேன்” என்று சொல்லிச் சென்றார். மறுநாள் முதல் பக்கத்திலுள்ள நோயாளியைப் பார்ப்பார், தந்தையாரைப் பார்க்க மாட்டார்; போய்விடுவார். பிறகு மத்தியானம் உணவுப் பெட்டியுடன் தந்தையார் அருகில் அமர்ந்துகொண்டு ஸ்டாஃப் நர்ஸையே பரிமாறச் சொல்லி, தந்தையாரிடம் பெரியபுராணத்தில் சந்தேகங்களைக் கேட்டுக்கொண்டே உணவு உண்பார். இது ஏறத்தாழ மூன்று மாதங்கள், ஞாயிற்றுக் கிழமை தவிர, எல்லா நாட்களிலும் ஒழுங்காக நடைபெற்று வந்தது. தந்தையாரிடத்தில் மிக மிக ஈடுபாடு கொண்டவராகப் பெரியபுராணத்தைத் தினமும் அவரிடம் கேட்பவராக மாறிவிட்டார், டாக்டர் ரத்தினவேலு சுப்பிரமணியம் அவர்கள். இது ஒரு நிகழ்ச்சி.

அடுத்து 1959 ஜனவரியில் “இனி மருத்துவமனையில் இருப்பதில் பயனில்லை” என்று டாக்டர் ஆர்.எஸ். சொல்ல, வீட்டிற்கு அழைத்துக்கொண்டு வந்துவிட்டோம். மார்ச் 1ம் தேதி டாக்டர் குருசாமி முதலியார் அவர்களைப் பார்த்துக் கேட்கவேண்டும் என்று டாக்டர் தியாகராஜன் விரும்பினார். எனவே, டாக்டர் குருசாமி முதலியார் அவர்களைக் கான அவர் வீட்டிற்கு விடியற்காலை 6 மணிக்குச் சென்றோம். அப்பொழுதெல்லாம் நம்பிக்கை என்னவென்றால், முதலியார் அவர்கள் சிவபூஜை முடித்துவிட்டுக் கதவைத் திறந்து வெளிவரும் பொழுது முதலில் யார் இருக்கின்றார்களோ அவர்களுக்கு ரொம்ப நன்மை என்று பலர் சொல்லக் கேள்விப்பட்டிருக்கிறோம். எனவே, நாங்கள் விடியற்காலை 6 மணிக்கு அவர் வீட்டில் நின்றிருந்தோம். எங்களுக்குப் பின் பெரிய கியூ நின்றது. 6 அல்லது 6.05

இருக்கும். டாக்டர் குருசாமி முதலியார் கதவைத் திறந்துகொண்டு வெளியே வந்தார்கள். முதலில் நின்றவர் டாக்டர் தியாகராஜன். அவர் டாக்டர் குருசாமி முதலியாரின் மாணவர். ஆதலால், "என்ன தியாகராஜா, என்ன விசேஷம்" என்று கேட்டார். நடந்ததையெல்லாம் சொல்லித் "தந்தையார் சிவபூசை செய்யும் கல்வியாளர். அவருக்கு உடல்நிலை சரியில்லை" என்று சொன்னார். ஒரு வினாடி கண்ணை மூடிக்கொண்டிருந்தார் டாக்டர் குருசாமி முதலியார். கண்ணைத் திறந்த அவர் பேசிய பேச்சுக்கள் இன்னும் என் மனத்தில் ஆழமாகப் பதிந்துள்ளன. "தியாகராஜா, மார்ச் மாதம் 15ம்தேதி போகப் போகிறார். அவருக்கு எதற்கப்பா வைத்தியம்? அவரே அதனை விரும்பமாட்டாரே. பைத்தியக்காரன் மாதிரி எதுவும் செய்யாதே, போ. அவரை அப்படியே அமைதியாக விட்டுவிடு" என்றார். பிறகு தியாகராஜன் எவ்வளவோ மன்றாடியும், "மார்ச் 15தான். இன்னும் 15 நாட்கள்தான். தேவையில்லாமல் எதற்கு அவரை வதை பண்ணுகிறீர்கள்? சும்மா விட்டுவிடு" என்று சொன்னார். அப்பொழுது "ஒரு டாக்டர் இப்படிப் பேசுவாரா?" என்பது எங்களுக்கு அதிர்ச்சியாக இருந்தது. உண்மைதான். ஆனால், வீட்டிற்கு வந்து "டாக்டர் குருசாமி முதலியாரை அழைத்து வரவா" என்று கேட்க, தந்தையார் "தேவையில்லை; விட்டுவிடு" என்றார். சரியாகக் குருசாமி முதலியார் கூறியதுபோல மார்ச் 15ம் தேதிதான் தந்தையார் இறைவனடி சேர்ந்தார் என்று நினைக்கும் பொழுது, இந்த இரு மருத்துவப் பெருமக்களும் அதாவது ரத்தினவேல் சுப்பிரமணியம் அவர்களும் டாக்டர் குருசாமி முதலியார் அவர்களும் ஆன்மீகத் துறையில் எந்த அளவிற்கு முன்னேற்றமடைந்திருந்தார்கள் என்பதைத் தந்தையார் நோய்வாய்ப்பட்டிருந்த காலத்தில் நேரடியாகக் காணும் ஒரு வாய்ப்பு எனக்கு இருந்தது.

தந்தையார் நீண்ட காலம் சிவபூசை செய்தவர். 1959 மார்ச் மாதத்தில் முன்னரே டாக்டர். குருசாமி முதலியாரிடம் போய் வந்த விஷயம் பார்த்தோமல்லவா? 1959 சஷ்டி, கிருத்திகை இரண்டும் சேர்ந்த நாள், மார்ச் 15ஆம் தேதி 2 நாட்களாகக் கோமாவில் இருந்தார் தந்தையார். டாக்டர் தியாகராஜன் எங்கள் ஊர்க்காரர். அவர்தான் உடனிருந்து மருத்துவம் செய்து கொண்டிருந்தார். அவரும் கூட இருக்கும்போது "எனக்கு ஒரு வருத்தம்" என்றேன். தியாகராஜன் "என்ன வருத்தம்" என்று கேட்டார். நான், 'இறப்பது என்பது சரி. அது யாரும் தவிர்க்க முடியாத ஒன்று, ஆனால் 50 ஆண்டுகள் சிவபூசை செய்த ஒருவர், எப்படிக் கோமாவில் இறப்பது" என்றேன். அவர் "இது ஆண்டவன் கட்டளை

நீயும் நானும் வருந்துவதற்கு ஒன்றுமில்லை" என்று கூறினார். கோமாவில் இருந்த அவரைச் சுற்றி என் மனைவி, தாயார், தங்கை, என் பிள்ளைகள் ஆகியோர் அமர்ந்திருந்தனர். ஐந்து நிமிஷங்கள் கழித்துப் பெரியதாக இருமினார். உடனே என் தாயாரைப் பார்த்து, "இன்று சஷ்டி, கிருத்திகை, ஏன் இன்னும் குளிக்காமல் இருக்கிறாய்? போ" என்றார்கள். தங்கையையும் என்னையும் விரட்டினார். என் மனைவியைத் தன் பக்கத்தில் உட்காருமாறு செய்து, அவள் கைமேல் தமது கைகளை வைத்து மூடினார். அவ்வாறு அவர் செய்தது அந்தக் கைகளில் சிவலிங்கம் இருப்பதான மானசீக பாவனையை உணர்த்தியது. திடீரென்று சிவபூசை செய்ய ஆரம்பித்துவிட்டார். "ஈசான மூர்த்தாய நம" என்று தொடங்கி, உரத்த குரலில் வழக்கமாக அவர் செய்கின்ற சிவபூசை முறை அனைத்தையும் செய்துமுடித்தார். படுத்தபடியேதான் எல்லாம். அதில் ஒரு சிறப்பு என்னவென்றால், பெரும்பாலும் இவர் சிவபூசை முடித்த பிறகு தோத்திரப் பாடல்களை அவராக ஒரு முறையில் தொகுத்துப் பாடுவார். அதாவது எந்தப் பாட்டும் முழுதாக இராது. திருவாசகத்தில் பாட ஆரம்பிப்பார். திருவாசகத்தின் போற்றித் திருஅகவல் பகுதியில் ஒரு மாதம் இரண்டு மாதம் என்று கருவுற்ற உயிர் படாத பாடு பட்டு இறுதியாக 10ஆம் மாதத்தில் பிறப்பது, பிறகு அது வளர்கின்ற முறை, தொடர்ந்து தெய்வம் என்பதோர் சித்தம் உண்டாகி முனிவிலாததோர் பொருளது கருதலும் என்பதுவரை பாடி அதோடு நிறுத்திக்கொள்வார். பிறகு தேவாரத்தில் இரண்டு பாடல்கள், மறுபடியும் திருவாசகத்தில் ஒரு சில பாடல்கள், இப்படிச் சேர்த்துச் சேர்த்து ஆன்ம யாத்திரையாக அவர் பாடும்முறை அமையும். அது முடிந்த பிறகு கடைசியாகச் சிவபூசையின் முடிவில் அவர் சொல்லுகிற பாட்டு, பட்டினத்துப் பிள்ளையினுடைய 'கல்லாப் பிழையும் கருதாப் பிழையும்' என்கிற பாடலாகும். இது பல ஆண்டுகளாக நாங்கள் கேட்டுக் கேட்டுப் பழகிப் போயிருந்த ஒன்று. இப்பொழுது அதை வழக்கம்போல் பாடிக்கொண்டு வந்த அவர், கடைசியாகக் 'கல்லாப் பிழையும் கருதாப் பிழையும்' என்ற பாடலைத் தொடங்கி 'எல்லாப் பிழையும் பொறுத்தருள்வாய் இறைவா!' என்று சொன்னவுடன் அவருடைய ஆவி அடங்கிவிட்டது. அதை டாக்டர் தியாகராஜன், நாங்கள் அத்தனை பேரும் பார்த்துக் கொண்டேயிருந்தோம். ஒரு வளர்ச்சியுள்ள ஆன்மா இறுதியாகப் போகும்பொழுது இப்படிப்பட்ட ஒரு சூழ்நிலையில், மன நிலையில் இறையனுபவத்தைப் பெற்றுக் கொண்டிருக்கின்ற அதே நிலையில் உயிர் பிரிவது என்பது போற்றத் தகுந்த ஒன்று என்பதை நாங்கள் அப்பொழுதுதான் அறிந்தோம்.

2. அன்னையார்

என் தாயாரைப் பொறுத்தமட்டில், அவர் பள்ளி சென்று கல்வி கற்காதவர். ஆனால், மிக இளவயதிலேயே பூசை செய்வதில் ஈடுபட்டு, நானும் என் தங்கையும் சிறு பிள்ளைகளாக இருக்கின்ற காலத்தில் ஆன்மிகத் துறையில் மிக மிக உயர்வாக வளர்ந்துவிட்டார். தந்தையார் நிர்வாண தீட்சை என்று சொல்லப் படக்கூடிய தீட்சை எடுத்துக்கொண்டு சிவபூசை செய்தார். தாயார் அப்படியெல்லாம் செய்யவில்லை. அவரும் பூசை செய்தார். ஆனால், இம்மாதிரி வரன்முறைக்குட்பட்டுக் கற்றுக் கொண்டு செய்யவில்லை. அவராகவே ஏதேதோ செய்து மிகப் பெரிய நிலையை அடைந்தார். அவர் அம்பிகையைத்தான் பூசை செய்வார். அதாவது, அவினாசியிலுள்ள கருணாம்பிகை அவருடைய கண் கண்ட தெய்வம். அந்தப் பூசை முடிவில் யார் எந்தப் பிரச்சினையை எழுப்பினாலும் அதற்கு விடை கண்டு சொல்லக்கூடிய அளவு ஆன்மிக வளர்ச்சி பெற்றிருந்தார்.

தாயாரினுடைய ஆன்மிக வளர்ச்சியும், தந்தையாருடைய அறிவு வளர்ச்சியும் என்னுடைய வாழ்க்கையில் உரமாக அமைந்தன. இரண்டையும் ஒருசேரக் கொள்ளக்கூடிய வாய்ப்பைப் பெற்றிருந்தேன்.

என் தாயாரைப்பற்றி இப்பொழுது நினைக்கும் பொழுது மிக இளமையாக நான் இருந்தபொழுது நடந்த ஒரு நிகழ்ச்சி இன்றும் என் மனத்தில் பசுமையாக இருக்கிறது. மிக ஆழ்ந்த தீவிரமான பக்தியோடு வழிபாடு செய்பவர் என்பதை முன்னரே குறிப்பிட்டுள்ளேன்.

பெரும்பாலும் பூசை முடிந்தபிறகு அவர் ஏதோ பேசிக் கொண்டிருப்பார். அது யாருடன் என்பது முதலில் எங்களுக்குத் தெரியாது. பல சமயங்களில் அவர் வழிபடும் கருணாம்பிகையிடம்தான் பேசுகிறார் என்பதை அறிந்து கொள்ளும் வாய்ப்பு, தந்தையார் உள்பட எங்களுக்குப் பிற்காலத்தில் ஏற்பட்டது. ஒருமுறை எனக்குப் பத்து வயது இருக்கும் என்று நினைக்கிறேன். அப்பொழுது லால்குடி வடக்குத் தெருவில் தங்கியிருந்தோம். பூசை முடிந்தபின் என் தாயார் தந்தையாரிடம் வந்து 'புதுத்தெருவில் கோபாலகிருஷ்ணையர் என்ற பெரிய பொறியியல் வல்லுநர் வீட்டில் ஒரு பதக்கம் இருக்கிறது. சிவப்புக் கல்லாலான அந்தப் பதக்கம் விற்பனைக்குத் தயாராக உள்ளது. அதைப் போய் வாங்கி வந்து, கருணாம்பிகைக்கு அவினாசியில் கொண்டுபோய் அணிவிக்க வேண்டும்" என்றார். தாயாருடைய ஆன்மிகப் பழக்க வழக்கங்களில் நம்பிக்கை கொண்டவராயினும் தந்தையார் இதனை ஏற்க மறுத்துவிட்டார். கோபாலகிருஷ்ணையர் மிக மிக வசதி படைத்த ஒருவர். பெரிய ஒரு வீட்டில் குடியிருக்கிறார். பொதுவாக வசதி படைத்தவர்கள் தங்களிடம் உள்ள நகைகளை விற்பது என்பது அக்காலத்தில் நடைபெறாத காரியம், விற்பது என்றாலே "ஏதோ குடும்பத்தில் ஒரு சூழ்நிலை உருவாகித்தான் நகைகளை விற்கத் தொடங்கியிருக்கிறார்கள்" என்ற அவப்பெயர் வருமாதலால் யாரும் விற்கின்ற பழக்கமில்லை. எனவே, தந்தையார் மறுத்து விட்டாலும் தாயார் விடாமல் "அதை நூற்றைம்பது ரூபாய் கொடுத்து வாங்கிவிடுங்கள்" என்று சொன்னார்கள். அதோடு ரூபாயையும் எடுத்துக் கொடுத்தபொழுது தந்தையால் ஒன்றும் செய்ய முடியவில்லை. மடியில் விபூதிப் பையில்தான் பணத்தை வைப்பார், வைத்துக் கட்டிக் கொண்டு புதுத்தெரு சென்று ஏதோ நிஜமாகத் தெருவோடு போகிறவர்போலச் சென்று கோபாலகிருஷ்ணையரைச் சந்தித்தார். கோபாலகிருஷ்ணையர் தந்தையாரிடம் மிகவும் மரியாதையும் அன்பும் உடையவராதலால் 'வருக வருக' என்று இவரை வரவேற்று, இரண்டு பேரும் வீட்டுத் திண்ணையில் அமர்ந்து பேசிக்கொண்டிருந்தார்கள். அப்படியிருக்கும்பொழுது திடீரென்று ஐயரின் தாயார் வாசற்படிக் கதவருகில் நின்றுகொண்டு "இந்தச் சிவப்புக் கல் பதக்கம் ஒன்று எவ்வளவு வருடமாக வீட்டில் கிடக்கிறது! அதை என்னடா பண்ணுவது? நாம யாரும் போடவும் முடியாது. அதை வித்துவிடேன். என்னத்துக்கு அது?" என்றார். தந்தையார் திடுக்கிட்டார். ஆனால் ஒன்றும் வெளிக்காட்டிக் கொள்ளவில்லை. அதற்கு ஐயர் "சரிம்மா, கொடுத்தால் போச்சு என்ன விலை

அ.ச. ஞானசம்பந்தன் 21

என்றால் கொடுக்கலாம்" என்றார். அதற்கு நூறு, நூற்றைம்பது வந்தால் கொடுத்துவிடலாம்" என்றார். உடனே தந்தையார் "நான் நூற்றைம்பது ரூபாய் கொடுத்து, அதை வாங்கிக் கொள்கிறேன்" என்றார். ஐயருக்கு ஒன்றும் புரியவில்லை.

"தாயார் விற்கலாம் என்று சொன்னார். நீங்கள் வாங்கவேண்டும் என்று ஒன்றும் அவசியம் இல்லை. நீங்கள் இதற்காகச் சிரமப்படவேண்டாம்" என்றார்.

தந்தையார் நடந்தவற்றைக் கூறியவுடன் ஐயர் மறுவார்த்தை பேசாமல் பதக்கத்தைக் கொண்டுவந்து கொடுத்தார். தந்தையார் வாங்கிக் கொண்டு வந்துவிட்டார். பிறகு ஓரிரு மாதம் கழித்து அவினாசிக்குச் சென்று அபிஷேகமெல்லாம் செய்து அம்பிகைக்கு அப்பதக்கத்தை அணிவித்தார்கள், என் தாய் தந்தையர். அந்தப் பதக்கம் இன்னும் அவினாசி அம்பிகைக்கு மார்புப் பதக்கமாக இருப்பதை அறிவேன். இது தாயாருடைய ஆன்மிகத் துறையில் கிடைத்த அனுபவம்.

இது போல எத்தனையோ சொல்லிக்கொண்டு போகலாம். தாயார் அம்பிகையுடன் பேசும் பழக்க முடையவர் என்பது அந்த ஊரில் எல்லோருக்கும் தெரிந்ததால், கோயிலில் பூசை செய்கின்ற அர்ச்சகர்கடத் தாயாரிடம் வந்து விபூதி வாங்கிச் செல்வார்.

இன்னும் ஒரே ஒரு நிகழ்ச்சி. அதுவும் மனத்தில் நீங்காத நினைவு. 1935 என்று நினைக்கிறேன். தந்தையார் மலேசியா செல்வதற்கு எல்லா ஏற்பாடுகளும் செய்துகொண்டிருந்தார். திடீரென்று நிமோனியாக் காய்ச்சல், ஒன்றும் மருந்துகள் இல்லை. டாக்டர் சோமசுந்தரம் என்பவர்தான் குடும்ப மருத்துவர். அவர் வந்து பார்த்துக் கொண்டிருக்கிறார். ஒரு நிலை தாண்டி, "இனி ஒன்றும் முடியாது" என்ற நிலைக்கு வந்துவிட்டது. அப்பொழுது டாக்டர் சோமசுந்தரம், அமிர்தம் செட்டியார், ஜம்புலிங்கம் செட்டியார் ஆகிய நண்பர்கள் எல்லாம் தந்தையாருடைய இறுதி நிலை அறிந்து, வீட்டில் வந்து கூடிவிட்டனர். தாயார் அவர்கள் பூசைக்குச் சென்றவர் திடீரென்று பத்ரகாளி போல் வந்து சேர்ந்தார். "அடே சம்பந்தா, மோரைக் கரைத்துக் கொண்டு வா, பெருங்காயத்தைப் போட்டு உங்க அப்பாவிற்குக் கொடுக்க வேண்டும்" என்றார். "அம்மா இந்த நிமோனியாக் காய்ச்சலில் மோர் கொடுத்து விரைவில் அனுப்பணுமா" என்று நொந்துபோய்க் கேட்டார். அவரிடத்தில் மரியாதையும், அன்பும் கொண்ட தாயார் "டாக்டர், உங்கள் வைத்தியம்தான் இதுவரை பார்த்தீர்களே.

ஒன்றும் கையால் ஆகாது என்று விட்டுவிட்டீர்களே. இனி விட்டுவிடுங்கள்." என்றார். இது "எனக்கும் என் கணவருக்கும் உள்ள விஷயம்" என்றார். என் தங்கையின் கணவர் காலஞ்சென்ற இராமலிங்கம் கூட இருந்தார். அவரும் இதைத் தடை செய்து பார்த்தார். ஆனால், தாயார் நின்ற நிலையில் ஒரு கண்ணைச் செருகி வைத்துக்கொண்டு, "இதனைச் செய்" என்றவுடனே நான் மோரைக் கரைத்து உப்பும், பெருங்காயமும் போட்டுக் கொண்டு வந்தேன். ஒரு இரண்டு டம்ளர் மோர் இருக்கும், பக்கத்திலிருந்த தாயார் தந்தையாரைத் தூக்கி ஏறத்தாழ மேற்சுவாசம் காணுகின்ற நிலை, அப்பொழுது அவரை என் மைத்துனர் தோளில் சாய்த்துவிட்டு அந்த டம்ளர் மோரை எடுத்து, "இந்தாங்க குடிங்க கருணாம்பிகை குடிக்கச் சொல்கிறாள்" என்றார்.

அவரால் குடிக்க இயலாதபொழுது நாங்கள் சிறிது சிறிதாக அந்த மோரைச் செலுத்தினோம். டாக்டர் சோமசுந்தரமும் மற்றவர்களும் அப்படியே பார்த்துக் கொண்டிருந்தார்கள். ஒரு வழியாக இரண்டு டம்ளர் மோரையும் குடிக்கவைத்துப் படுக்க வைத்துவிட்டோம். ஒரு பத்து நிமிடங்கள் கழித்து ஒரு பெரிய கனைப்பு இருமல், எழுந்து உட்கார்ந்தார் தந்தையார், "என்ன எல்லோரும் கூடியிருக்கிறீர்கள்?"என்றார். அப்பொழுது டாக்டர், செட்டியார், முதலானவர்களுக்கு ஏற்பட்ட வியப்பிற்கு ஒரு அளவேயில்லை. பிறகு "ஒன்றும் இல்லை" என்று சமாதானம் சொல்லி, "உங்களுக்கு உடல்நிலை நன்றாக இல்லை" என்றார்கள். "அதுதான் பார்க்க வந்தோம்" என்று கூறி, பிறகு அங்கேயே இருந்து தந்தையார் நன்றாக நினைவு திரும்பி உடல் நன்றான பிறகு அவர்கள் எல்லோரும் புறப்பட்டார்கள். பிறகு அம்மா அவர்கள் நடந்தவற்றைச் சொன்னார்கள். "சரி, கருணாம்பிகை வைத்தியம் என்றால் அப்புறம் என்ன?" என்றார்கள், பிறகு உடல் தேறி மலேசியா எல்லாம் போய் வந்தார்கள். அது வேறு விஷயம்.

இந்த இரண்டு நிகழ்ச்சிகள் தாயாருடைய தெய்விக ஆற்றலுக்குச் சான்றாக உள்ளவை.

3. வாலையானந்த சுவாமிகள்

*எ*ன் தந்தையார் 'பெருஞ்சொல் விளக்கனார்' அ.மு.சரவண முதலியார் அவர்கள், தமிழகத்தில் மிகச்சிறந்த பேச்சாளர்களுள் ஒருவர். அவருக்கு மகனாகப் பிறந்த காரணத்தாற்போலும் எனது ஒன்பதாவது வயதில் மேடையேறிப் பேசத் தொடங்கினேன். 1916ஆம் ஆண்டு நவம்பர் 10ஆம் தேதியில் பிறந்த நான், முதலில் மேடையேறியது 1925இல் ஆகும். திருச்சியை அடுத்த துறையூர் என்ற ஊரில் சைவர்கள் மகாநாடு ஒன்று நடைபெற்றது. எனக்கும் அதில் ஒரு பங்கு தரப்பெற்றது. மிகவும் குட்டையாக இருந்தமையால் என்னை மேசை மேல் ஏற்றிவிட்டுப் பேசச் செய்தார்கள். கூட்டத்திற்குத் தலைமை வகித்தவர் ஸ்ரீலஸ்ரீ வாலையானந்த சுவாமிகள் ஆவார். தஞ்சையை அடுத்த கொரடாச்சேரியில் சித்தாந்த மடம் ஒன்று அமைத்து, அதன் தலைவராகத் திகழ்ந்தவர் அவர்கள். சைவசித்தாந்த அடிப்படையில், சித்தாந்தப் படம் ஒன்றை வரைந்து, சித்தாந்தப் பட விளக்கம் என்ற தலைப்பில் மிகப் பெரிய காகிதத்தில் (wall poster அளவில்) அச்சிட்டு, போகும் இடமெல்லாம் இதனை வழங்கினார். இப்பெருமகனார் தலைமையில் நான் பேசினேன் என்றாலும், அவரையோ அவருடைய பெருமையையோ என் வயது காரணமாக அறிந்துகொள்ள முடியவில்லை. ஆனால், மிக முரட்டுக் குணம் உடைய போலி வேடதாரிகளை மதிக்காத என் தந்தையார், சுவாமிகளிடம் காட்டிய பணிவு எனக்கு வியப்பைத் தந்தது.

மேசைமேல் ஏறி நின்றுகொண்டு ஒரு இருபது நிமிடம் மெய்ப்பொருள் நாயனார் வரலாற்றைப் பேசினேன். எல்லாம் முடிந்தது. சுவாமிகள் தங்கியுள்ள இடத்திற்குக் கொஞ்ச தூரத்தில்

சொற்பொழிவாளர்கள் தங்கியிருந்தனர். என் தந்தையாருடன் படுத்திருந்த எனக்கு நடு யாமத்தில் மூச்சு விட முடியவில்லை. தந்தையாரைத் தட்டி எழுப்பி, கையசைவினால் என்னால் மூச்சு விட முடியவில்லை' என்பதைத் தெரிவித்தேன். என் கழுத்தைத் தொட்டுப் பார்த்த என் தந்தையார் மிகப் பெரியதாக என் கழுத்து வீங்கியிருந்ததைக் கண்டிருக்க வேண்டும். உடன் இருந்த கடல்மடை மா.ரா, குமாரசுவாமிப் பிள்ளையும் என் தந்தையாரும் என்னைத் தூக்கிக்கொண்டு சுவாமிகள் தங்கியிருந்த இடத்திற்குக் கொண்டு சென்று, நடந்தவற்றைக் கூறினர். உள்ளே என்னைப் படுக்க வைத்துவிட்டு, தந்தையாரையும் பிள்ளையையும் தங்கியிருந்த இடத்திற்கு திரும்பிப் போய்விடுமாறு பணித்துவிட்டார் சுவாமிகள். அவர்கள் போன பிறகு, கதவைச் சாத்திவிட்டு என் அருகில் வந்த சுவாமிகள், திருநீற்றை எடுத்து ஏதோ ஜபித்துவிட்டு என் கழுத்தைச் சுற்றிப் பூசிவிட்டார்கள். பிறகு சற்று நேரம் சுவாமிகள் என் அருகிலேயே இருந்தார்கள். பின்னர் நான் தூங்கிவிட்டேன். காலையில் எழுந்தவுடன், என் தந்தையாரும் பிள்ளையவர்களும், சுவாமிகள் இருக்கும் இடத்திற்கு வந்து என்னையும் கண்டார்கள்; சுவாமிகளையும் கண்டார்கள். இயல்பாக மூச்சுவிட்டுக் கொண்டிருந்தேன்; கழுத்தில் வீக்கமும் இல்லை. என்ன நிகழ்ந்தது என்று தந்தையாரும் கேட்கவில்லை; சுவாமிகளும் ஒன்றும் சொல்லவில்லை. மறுபடியும் எனக்குத் திருநீறு அணிவித்துவிட்டு, சுவாமிகள் சொன்ன சொற்கள் 75ஆண்டுகள் கழித்து இன்னமும் என் மனத்தைவிட்டு அகலவில்லை. "சரவணா, நான் சொல்வதைக் கவனமாகக் கேள். இன்றிலிருந்து ஓர் ஆண்டிற்கு இவனை எந்தக் கூட்டத்திற்கும் அழைத்துப் போகாதே; எந்த மேடையிலும் ஏறிப் பேச விடாதே; யார் அழைத்தாலும் மறுத்துவிடு" என்று கூறிவிட்டு, என்னை அழைத்துப்போகுமாறு என் தந்தைக்குக் கட்டளை இட்டார். என் தந்தையாரும் அக்கட்டளைக்கிணங்க 1926ஆம் ஆண்டு நவம்பர் 10 வரை எந்தக் கூட்டத்திற்கும் என்னை அழைத்துச் செல்லவில்லை.

நான் கண்ட பெரியவர்களுள் என் மனத்தில் முதலில் நிற்பவர் ஸ்ரீலஸ்ரீ வாலையானந்த சுவாமிகள் ஆவார்.

4. திருப்பதி ஐயா

1927ஆம் 28ஆம் ஆண்டுகளில் திருச்சியில் ஜாபர் சாஹிப் தெருவில் குடியிருந்தோம். திருவிளையாடற் புராணத்திற்கு உரை எழுதும் பணியில் தந்தையார் ஈடுபட்டிருந்தார். ஒரு நாள் காலை பத்து மணியிருக்கும். நாலடி உயரமேயுள்ளவரும் மிக மெல்லிய உடலமைப்பு உடையவரும் ஒற்றை வேட்டியை இடுப்பில் கட்டிக்கொண்டு, மற்றொரு வேட்டியை மடித்துக் கட்கத்தில் வைத்துக் கொண்டவரும் ஆகிய ஒருவர், வீட்டினுள் நுழைந்தார். தந்தையார் மாடியில் இருந்தார்; தாயார் சமையலில் ஈடுபட்டு உள்ளேயிருந்தார். சிறுபிள்ளைத்தனத்துடன் நீங்க ஆரு ஆரைப் பார்க்கணும் 'என்று துடுக்காகவே கேட்டுவிட்டேன். அந்தப் பெரியவர் சிரித்துக்கொண்டே "அப்பாகிட்டை போய் திருப்பதி வந்திருக்கிறான்னு சொல்லு" என்றார். விரைவாக ஓடிச்சென்ற நான் தந்தையாரிடம் சொன்னேன்.

திருப்பதி என்ற பெயரைக் கேட்டவுடன், தந்தையாருடைய முகம் மலர்ந்தது. எழுதுகோல் முதலியவற்றை அப்படியே போட்டுவிட்டு வெகுவேகமாகக் கீழிறிங்கி வந்தார். அதற்குள் என் தாயாரும் வெளியே வர, இருவரும் நெடுஞ்சாண்கிடையாக தரையில் விழுந்து வந்தவரை வணங்கினார்கள். என்ன காரணத்தாலோ வணங்க வேண்டுமென்ற எண்ணம் என் மனத்தில் தோன்றவில்லை. வணங்கி எழுந்த தந்தையார் 'சாமிகளை வணங்குடா" என்று கட்டளையிட்டார்.

சாமிகள் என்றால் காசாயம் தரித்து, உருத்திராக்கம் அணிந்து, பாதக்குறட்டுக் கட்டையின்மேல் ஏறிக்கொண்டு வருபவர்கள் என்றுதான் நினைத்திருந்தேன். ஸ்ரீ வாலையானந்த சுவாமிகள்

இப்படித்தான் இருப்பார்கள். அவரும் சுவாமிகள், இவரும் சுவாமிகளா என்ற ஐயம் என் மனத்தில் தோன்றிவிட்டது. வந்தவரோ ஒற்றை வெள்ளை வேட்டிக்காரர். உருத்திராக்கம் முதலிய எதுவுமில்லை. ஒரு விபூதிப் பைகூட அவரிடமில்லை. எப்போதும் சிரித்துக்கொண்டே யிருந்தார். இவரைப் போய்ச், 'சுவாமிகள்' என்று தந்தையார் சொல்கிறாரே என்ற குழப்பம் மனத்தில் ஏற்பட, அரைகுறை மனத்துடன் விழுந்து வணங்கினேன். வந்தவர் எனது உச்சம் தலையில் கைவைத்து ஆசீர்வதித்து முதுகைத் தட்டிக் கொடுத்தார்.

என் தாயார், கருணாம்பிகையை வழிபடு தெய்வமாகக் கொண்டு மிக நீண்டநேரம் வழிபாடு செய்யக்கூடியவர். தந்தையாரோ சிவபூசைக்காரர். இவர்கள் இருவரும் வந்தவரை உயர்ந்த ஆசனத்தில் இருத்தி, எல்லையற்ற பயபக்தியுடன் கைகளைக் கட்டிக்கொண்டு ஒரு ஆறு ஏழடி தூரத்தில் நின்றுகொண்டிருந்தது எனக்கு வியப்பை அளித்தது. அப்பாவிபோல் தோற்றமளிக்கும் இந்த நாலடி மனிதரிடம் ஏன் இவர்கள் இவ்வளவு பயபக்தியுடன் நிற்கிறார்கள் என்ற வினா என்னுள் எழுந்தது.

திருப்பதி சுவாமிகள் என்ற பெயரையுடைய இந்தப் பெரியவர், பலமுறை அமரச் சொல்லிய பிறகு என் தந்தையார் அவரெதிரே அமர்ந்து, பேசும் பொழுதெல்லாம் கைகளை வாயினிலே வைத்துக் கொண்டு மிகப் பணிவாகப் பேசினார். என்ன பேசினார்கள் என்பது எனக்குப் புரியவில்லை. சுவாமிகள் அவர்கள் இரண்டு மூன்று நாட்கள் எங்களுடனேயே இருந்தார். மதியம் ஒரு வேளை மட்டுந்தான் உண்டார். அவரை அமரச் செய்து எதிரே இலையைப் போட்டு, என் தாயார் பரிமாற, தந்தையார் நின்றுகொண்டே இதைப் பார்த்துக்கொண்டு நின்றார்.

சுவாமிகள் சாப்பிட்டு முடிந்ததும், சுவாமிகள் இலையைச் சுருட்ட, தந்தையாரும் தாயாரும் தாங்களே அப்பணியைச் செய்யவேண்டும் என்று சொல்ல, ஒரு விவாதத்திற்குப் பிறகு, இலையெடுக்கும் பணியை என் தாயாரிடம் விட்டுவிட்டார் சுவாமிகள்.

எளிதில் யாருக்கும் தலை வணங்காத என் தந்தையார் சுவாமிகள், எங்கள்வீட்டை விட்டுப் புறப்பட்ட பிறகு, "அவர் ஒரு சித்த புருஷர்" என்று எடுத்துச் சொல்லி, "அவருடைய அருளாசி நம்முடைய வாழ்வை உய்விக்கும்" என்றெல்லாம் கூறினார். அந்த நேரத்தில் அவர் கூறியதைப் புரிந்துகொள்ளும் ஆற்றலோ

அ.ச. ஞானசம்பந்தன் 27

தகுதியோ என்பாலில்லை. அறிந்து தொட்டாலும் அறியாமற் தொட்டாலும் மின் கம்பியின் ஆற்றல் நம் உடம்பினுள் பாய்வதைப் போல, திருப்பதி ஐயா போன்ற மகான்களின் அருளாசி எனக்குக் கிடைத்தமையால்தான் இன்று இந்த நிலையில் உள்ளேன். "பிற்காலத்தில் உருவுகண்டு எள்ளாமை வேண்டும்" (குறள்: 667) என்ற குறளைப் படிக்கும்பொழுதெல்லாம் நாலடி உயரமும் அப்பாவித் தோற்றமுமுடைய இந்தச் சித்த புருஷரின் வடிவம்தான் என் கண்முன் தோன்றும்.

அந்த மகானுடைய சமாதி திருச்சி மாவட்டம் குளித்தலையை அடுத்த கடம்பர் கோயில் என்ற ஊரில் அமைந்துள்ளது. இன்று பலரும் அக்கோயிலுக்குச் சென்று வழிபட்டு வருகின்றனர். ஒரு பத்து ஆண்டுகளுக்கு முன்னர், எதிர்பாராத விதமாகக் குளித்தலை செல்லவும், சுவாமிகள் சமாதியைத் தரிசனம் செய்யவும் எனக்கு ஒரு வாய்ப்புக் கிட்டியது. அதுவும் அந்த மகானுடைய அருளாசிதான் என்பதை உணர்கிறேன்.

5. கப்பலோட்டிய தமிழன் வ.உ.சி.

இன்று கப்பலோட்டிய தமிழன் என்றால், பலரும் அறிந்திருப்பர். 1931ஆம் ஆண்டு தூத்துக்குடி சைவ சித்தாந்த சபையில் பேசுவதற்காக என் தந்தையாரும் நானும் சென்றிருந்தோம். ஒருவருடைய வீட்டில் தங்கியிருந்தோம். அந்த வீட்டுக்காரரிடம் பலரும் மரியாதையுடன் பேசினார்கள் என்றாலும் எனக்கு அவர்பால் அப்போது ஈடுபாடு ஏற்படவில்லை. காரணம், ஒரு வாரமாக க்ஷவரம் செய்யாத முகத்துடன் வயதில் மூத்த பெரியவராகக் காட்சியளித்தார். அவர் யார் என்று தெரிந்துகொள்ள வேண்டும் என்ற எண்ணம் என் மனத்தில் எழாததால் என் தந்தையாரிடமும் 'அந்த வீட்டுக்காரர் யார்' என்று நான் கேட்கவில்லை. திடீரென்று ஊர் சுற்றிப் பார்க்க வேண்டும் என்று நினைத்ததால், என் தந்தையாரிடம் மட்டும் சொல்லிவிட்டுப் புறப்பட்டேன். திண்ணையில் அமர்ந்திருந்த அந்த வீட்டுக்காரர், "டேய் பையா! நீ எங்கே போகிறாய்?" என்று வினவினார். சொற்பொழிவு செய்யவந்த என்னை 'டேய் பையா' என்று அழைத்ததால் எனக்குக் கோபம். மிகவும் விறைப்பாக 'ஊரைச் சுற்றிப் பார்த்துவிட்டு வரப்போகிறேன்' என்றேன். "சரி பையா, திரும்பி வர இந்த வீட்டு அடையாளம், தெரு எல்லாம் தெரியுமா?" என்று கேட்டார். அப்போதுதான் என்னுடைய அறியாமை எனக்கே புலப்பட்டது. ஒரு துண்டுக் காகிதத்தில் ஏதோ எழுதி என் சட்டைப் பைக்குள் நுழைத்தார். "மீட்டு வரத் தெரியவில்லையானால் அந்தக் காகிதத்தைக் காட்டு" என்றார். அவர்மீதிருந்த கோபம் அப்போதும் தணியவில்லை. ஆதலால், அந்தக் காகிதத்தில் என்ன எழுதியிருந்தார் என்று

பார்க்கவேயில்லை. ஊரைச் சுற்றிப் பார்த்துக்கொண்டு கடற்கரையை அடைந்தேன். அங்கு நீராவிப் படகு ஒன்று நின்றுகொண்டிருந்தது. காவல் எதுவும் இல்லாமையால் படகினுள் சென்று அந்தக் கப்பலில் ஏறி அடியிலிருந்த எந்திரங்களைப் பார்த்துக் கொண்டிருந்தேன். திடீரென்று ஓர் இரும்புக்கரம் என் கழுத்தைப் பிடித்தது. "யார் நீ? எங்கு வந்தாய்? யாரைக் கேட்டு வந்தாய்?" என்று கேட்டார். தக்க பதில் சொல்லத் தெரியாததால் என் பைக்குள் இருந்த காகிதத்தை எடுத்துக் காட்டினேன். என்ன மாற்றம்! உடனே எனக்கு ராஜ மரியாதை, கழுத்தைப் பிடித்த அந்தப் படகுத் தலைவர் எந்திரங்களைக் காணவேண்டும் என்ற என் ஆவலை அறிந்து தாமே என்னைக் கூட்டிக்கொண்டு சென்று ஒவ்வொரு பகுதியாகக் காட்டினார். கடைசியில், "இதில் சவாரி செய்ய விருப்பமா?" என்று கேட்டார். "ஆம்" என்றவுடன் இந்தப் பையனுக்காக அந்தப் படகு ஒரு அரை மைல் தூரம் சென்று திரும்பியது. எனக்கோ வியப்புத் தாங்கவில்லை. காகிதத்தில் என்ன எழுதியிருந்தது என்று தெரியவும் இல்லை. ஆனால், அந்தத் துண்டுக் காகிதத்தின் மதிப்பு எவ்வளவு என்பதைக் கண்கூடாகக் கண்டுகொண்டேன். வந்தவுடன் ஒரு பணியாளரை அழைத்து "இந்தத் தம்பியை ஐயா வீட்டில் கொண்டு போய் விட்டுவிட்டு வா" என்றுமட்டுமே கூறினார். ஐயா என்று கூறினாரே தவிர, எவ்விதப் பெயரையும் கூறவில்லை. அந்தப் படகுத் தலைவர், தம்மிடம் இருந்த ஒரு ரூபாய் நாணயத்தை அந்தப் பணியாளரிடம் கொடுத்து, "இன்ன கடையில் பலகாரம் வாங்கிக் கொடு" என்று சொன்னார். ஓர் அடி உயரமுள்ள பொட்டலத்தில் பலகாரம் வாங்கிக்கொண்டு அந்தப் பணியாளர் என்னை அழைத்துச் சென்றார். இன்னும் அந்த ஐயா என்பவர் யார் என்று விளங்கவில்லை. பணியாளரிடம் கேட்பதும் சரியாகப் படவில்லை. ஒரு வகையாக வீட்டுக்கு வந்து சேர்ந்தோம். திண்ணையில் இருந்த வீட்டுக்காரரைப் பார்த்து, அந்தப் பணியாளர் எல்லையற்ற மரியாதையுடன் நடந்தவற்றையெல்லாம் கூறினார். அப்போதும் அவர் யார் என்று தெரியவில்லை. உள்ளே சென்று என் தந்தையிடம் நடந்தவற்றைக் கூறி, 'அந்த வீட்டுக்காரர் யார்?' என்று கேட்டேன். தந்தையார் "அட முட்டாள், பாரதியார் பாட்டெல்லாம் படிக்கிறாயே, கப்பலோட்டிய தமிழன் வ.உ.சி. என்ற பெயரைக் கேட்டதில்லையா?" என்றார். அந்தப் பெயரும், கப்பலோட்டிய தமிழர் என்ற சிறப்புப் பெயரும் நன்றாகவே தெரியும். ஆனால், அந்த வீட்டுக்காரர்தான் அவர் என்பதை என்னால் ஏற்றுக்கொள்ள முடியவில்லை. கப்பலோட்டிய

தமிழன்பற்றி என் மனத்தில் இருந்த படம் வேறு. அதனால்தான் தொடக்கத்திலிருந்தே அவரைக் கண்டுகொள்ளவோ மரியாதை செய்யவோ நான் முற்படவில்லை.

தூத்துக்குடிச் சைவ சித்தாந்த சபைக்கு ஒரு தனிச்சிறப்பு உண்டு. மற்றைய ஊர்களைப் போலக் காலையிலும் மாலையிலும் அங்கு விழா நடைபெறாது. இரவு 9.30மணிக்குத் தொடங்கி, விடியற்காலை 3 மணி 330 மணிவரை நடைபெறும். காரணம் வருபவர் அனைவரும் வணிகர்கள். ஆதலால் கடையை மூடிவிட்டு இரவில்தான் வருவார்கள். இந்த நிலையில் ஒரு பிரச்சினை எழுந்தது. அன்று இரவு கூட்டத்திற்குச் சொற்பொழிவாளர்களைப் போடும்பொழுது "சொல்லின் செல்வர் ரா.பி.சேதுப் பிள்ளையைக் கடைசிப் பேச்சாளராகப் போட்டுவிடுங்கள்" என்றார் வ.உ.சி. எல்லோரும் அதை ஏற்றுக்கொண்டார்கள். ஆனால், என் வாய் சும்மா இருக்கவில்லை. பிள்ளையவர்களைப் பார்த்து, அது ஏன்? என்று நான் கேட்டேன். மிக அமைதியாக அவர் "பையா ரா.பி. அவர்கள் பேசிய பிறகு யாருடைய பேச்சும் எடுபடாது. அதனால்தான் நிகழ்ச்சியை இப்படி அமைக்கிறோம்" என்றார். கொஞ்சம்கூடச் சிந்திக்காமல் "அவர் என்ன கொம்பா?" என்று கேட்டுவிட்டு, அதோடு நிறுத்தாமல், "அவருக்குப்பின் நான் பேசுகிறேன்" என்றேன். என் தந்தையார் என்னைக் கடிந்துகொண்டார்கள். ஆனால், பிள்ளையவர்கள் "அப்படியானால் இன்றிரவு, ராபிக்குப் பின்னால் நீ பேசலாம்" என்றார். பிள்ளையவர்களைத் தவிர மற்று அனைவரும் என்னைக் கோபத்துடன் பார்த்தனர்.

விழாத் தொடங்கியது. திரு. ரா.பி.சேதுப்பிள்ளை அவர்கள் பேசத் தொடங்க இரவு 1 மணிக்குமேல் ஆகிவிட்டது. இரவு 10.30 மணிக்கு மேடையின் பின்புறம் நான் துங்கிவிட்டேன். திரு. சேதுப்பிள்ளையவர்களின் பேச்சு முடியும் தறுவாயில் வ.உ.சி அவர்கள் எல்லையற்ற அன்புடன் ஈரத்துணியால் என் முகத்தைத் துடைத்து, தூக்கம் கலையுமாறு செய்தார்கள். வழக்கம்போல் மேசையில் ஏற்றிவிட்டார்கள். எழுந்திருந்து என்னை அப்படியே தூக்கிக்கொண்டார்கள். பேசத் தொடங்கிய ஐந்து நிமிடத்தில் பிள்ளையவர்கள் தூக்கி வைத்துக் கொண்டே "பேசு ஐயா, பேசு' என்றார். அவர்கள் தூக்கிக் கொண்டிருந்ததால் என்னால் பேச முடியவில்லை. அவர் இறக்கிவிட்டவுடன் பேசத் தொடங்கினேன். எல்லாம். முடிந்தது. என் தந்தையாரைப் பார்த்து, "முதலியார், இவனை என்னச் செய்யப்போகிறீர்கள்?' என்று கேட்டார். அப்போது என் தந்தையார் "கல்லூரியில் படிக்கவைக்க எனக்கு

வசதியில்லை. ஆகையால், வித்துவானுக்குப் படிக்கவைக்கப் போகிறேன்" என்றார். பிள்ளையவர்கள் "நான் கப்பலோட்டிய காலத்தில் வரவில்லையே. இவனைப் போய் வித்துவானாகப் படிக்கச் சொல்கிறீர்களே! ஏதாவது வழி செய்து, கல்லூரியில் படிக்க வையுங்கள்" என்று தழுதழுத்த குரலில் கூறினார். அந்த மகானின் ஆசீர்வாதத்தால் 1935இல் கல்லூரியில் சேர்ந்து படிக்கும் வாய்ப்பைப் பெற்றேன்.

6.
பண்டிதர் நாவலர் ந. மு. வேங்கடசாமி நாட்டார்

தஞ்சை மாவட்டத்தில் நடுக்காவேரி என்ற ஊரிற் பிறந்த பண்டித நாவலர் ந. மு. வே. நாட்டார் ஐயா அவர்களின் பெயர் தமிழ் அறிஞர்களிடையே மிக நன்கு தெரியப்பட்ட பெயராகும். நல்ல உயரம், அமைதியான முகம் இவற்றையுடைய இப்பெருமகனார், தமிழிலக்கிய உலகில் மிகப் பிரசித்தி பெற்றவர்களுள் ஒருவராவார்.

திருச்சியிலிருந்த பிஷப் ஹீபர் கல்லூரியில் தமிழ்த் துறைத் தலைவராக இருந்து பணியாற்றிக்கொண்டு இருந்தார்கள் இப்பெரியார். தந்தையாருக்கு மிக நெருங்கிய நண்பர் ஆதலால் 1924 முதலே ஐயா அவர்களை நன்கு அறிவேன். அக்காலத்தில் ஆஸ்த்மா நோயினால் பெரிதும் பீடிக்கப்பட்டிருந்தார்கள். அவர்களுடைய மகன் நடராசனும் நானும் சம வயதுடையவர்கள்; ஆதலால், ஒன்றாகவே சேர்ந்து விளையாடிக்கொண்டிருந்தோம். இப்பொழுது ஒரு பழைய நிகழ்ச்சி நினைவிற்கு வருகிறது.

திருச்சி மலைக்கோட்டை தெற்குத் தெருவில் தாயுமானவ சுவாமிகள் மடத்தின் எதிரே ஐயா அவர்களின் வீடு இருந்தது. அந்தத் தெருவே பதினைந்து அடி அகலமுள்ள தெருதான். வீட்டின் முகப்பில் வாசற்படியின் எதிரே சாய்வு நாற்காலியில் அமர்ந்து, ஐயா அவர்கள் ஏதோ எழுதிக்கொண்டிருந்தார்கள். நானும் நடராசனும் எதிர்வீட்டுத் திண்ணையில் ஏறி விளையாடிக் கொண்டிருந்தோம். அப்போது ஒரு சீனாக்காரன் கலர்க் காகிதங்களில் விசிறி

முதலான பொம்மைகளைச் செய்து, அவற்றை விற்றுக்கொண்டு வந்தான். எதிர்த் திண்ணையில் விளையாடிக்கொண்டிருந்த நான் சைனா புரூட் என்று கத்திவிட்டேன். எனக்கும் அப்போது brute என்ற சொல்லுக்குப் பொருள் தெரியாது. ஆனால், இவர்களைக் கண்டால் அப்படிக் கத்துகிற வழக்கம் அன்று உண்டு. என் சத்தத்தைக் கேட்ட அவன் தன் கையில் வைத்திருந்த பெரிய தடியால் திண்ணைமேல் இருந்த என்னை நோக்கி அடிக்கத் தொடங்கினான். ஆனால், அந்தத் திண்ணையில் இருந்த தூண் எனக்கு முன்னர் இருந்தமையின் அந்த அடிகள் என்மேல் விழவில்லை. தெருவில் இருந்தோர் அனைவரும் கூடி அவனைப் பிடித்து, அவன் கையில் இருந்த தடியைப் பிடுங்கிவிட்டனர். ஏகக் கூச்சலும் குழப்பமும்; ஒரு பதினைந்து அல்லது இருபது நிமிடங்களுக்கு மேல் ஐம்பது அறுபது பேருடைய இரைச்சல், ஒரு தினுசாக எல்லாம் அடங்கி, அவரவர் இடத்திற்குப் போய்விட்டனர். இந்த ரகளையின் தொடக்கத்திலிருந்து முடிகின்றவரையில் ஆறடி தூரத்திலிருந்து எழுதிக் கொண்டிருந்த ஐயா அவர்கள் காதில் எதுவுமே விழவில்லை. அவர்கள் மனைவியார் வந்து, அவர்கள் எழுதிய தாள்களைக் கையில் எடுத்துக்கொண்டு "இவ்வளவு அநியாயம் எதிரில் நடக்குது, பேசாமல் இருக்கிறியளே' என்று சத்தமிட்டபிறகுதான் ஐயா அவர்கள் இந்த உலகிற்கு மீண்டார்கள். "என்ன நடந்தது" என்று அமைதியாகக் கேட்டார்கள். அம்மா அவர்கள் மிகுந்த ஆக்ரோஷத்துடன் நடந்தவற்றையெல்லாம் கூற, "அப்படியா?" என்று கேட்டுவிட்டு மறுபடியும் எழுத்துப் பணியில் மூழ்கிவிட்டார்கள். அவர் மகன் உட்பட எங்கள் அனைவருக்கும் ஐயாவின் செய்கை பெரு வியப்பை அளித்தது. அப்படி இருந்த அவர்களுடைய மனநிலை எத்தகையது என்பதைப் புரிந்துகொள்ளும் ஆற்றல் சிறுவர்களாகிய எங்களிடம் அப்போது இல்லை.

இதன்பிறகு பத்து ஆண்டுகள் ஓடி மறைந்துவிட்டன. ஐயா அவர்களும் பழைய வேலையை விட்டுவிட்டு அண்ணாமலைப் பல்கலைக் கழகத்தில் தமிழ்ப் பேராசிரியராக நியமனம் பெற்றுச் சென்றுவிட்டார்கள். 1985இல் அண்ணாமலைப் பல்கலைக் கழகத்தில் இடைநிலை (intermediate) வகுப்பில் சேர்ந்துவிட்டேன். மறுபடியும் ஐயா அவர்களின் குடும்பத்தோடு பெரிதும் ஒன்றி வாழத் தொடங்கினேன். தனிப்பட்ட முறையில் சிவபூசை என்ற எதையும் ஐயா அவர்கள் செய்து நான் பார்த்ததில்லை.

1938இல் திருவாதிரை விழாவின்போது சிதம்பரத்தில் கூத்தப் பெருமானின் தேரோட்டம் வழக்கம்போல் நடைபெற்றது. அண்ணாமலைநகரிலிருந்து ஒரு ஒற்றை மாட்டு வண்டியில் ஐயா அவர்களை ஏற்றிக்கொண்டு, தேரோட்டம் பார்க்கச் சென்றோம். வண்டியை நான் ஓட்ட, நடராசனும் ஐயா அவர்களும் வண்டியினுள் அமர்ந்திருந்தனர். மாலை நேரம் தேரோட்டம் முடிந்து தேர் நிலைக்கு வந்துவிட்டது. எல்லா ஊர்களிலும் தேரை இழுப்பதற்கு தேர் வடம் என்று சொல்லப்பெறும் பெரிய கயிற்றைப் பயன்படுத்துவார்கள். ஆனால், சிதம்பரத்தில் நிலைமை வேறு. மிகப் பெரிய இரும்புச் சங்கிலிகளையே இதற்குப் பயன்படுத்துவார்கள், நாங்கள் சென்ற நேரம் சங்கிலிகள் கீழே கிடந்தன. கூட்ட நெரிசல் அதிகமாக இருந்தமையின் நடராசனும் நானும் கையைக் கோத்துக் கொண்டு, ஐயா அவர்களை நடுவே நிறுத்தி, மெள்ளக் கூட்டத்தினுள்ளே அழைத்துச் சென்றோம். கவனமாக ஓரிடத்தில் ஐயா அவர்களை நிறுத்தி, தேரின் மேலிருக்கும் கூத்தனைச் தரிசனம் செய்ய வசதி செய்து கொடுத்துவிட்டோம். என்றாலும், கூட்டம் முன்னும் பின்னுமாக முட்டிமோதிக் கொண்டிருந்தமையின் நாங்களிருவரும் கைகோத்தபடியே ஐயா அவர்களைக் கூட்டம் இடித்து விடாமல் பார்த்துக்கொண்டிருந்தோம். எதிர்பாராத நேரத்தில் முண்டி வந்த ஒரு கூட்டம், ஐயா அவர்களைக் கீழே தள்ளிவிட்டது. எதிரே குப்பலாக இருந்த தேர்ச்சங்கிலியின்மேல் முகம் அடிபடும் முறையில் ஐயா அவர்கள் விழுந்துவிட்டார்கள். பதறிப்போன நாங்களிருவரும் மெள்ள அவர்களைத் தூக்கி நிறுத்தினோம்; அவர்கள் முகத்தைப் பார்த்தோம்; விழுவதற்கு முன்னிருந்த அதே அமைதி. அந்த அமைதியில் எள்ளளவு மாற்றமும் இல்லை. ஆனாலும் தேர்ச் சங்கிலி தன் கைவரிசையைக் காட்டிவிட்டது. அதைக் கவனித்தாலும் நாங்களிருவரும் அதுபற்றி ஒரு வார்த்தைகூடப் பேசவில்லை. எவ்வளவு நேரம் அங்கு நின்றோமோ, தெரியாது. தம்முடைய வழிபாட்டை முடித்துக்கொண்ட பிறகு "போகலாமா" என்று கேட்டார்கள் ஐயா. கொஞ்ச தூரம் நடந்துவந்து, வண்டியில் ஐயா அவர்களை ஏற்றிக்கொண்டு புறப்பட்டோம். யாரும் எதுவும் பேசவில்லை. சிதம்பரம் புகைவண்டிநிலையத்தை அடுத்துள்ள ரெயில்வே கேட்டைத் தாண்டும்போது, ஐயா அவர்கள் திடீரென்று "டேய் சம்பந்தா என் நெத்தியைப் பாரடா என்னமோ வீங்கியிருக்கிறது" என்றார்கள், ஒரு சிறிய எலுமிச்சம் பழமளவிற்கு நெற்றி வீங்கியிருந்தது. இது நானும் நடராசனும் ஏற்கனவே கண்ட

காட்சிதான். தில்லைக்கூத்தன் தேர்ச்சங்கிலி ஐயா அவர்களுக்கு வழங்கிய பிரசாதம் அது. அமைதியாக, வண்டியை ஓட்டிக் கொண்டே, நடந்தவற்றைச் சொன்னேன். அவர்கள் எவ்விதப் பதிலும் சொல்லவில்லை. நான் கூறியது அவர்கள் செவியில் புகுந்ததா என்றுகூட எனக்குத் தெரியாது. மறுபடியும் அவர்களுடைய அகமனம் தில்லைக்கூத்தனிடம் சென்றுவிட்டது போலும்,

இல்லறத்தில் இருந்துகொண்டு, ஒரு பேராசிரியர் பதவியும் வகித்துக்கொண்டு, வெளியே தெரியும்படி எவ்விதப் பூசனையோ, அநுட்டானமோ எதுவும் செய்யாத ஒருவர், இவ்வளவு பெரிய நிலையை அடையமுடியும் என்பதற்கு ஐயா அவர்கள் ஓர் எடுத்துக்காட்டாவார்.

தொடக்கத்திலிருந்து இறுதிவரை செல்வம், புகழ், அதிகாரம், பதவி போன்ற எதிலும் ஈடுபடாமல் அமைதியே உருவாக வாழ்ந்தவர்கள் இப்பெரியோர். 'தன்னை மறந்த லயம் தன்னில் இருந்தேன்' என்று பாரதி பாடியதன் உட்பொருளை ஐயா அவர்களிடம் நேரிடையாகப் பார்த்தேன். தேரிலிருந்த தில்லைக்கூத்தனை அவர்கள் வழிபட்டபொழுது ஒன்று நினைவிற்கு வந்தது. ஐயா அவர்கள் காலத்திற்கு 1200 ஆண்டுகள் முன்னர்ச் சுந்தரமூர்த்தி சுவாமிகள் தில்லைக் கூத்தனை எவ்வாறு தரிசனம் செய்தார் என்பதை 'ஐந்து பேர் அறிவும் கண்களே கொள்ள (பெ.புரா தடுத்தாட், 252) என்று தொடங்கும் பாடல் மூலம் சேக்கிழார் பெருமான் பாடிச் சென்றார். அந்தப் பாடலின் விளக்கத்தை 1938இல் ஐயா அவர்கள் வழிபடும்போது காண முடிந்தது. செயற்கு அரிய செய்வார் பெரியர்'என்ற குறளுக்கும்,'சிந்தையை அடக்கியே சும்மாயிருக்கின்ற திறம்' என்ற தாயுமானவப் பெருந்தகையின் கூற்றுக்கும் இலக்கியமாக வாழ்ந்தவர்கள் நாட்டார் ஐயா அவர்கள்.

குடும்பத்தில் ஏற்படும் எந்தச் சிக்கலையும், சுற்று வட்டாரத்திலுள்ள எந்தச் சிக்கலையும், ஐயா அவர்கள் காதிற் போட்டுக்கொண்டதே இல்லை. ஆனால், 1940இல் உண்மையான சிக்கலொன்று என்மூலம் ஐயாவிற்கு ஏற்பட்டது. பல்கலைக் கழகத்தில் என் காலத்தில் பி.எஸ்.சி படித்துக்கொண்டிருந்த இராஜம்மாள் என்பவரைத் திருமணம் செய்வதென்று முடிவு செய்துவிட்டேன். ஐயா அவர்களுக்கும் அந்தப் பெண்ணைத் தெரியும். என் தந்தையார் இவ்விஷயமறிந்து எனது எம்.ஏ. (M.A.) பரீட்சைக்குரிய பணத்தைக் கட்ட மறுத்துவிட்டார்.

அதுமட்டு மல்லாமல் மிக நெருங்கிய தோழராகிய நாட்டார் ஐயா அவர்களுக்கும், எவ்வித உதவியும் செய்ய வேண்டா என்றும் கடிதம் எழுதிவிட்டார். இதையறியாத நான் கடைசி நேரத்தில் நாட்டார் ஐயாவிடம் சென்று பணம் கேட்டேன். கண்களில் நீர் மல்க, "நீ பிறப்பதற்கு முன்பிருந்தே முதலியார் ஐயாவும் நானும் ஆழமான நட்புடையவர்கள். அவர்கள் விரும்பாத செயலை நானும் ஏற்றுக்கொள்ள முடியாது. உன் நிலையை நினைத்தால் மிகப் பரிதாபமாகத்தான் உள்ளது. என்றாலும், நான் ஒன்றும் செய்வதற்கில்லை" என்று கூறிவிட்டார்கள். அந்த இக்கட்டான நிலையை எவ்வாறு கடந்தேன் என்பதைப் பல்கலைக்கழகத்தின் துணைவேந்தராக இருந்த ரைட் ஆனரபிள் வி.எஸ்.சீனிவாச சாஸ்திரியார்பற்றி எழுதும்போது விளக்கமாகத் தெரிவிப்பேன்.

7

'பாஷ, கவிசேகரா'–மகாவித்துவான் ரா. இராகவையங்கார் சுவர்மிகள்

இராமநாதபுரம் சமஸ்தானத்தில் பாஸ்கர சேதுபதி அவர்கள் ஆட்சிக் காலம். திரு. ரா.இராகவ ஐயங்கார், திரு. வேப்பத்துர் பிச்சு ஐயர் முதலான மாபெரும் கவிஞர்கள் அங்கிருந்தனர். இவர்களை ஆதரித்த பாஸ்கர சேதுபதியே மிகச் சிறந்த கவிஞர்; இரசிகர்.

இந்த மன்னருக்குப் பிறகு, திரு. ரா. இரா. அவர்கள் அங்கிருந்து புறப்பட்டு மதுரையில் தங்கி, தமிழ்ச் சங்கத்தை வளர்த்துவந்தார். 1935இல் அண்ணாமலைப் பல்கலைக் கழகத்தில் ஆராய்ச்சித் துறைத் தலைவராக அமர்ந்து, பணிபுரியத் தொடங்கினார். இதற்கு முன்னரே என் தந்தையாருடன் நானும் பல இடங்களில் சொற்பொழிவுக்குச் சென்றதால் சுவாமிகளை அறிந்திருந்தேன்.

ஒரு சுவையான நிகழ்ச்சி, மேலைச் சிவபுரி சன்மார்க்க சங்க ஆதரவில் ஒரு பெரு விழாவிற்கு ஏற்பாடாகியிருந்தது. திரு. ரா.இரா, திரு. சரவண முதலியார். திரு. ரா.பி. சேதுப்பிள்ளை ஆகியவர்கள் அவ்விழாவில் பங்கேற்றனர். எனக்கும் ஒரு சிறு பங்கு இருந்தது. என் தந்தையார் முதலில் பேசினார். பெரிய புராணத்தில் வெள்ளானைச் சருக்கத்தின் முதற்பாடலை எடுத்துக்கொண்டு, எத்தனை விதமாகப் பொருள் செய்யலாம் என்று ஒரு முக்கால் மணி நேரம் விரிவாகப் பேசினார். அடுத்துத் திரு. சுவாமிகளின் பேச்சு அமைந்திருந்தது. தந்தையார் முடித்துவிட்டு மெள்ள இடத்திற்குத் திரும்பினார். மேடைக்குச் செல்லவேண்டிய

சுவாமிகள் தந்தையாரைக் கட்டிப் பிடித்துக்கொண்டு பலமான குரலில் "முதலியார் வைஷ்ணவத்திற்கு ஒரு சேக்கிழார் இல்லாமல் போய்விட்டாரே என்பதை இப்போது பெரிதாக உணர்கின்றேன்" என்று கூறினார். என்ன நடந்ததென்று தெரியவில்லை. ஒரு வேளை தந்தையார் கொஞ்சம் பூரிப்படைந்திருக்க வேண்டும். இதை உணர்ந்த சுவாமிகள் "முதலியார் எங்களுக்கு ஒரு குறைபோல உங்களுக்கும் குறையுண்டு. எங்களுக்குப் பெரியவாச்சான் பிள்ளை கிடைத்ததுபோல உங்களுக்கு ஒருவர் இல்லை என்பதை மறந்துவிட வேண்டா" என்று கூறிவிட்டுப் பேசுவதற்கு மேடைக்குப் போய்விட்டார்.

தந்தையார் எப்படி ஒரு பாட்டின் முதலிரண்டு அடிகளை வைத்துக்கொண்டு பெரியதொரு விளக்கம் தந்தாரோ, அதேபோலச் சுவாமிகளும் கம்பநாடன் கவிதையில் வரும் 'நீரிடை உறங்கும் சங்கம்; நிலத்திடை உறங்கும் மேதி' (கம்ப37) என்ற ஒரே அடியை வைத்துக்கொண்டு, மிக விஸ்தாரமாகப் பேசி முடித்தார். சைவ இலக்கியங்களிலே பெரிதும் தோய்ந்திருந்த எனக்குக் கம்பநாடன் கவிதையில் ஓர் ஊக்கத்தை உண்டாக்கச் சுவாமிகளின் பேச்சு பேருதவி புரிந்தது.

1935 இல் அண்ணாமலைப் பல்கலைக் கழகத்தில் கணிதம், இயற்பியல், வேதியியல் என்பவற்றை விருப்பப் பாடமாக எடுத்துக்கொண்டு மிகச் சிறப்பாகத் தேர்ச்சி பெற்றேன். இயற்பியலில் இயல்பாகவே எனக்கொரு ஈடுபாடு இருந்தது. அத்துறையின் தலைவராக இருந்த திரு. எஸ். ஆர். ராவ் இயற்பியல் ஆனர்சில் சேருமாறு என்னிடம் கூறினார். எனவே, இயற்பியல் ஆனர்கில் சேர்ந்துவிட்டேன். அத்துறையில் பணிபுரிந்த பேராசிரியர்கள் திரு. எஸ்.ஆர். இராவ், திரு. நவநீத கிருஷ்ணன், திரு. ஆர்.கே. விஸ்வநாதன், திரு. ஸ்ரீராம் என்பவர்களையும், வேதியியலில் பணிபுரிந்த திரு. அனந்த கிருஷ்ணன் அவர்களையும் இன்றும் என்னால் மறக்க முடியவில்லை.

உயர்நிலைப் பள்ளியில் இயற்பியலை விருப்பப் பாடமாகப் படித்த எனக்குக் கணிதம் படிக்க வேண்டுமென்ற ஆர்வம் தோன்றவே, இன்டர்மீடியட்டில் கணிதத்தையும் விருப்பப் பாடமாக எடுத்துக்கொண்டேன். முதல் நாள் வகுப்பில் மிக எளிய சமன்பாடு ஒன்றைக் கரும்பலகையில் எழுதிய ஆசிரியர் திரு. சுப்பிரமணியம் அவர்கள் "இது எல்லோருக்கும் புரிந்திருக்கும் என்று நினைக்கிறேன்" என்றார். 'புரியவில்லை' என்று எழுந்து கூறினேன். அப்பொழுது "உயர்நிலைப்புள்ளியில் இயற்பியல்தான் படித்தேன்' என்று

கூறினேன். எல்லோரும் கைகொட்டி நகைத்தார்கள். எல்லையற்ற அன்புடன் பேராசிரியர் சுப்பிரமணியம் அவர்கள் அன்று மாலை வீட்டுக்கு வந்து தம்மைப் பார்க்குமாறு பணித்தார். அன்றிலிருந்து கல்லூரி முடிவடைந்த பிறகு தினந்தோறும் அவரது இல்லத்திற்குச் சென்று கணிதம் பயின்றேன். கணிதம் மட்டுமா பயிற்றுவித்தார்? தினந்தோறும் மாலையில் சிற்றுண்டியும் அல்லவா தந்தார்? ஆறு மாதம் இலவசமாகச் சிற்றுண்டியோடு கணிதம் பயிற்றுவித்துத் தேர்வில் "D" வாங்குமாறு செய்தார். அந்தப் பெருமகனாரை எப்படி மறக்க முடியும்? பிறகு அவர் டில்லிக்குச் சென்றுவிட்டதாக அறிந்தேன். அண்மைக் காலத்தில் ஒன்று கேள்விப்பட்டேன். இந்த அரசியலை ஒரு கலக்குக் கலக்கிக்கொண்டிருக்கும் திரு. சுப்பிரமணியம் சுவாமி என் பேராசிரியரின் மகனார் என்பதே அச்செய்தியாகும்.

இந்தச் சூழ்நிலையில் தமிழ் படிக்காமல் இயற்பியலில் நான் சேர்ந்தது என் தந்தையாருக்குப் பெரிய வருத்தத்தை உண்டாக்கிவிட்டது. இது போதாதென்று நாவலர் சோமசுந்தர பாரதியாரும் "உங்கள் மகனே தமிழ் எம்.ஏ (M.A.) படிக்க வரவில்லை என்றால், யாரைக் குறை சொல்வது?" என்று ஒரு கடிதம் எழுதிவிட்டார். இதற்குள் இரண்டு மூன்று மாதங்கள் ஓடிவிட்டன.

திரு. சோமசுந்தர பாரதியாரும் என் தந்தையும் சேர்ந்து எப்படியாவது என்னைத் தமிழ்த் துறைக்கு மாற்ற வேண்டும் என்ற முடிவில் இருந்தார்களாதலின், நாவலர் பாரதியார் அவர்கள் என்னை அழைத்து "நீ தமிழுக்கு வந்துவிடப்பா" என்றார். அதை மறுப்பதற்கும் என்னால் முடியவில்லை; அவர் கூறியபடி இத்துறைக்கு வரவும் விருப்பமில்லை. ஒரு தந்திரம் செய்வதாக நினைத்துக் கொண்டு, 'திரு. ரா.இராகவையங்கார் சுவாமிகள் பாடம் எடுப்பதானால் வருகிறேன்' என்று சொன்னேன். அவ்வாறு சொல்வதற்கு ஒரு காரணமிருந்தது. திரு. சுவாமிகள் ஆராய்ச்சித் துறையில் தலைமை வகித்தாரே தவிரத் தமிழ்த் துறைக்கும் அவருக்கும் எவ்விதத் தொடர்பும் இல்லை. என்னை அனுப்பிய பிறகு நாவலர் பாரதியார், சுவாமிகளை அழைத்துவைத்துக்கொண்டு, என்னையும் வருமாறு பணித்தார். நான் இருக்கும்போதே என்னுடைய வேண்டுகோளைச் சுவாமிகளிடம் கூறிவிட்டு, நான் இன்னாருடைய மகன் என்பதையும் நினைவுபடுத்தினார். அதைக் கேட்ட சுவாமிகள் "பாரதி என் நண்பர் முதலியார், மிகப் பெரிய அறிவாளியென்பது தெரியும். அதனால் அவருடைய மகனும் அவ்வாறு இருப்பானென்று எங்கே சொல்லியிருக்கிறது"

என்றார். அப்பொழுது பாரதியார், "சரி சுவாமி, ஒரு நாளைக்குப் பாடமெடுத்துப் பாருங்கள் அவன் இப்பொழுது இயற்பியலில்தான் இருக்கிறான். நீங்களே விரும்பி ஒரு பாடம் எடுப்பதானால் அவன் தமிழுக்கு வருவான்" என்று கூறியவுடன், "சரி" என்று கூறிவிட்டுச் சுவாமிகள் போய்விட்டார். அவர் போன பிறகு நாவலர் அவர்கள் என்னைப் பார்த்து "டேய் சம்பந்தா! உன் வாலை எவ்வளவு அவிழ்த்துவிட முடியுமோ அவ்வளவு அவிழ்த்துவிடு பார்க்கலாம்" என்று சொல்லி அனுப்பி விட்டார்.

ஏற்கனவே தமிழ் எம்.ஏ.யில் அப்துல் காதர் என்பவரும், மீனாட்சி சுந்தரம் என்பவரும் சேர்ந்திருந்தனர். மறுநாள் மாலை 4.30 மணி அளவில் நானும் வர, மூவரும் வகுப்பில் இருந்தோம். சுவாமிகள் வந்து சேர்ந்தார்கள். அப்பொழுது அவரது பார்வை மிகவும் கெட்டிருந்தது. ஒரு பெரிய தடிக்கம்பை ஊன்றிக்கொண்டு வருவார். உள்ளே நுழைந்ததும் ஒவ்வொருவருடைய பெயரையும் கேட்டார். கடைசியில் "முதலியார் மகனே! இப்பொழுது என்ன பாடம்" என்றார். அப்துல் காதர் "திருக்குறள் பொருட்பாலின் முதல் அதிகாரம்" என்று பதிலளித்தார். சுவாமிகள் என்னைப் பார்த்து "நீ படி" என்றார். படை, குடி, கூழ், அமைச்சு என்று தொடங்கும் குறளையும், பரிமேலழகர் உரையையும் படித்தேன். அவர் முதலில் பேசிய வார்த்தை "முதலியார் மகனே பூஞ்சுதோடா? (புரிந்ததோ) என்றார்.

பாரதியார் சொல்லியவை என் நினைவுக்கு வந்தன. உடனே 'குறளையே புரிந்துகொள்ளாமல் வாயில் வந்ததையெல்லாம் எழுதி வைத்திருக்கிறார் பரிமேலழகர். இந்தக் கண்ணராவியில் புரிந்துகொள்வதற்கு என்ன இருக்கிறது?' என்று கேட்டேன். பரிமேலழகரைத் தெய்வமாக எண்ணும் சுவாமிகளுக்கு மிகப் பெரிய அதிர்ச்சி! "அட நீ என்ன சொல்றே" என்றார்.

"வள்ளுவன் வைத்த முறைவைப்புத்தான் சரி, படைதான் முதலில் இருக்கவேண்டும். அந்தப் படை குடிகளிலிருந்து தேர்ந்தெடுக்கப் படுவதால் அடுத்து குடி என்பதுதான் நிற்கவேண்டும். இவை இரண்டும் நன்கு அமைய வேண்டுமானால் உணவு உற்பத்தி பெருகியிருக்க வேண்டும் என்று தொடங்கி, மேலை நாட்டுத் தத்துவங்களை யெல்லாம் எடுத்துக் கூறிவிட்டு, மக்கியவல்லி என்பவன் எழுதிய இளவரசன் (Prince) என்ற நூலிலிருந்தும் எடுத்துக்காட்டுகள் சொல்லி, இந்த முறைவைப்பே சரி" என்றும் வாதாடினேன். சுவாமிகள் வாயே திறக்கவில்லை. திடீரென்று எழுந்து போய்விட்டார். உடனிருந்த இருவரும் தேவையில்லாமல்

நான் வந்து குட்டையைக் குழப்பிவிட்டேன் என்றும், ஒரு பெரியவரை மனம் நோகச் செய்துவிட்டேன் என்றும் ஏசினர். விடுதிக்குச் சென்றுவிட்டோம். மாலை ஐந்து மணியளவில் சுவாமிகளின் பணியாளர் என்னைத் தேடிக்கொண்டு விடுதிக்கு வந்துவிட்டார். சுவாமிகள் என்னை அழைத்து வரச் சொன்னதாகக் கூறி, என்னை அழைத்தார். உடனிருந்த அப்துல் காதர் கூறியது இன்னும் என் நினைவில் இருக்கிறது. "அடே சம்பந்தா சுவாமிகள் சும்மா போய் விட்டார் என்று நினைக்காதே. பழைய செருப்புத் தயார் செய்துவைத்திருக்கிறார் நீ போனவுடன் அதனாலேயே உன்னை மொத்தப் போகிறார்" என்றார். உடனே நான் 'அப்படியே திருவடி தீட்சை நடந்தால் அப்பெரியாருடைய திருவடி தீட்சைக்கு மகிழ்ச்சியடைகிறேன்' என்று கூறிவிட்டுப் புறப்பட்டேன்.

சுவாமிகள் வீட்டுக்குச் சென்றதும், பெரியதோர் அதிசயம் காத்திருந்தது. ஒரு பெரிய வெள்ளித் தட்டில் இரண்டு தோசைகள் வைக்கப்பட்டிருந்தன. பக்கத்தில் ஒரு வெள்ளித் தம்ளரில் தண்ணீர், நான் சென்று 'சுவாமி வந்துவிட்டேன்' என்று கூறியவுடன், "முதலியார் மகனே! அந்தத் தோசையைச் சாப்பிடு" என்று பணித்தார்.

அமைதியாக இருந்து தோசையைச் சாப்பிட்டுவிட்டு, அந்தத் தட்டைக் கழுவிக் கவிழ்த்துவிட்டு, ஐயங்கார் வீடு ஆதலால் சாப்பிட்ட இடத்தைச் சுத்தம் செய்தேன். இவற்றை யெல்லாம் கவனித்திருந்த அவர் மனைவியார் நான் செய்தவற்றையெல்லாம் அவரிடம் கூறிவிட்டார். "முதலியார் மகனோல்லியோ! அதனாலை எல்லாம் தெரிஞ்சிருக்கு" என்று கூறிவிட்டு, என் தோளில் கைவைத்து "வா, இப்படியே திருவேட்களம் சாலையில் கொஞ்சம் தூரம் உலவிவிட்டு வரலாம்" என்று அழைத்துச் சென்றார்.

சாலையில் இறங்கிய கணத்தில் நான் வகுப்பறையில் கடைசியாகச் சொன்ன வாக்கியத்தை அப்படியே திருப்பிச் சொல்லி, மேலே பேசச் சொன்னார். அக்காலத்தில் நான் தீவிரப் பொதுவுடமைவாதியாக இருந்தேன். அந்த அடிப்படையில் குறளுக்கு விளக்கம் சொன்னேன். அரைமணி நேரம் உலவிவிட்டு வீட்டுக்கு வந்து அவரை விட்டுவிட்டு, நான் விடுதிக்கு வந்து விட்டேன்.

மறுநாள் மாலை பாரதியார் என்னை அழைத்தார். அவர் அறைக்கு நாங்கள் போனதும் சுவாமிகளும் வந்து சேர்ந்தார். சுவாமிகள் கூறிய வார்த்தைகள் இன்னும் என் நெஞ்சை விட்டு அகலவில்லை. "பாரதி இவன் நிசமாகவே முதலியார் மகன்தான்.

தினம் ஒரு மணிநேரம் பாடம் எடுப்பதானால் நான் பாடம் எடுக்கச் சம்மதிக்கிறேன்" என்றார்.

பாரதியாருக்கு ஒரே கலக்கம். ஒரு ஆசிரியருக்கு ஒரு பாடத்தைத் தினந்தோறும் நடத்த எப்படி அட்டவணை போட முடியும்? இதனை அவர் வெளியிட்டபோது என்னையும் அறியாமல் என் வாயிலிருந்து புறப்பட்ட வார்த்தைகள் என் வாழ்க்கைப் பாதையையே மாற்றியமைத்துவிட்டன. நான் குறுக்கே புகுந்து இது என்ன சார் பிரமாதம் வகுப்புகள் முடிந்த பிறகு மாலை நாலரை மணிக்குமேல் தினம் சுவாமிகள் பாடம் எடுக்கட்டும் என்று கூறிவிட்டேன். அனைவரும் இதை ஏற்றுக்கொண்டதால் தமிழுக்கு வருவதைத் தவிர எனக்கு வேறு வழியே இல்லை. மறுவாரமே இயற்பியலிலிருந்து தமிழுக்கு மாற்றப்பட்டேன். இதுவே நான் தமிழ் படிக்க வநத கதை.

நாள்தோறும் சுவாமிகள் திருக்குறள் நடத்தத் தொடங்கினார். பேரறிஞரும் பெருஞ் செல்வாக்குடைய வருமான அப்பெருமகனார் "எங்களைப் பார்த்து நீங்க என்ன நினைக்கிறீங்க? பரிமேலழகர் சொல்வது சரிதானா?" என்றும் கேட்பார். மாறுபட்ட கருத்துக்களைச் சொன்னால் அப்படியே கண்களை மூடிக்கொண்டு சில நிமிடங்கள் இருப்பார்.

முற்றிலும் முரண்பட்ட சூழ்நிலையில் அவர் எவ்வாறு நடந்துகொண்டார் என்பதற்கு இதோ ஓர் எடுத்துக்காட்டு: சுவாமிகளின் அம்மான்சேய் பெரும் புலவர் மு. இராகவையங்கார் ஆவார். அவர் "ஆழ்வார்கள் கால நிலை" என்றதொரு நூலை எழுதி வெளியிட்டிருந்தார். ஆண்டாள் நாச்சியாரின் காலத்தை முடிவு செய்வதற்காக ஒரு வழியைக் கையாண்டார். "வெள்ளி எழுந்து வியாழன் உறங்கிற்று" என்ற திருப்பாவைத் தொடரை எடுத்து, ஒன்று கீழ்த்திசையில் எழவும், மற்றொன்று மேற்குத்திசையில் மறையவும் நிகழும் நிகழ்ச்சியை அது குறிப்பதாகத் திரு. மு. இரா. அவர்கள் முடிவுக்கு வந்தார். 180 டிகிரி கோணத்தில் வெள்ளியும், (சுக்கிரன்) வியாழனும் (குரு இருக்கும் நிலை எப்பொழுதெல்லாம் வருகிறது என்பதை அறிந்து சொல்லுமாறு அன்று பிரசித்தமாக இருந்த எல்.டி. சாமிக் கண்ணுப் பிள்ளை என்ற வானியல் அறிஞரிடம் திரு. மு. இரா. கேட்டிருக்கிறார். திரு. பிள்ளையவர்கள் வானியல் ஆராய்ச்சி நிபுணர் ஆகையால், இந்த இரண்டு கோள்களும் ஒரே நேரத்தில் 180 டிகிரி கோணத்தில் இருக்கும்நிலை மூன்று நாட்களில் இருந்ததாகக் கூறினார். அது கேட்ட மு.இரா. அவர்கள் 'ஏழாம் நூற்றாண்டு அம்மையாரின் காலம்' என்ற முடிவிற்கு

வந்துவிட்டார். ஆராய்ச்சியாளர் அதிகமில்லாத அக்காலத்தில் அனைவரும் இதனை ஏற்றுக்கொண்டனர்.

சுவாமிகள் எங்களுக்கு வகுப்பு நடத்துகையில் "நீ அந்த நூலைப் படித்திருக்கிறாயா?" என்று என்னைக் கேட்டார். படித்துள்ளேன். அதில் ஒரு பெருந்தவறு நேர்ந்துவிட்டது என்று கூறியவுடன் சுவாமிகளுக்கு மற்றோர் அதிர்ச்சி. 'நீ சொல்வதை விளக்கிக் கூறு' என்றார். 'அம்மையார் பிறந்து வளர்ந்தது ஸ்ரீவில்லிபுத்தூரில், அண்மையில் அங்குச் சென்றிருந்தேன். மேற்குத் தொடர்ச்சி மலை ஊரை ஒட்டியிருப்பதால் சூரிய அஸ்தமனம், மதியம் மூன்றரை அல்லது நான்கு மணிக்கு முடிந்துவிடும். அதன் பிறகு அந்தி வெளிச்சந்தான் இருக்கும். இந்த ஊரில் பிறந்து, இங்கேயே வளர்ந்த நாச்சியார் "வெள்ளி எழுந்து வியாழன் உறங்கிற்று" என்று பாடினால், ஒன்றுக்கொன்று 180 டிகிரியாக இருக்கவே முடியாது, கிழக்கே எழும் வெள்ளிக்கு 130 டிகிரி கோணத்தில்தான் வியாழன் நிற்குமேதவிர, 180 என்பது இருக்கவே முடியாது. திரு. பிள்ளை அவர்களிடம் இந்த இரண்டு கோள்களுக்கும் இடைப்பட்ட கோணம் 130 என்று திரு. மு. இரா கூறியிருந்தால் கணக்கு வேறு விதமாக இருக்கும்" என்று கூறினேன். என்னுடைய வாதத்திலுள்ள உண்மையை உணர்ந்துகொண்ட சுவாமிகள் "முதலியார் மகனே! என்னுடைய அம்மான்சேய்க்கு இதுபற்றி எழுதுகிறேன்" என்று கூறினார். திரு. மு.இரா. இதற்கு என்ன விடை கூறினார் என்பது எனக்குத் தெரியாது.

அக்காலத்தில் வாழ்ந்த பெரும் புலவர்கள் இலக்கணம், இலக்கியம் என்ற இரண்டிலும் ஆழங்கால்பட்டவர்கள் என்பதற்கு ஐயமே இல்லை. மிகப் பல புலவர்களோடு பழகியிருக்கிறேன், இவர்கள் புலமை, அறிவு வழிப்பட்டதே தவிர, உணர்வுவழிச் சென்றதேயில்லை. ஒரு பாடலை அக்கு வேறு அலக்கு வேறாகப் பிரித்து, புதிய புதிய பொருள் காண்பதில் மகிழ்ந்தார்களேதவிர, பாடலை முழுவதுமாகச் சுவைத்து இரசிக்கின்ற பழக்கம் பெரும்பாலும் இவர்கள்பால் இருந்ததில்லை. நாலாயிரத் திவ்யப் பிரபந்தத்திற்கு, வியாக்கியானம் என்ற பெயரில், மணிப்பிரவாள நடையில் உரை வகுத்தவர்களும் மேலே கூறிய முறையில் அறிவுவழிச் சென்றனரே தவிர, முழுமையாகச் சுவைத்தார்கள் என்று சொல்வதற்கில்லை. தனி ஒரு சொல், ஒரு சொற்றொடர் என்பவற்றை ஆங்காங்கே எடுத்துச் சுவைத்துள்ளனர். என்றாலும், முழுப் பாடலையோ அல்லது அது இருக்கும் பகுதியையோ எடுத்துச் சுவைத்தார்கள் என்று சொல்வதற்கில்லை. தனி

மரத்தைக் கண்டு அதில் ஈடுபட்டு ஆய்வு நடத்திய இவர்கள், என்ன காரணத்தாலோ தோப்பை மறந்து விட்டனர்.

20ஆம் நூற்றாண்டின் தொடக்கத்திலும் இதே நிலைதான் நீடித்தது. அண்ணாமலைப் பல்கலைக் கழகத்தில் தமிழ்த் துறையிலிருந்த, நாவலர் சோமசுந்தர பாரதியார், ந.மு.வேங்கடசாமி நாட்டார், திரு. கந்தசாமியார், திரு. பழனியப்ப பிள்ளை, திரு. பூவராகம் பிள்ளை, திரு. அருணாசலம் பிள்ளை, வைணவ வியாக்கியானங்களில் பேரறிவு படைத்த திரு. புருஷோத்தம நாயுடு ஆகியோர் மாபெரும் அறிஞர்களாவர். இவர்கள் அனைவரிடமும் ஒவ்வொரு துறையில் தமிழைக் கற்கும் வாய்ப்பைப் பெற்றிருந்தேன்.

ஆனால், சுவைஞர் என்று எடுத்துக்கொண்டால் திரு. சுவாமிகளைப் போன்ற சுவைஞரைக் காண்டதரிது. இதற்கும் ஓர் எடுத்துக்காட்டு

தினந்தோறும் மாலை நான்காரை மணிக்கு தம் தடிக்கம்பை ஊன்றிக்கொண்டு சுவாமிகள் வருவதை அந்தக் கைத்தடி சிமெண்டுத் தரையில் பட்டு டொக் டொக் என்று ஒலியெழுப்புவதை வைத்தே அறியமுடியும். வகுப்பில் நாங்கள் மூவர்தான். ஒரு நாள் நான்கரை மணியாகியும் சுவாமிகள் வரவில்லை. அவர் காலந்தாழ்த்தி வரக்கூடும் என்று நினைத்த நான் ஆசிரியருக்குரிய நாற்காலியில் அமர்ந்துகொண்டு பெருங்குரலில் "சின்னக் கவலைகள் தின்னத் தகாதென்று நின்னைச் சரணடைந்தேன்" என்ற பாட்டைப் பாடிக்கொண்டிருந்தேன். திடீரென்று சுவாமிகள் வகுப்பினுள் நுழைந்துவிட்டார். டொக் டொக் சத்தம் கேட்காததால் ஏமாந்து விட்டோம். காரணத்தைப் பின்னர் அறிந்தோம். அவர் பயன்படுத்தும் கைத்தடியின் அடியில் ரப்பர் வைத்துக் கட்டிவிட்டதால் சத்தம் எழவில்லை. அவரைக் கண்டவுடன் பதைபதைப்புடன் எழுந்து பயபக்தியுடன் நின்றுகொண்டிருந்தோம். என் குரலை நன்கு அறிந்திருந்த சுவாமிகள் "முதலியார் மகனே! யார் பாட்டுடா அது?' என்று கேட்டார். அது பாரதி யாருடைய பாடல் என்று விடையிறுத்தேன். சுவாமிகள் "ஏண்டா, அரசாங்கத்துக்கு விரோதமா நாட்டுப்பாடல்கள்தான் பாடியிருக்கிறான் பாரதின்னு நினைச்சேன். இப்படிக்கூடப் பாடியிருக்கிறானா? இன்னும் சில பாடல்களைச் சொல்லு" என்றார். நான் மேலும் பாடிக்கொண்டிருந்தேன். என்று தனியுமிந்த சுதந்திர தாகம் என்று தொடங்கும் பாடலில் வரும்

பஞ்சமும் நோயும் நின் மெய்யடியார்க்கோ
பாரினில் மேன்மைகள் வேறினி யார்க்கோ

> தஞ்சமென்றடைந்தோரைத் தள்ளிடப் போமோ
> தாயும் தன் குழந்தையைத் தள்ளிடப் போமோ

என்ற பகுதியைப் பாடும்போது கண்ணீர் வடிக்கத் தொடங்கிய சுவாமிகள், கண்ணீரும் கம்பலையுமாகவே கேட்டுக்கொண்டிருந்தார். பாட்டை நிறுத்தியவுடன்

"அடேய்! நம்மாழ்வார் பாட்டுத் தெரியுமா உனக்கு இதே கருத்தை,

> நண்ணாதார் முறுவலிப்ப நள்ளுற்றார் கரைந்து ஏங்க
> எண்ணாராத் துயர் விளைக்கும் இவையன்ன உலகியற்கை
> (2502)

என்ற பாடல்தான் 'பஞ்சமும் நோயும்' என்ற சொற்களில் வெளிப்படுகிறது" என்றார்.

> காக்கைச் சிறகினிலே நந்தலாலா–நின்றன்
> கரியநிறம் தோன்றுதடா நந்தலாலா
> தீக்குள் விரலை வைத்தால் நந்தலாலா–நின்னைத்
> தீண்டும் இன்பம் தோன்றுதடா நந்தலாலா

என்ற பகுதியைப் பாடியவுடன், "இதே கருத்தை நம்மாழ்வார் ஒரு பாடலில் பாடியுள்ளார்" என்று கூறிவிட்டு, அந்த அடிகளையும் எடுத்துச் சொன்னார்.

அவை:

> 'மண்ணையிருந்து துழாவி
> 'வாமனன் மண்ணிது என்னும்
> விண்ணைத் தொழுதவன் மேவு
> வைகுந்த மென்றுகை காட்டும் (நம் 2447)

> 'அறியும் செந்தீயைத் தழுவி.
> அச்சுதன் என்னும்; மெய் வேவாள் (நம்2449)

சைவக் குடும்பத்தில் பிறந்து வளர்ந்த எனக்கு நம்மாழ்வாரைப்பற்றியோ அவர்கள் பாடல்கள் பற்றியோ ஒன்றும் தெரியாது. பிற்காலத்தில் திருவாய்மொழியை ஈடுபாட்டுடன் படிக்கச் சுவாமிகள் அன்று விதை விதைத்தார்.

அன்றைய வகுப்பு முழுவதும் என்னுடைய காலட்சேபமாகவே முடிந்துவிட்டது. மறுநாள் திடீரென்று துணைவேந்தருடைய கார் எமது விடுதிக்குள் வந்து நின்றது. இம்மாதிரி அவருடைய வண்டி அடிக்கடி விடுதிக்குள் வருவதுண்டு. அது ஏன் என்று பின்னர்த் துணைவேந்தரைப் பற்றி எழுதும்போது விரிவாகக் கூறுகிறேன். எனவே,

வழக்கம்போல் வந்துள்ளது என்று எண்ணிக்கொண்டிருக்கையில் வண்டியின் ஓட்டுநர் நேரடியாக என்னுடைய அறைக்குள் வந்தார். துணைவேந்தர் என்னை அழைத்ததாகக் கூறினார். ஒன்றும் புரியாமல், ஏனென்று கேட்டேன். இராகவையங்கார் சுவாமிகள் துணைவேந்தருடன் பேசிக்கொண்டிருக்கையில் என்னை அழைத்துவருமாறு துணைவேந்தர் கட்டளையிட்டார் என்று ஓட்டுநர் கூறி முடித்தார். எதற்கென்று புரியாவிட்டாலும் அந்த வண்டியில் ஏறித் துணைவேந்தர் வீட்டிற்குச் சென்றேன்.

துணைவேந்தர் எனக்கு மிகவும் பழக்கமானவர். அடே கம்மனாட்டி என்றுதான் என்னை அழைப்பார். உள்ளே நுழைந்தவுடன் இந்தச் செல்லப் பெயரில் என்னை அழைத்து "நேற்றுச் சுவாமிகளுக்கு ஏதோ பாரதி பாட்டுப் பாடிக்காட்டினாயாமே! அதைக் கேட்டுச் சுவாமிகள் மிகவும் உருகிப்போய்விட்டார். எங்கே அதைத் திரும்பிப் பாடு" என்றார். எதிரே அமர்ந்து பாடினேன். எதிரேயிருந்த இருவரும் பெருமூப்படைந்தவர்கள்; ஆனாலும் என்ன! இருவர் கண்களிலிருந்தும் கண்ணீர் தாரையாகப் பொழிந்து கொண்டிருந்தது. ஒருவர் தமிழறிஞர். உலகம் தலைமேல் வைத்துக் கொண்டாடும் மூதறிஞர்.

மற்றொருவர் உலகம் முழுவதும் போற்றும் மாபெரும் அரசியல்வாதி, துணைவேந்தர் மகாகனம் வி.எஸ். சீனிவாச சாஸ்திரியார் அவர்கள். இந்த இரண்டு மேதைகளும் கண்ணீர் பெருகப் பாரதியின் பாடல்களைக் கேட்டது எனக்கு வியப்பைத் தந்தது.

1938இல் பாரதியின் நாட்டுப் பாடல்கள் மட்டும்தான் மக்களால் ஓரளவு அறியப்பெற்றிருந்தன. ஏனைய பாடல்கள் சிறுசிறு நூல்களாக வந்திருந்தபோதிலும் அவற்றை யாரும் விரும்பிப் படிப்பதில்லை. அன்றியும் அன்றைய தமிழ்ப்புலவர்கள் பாரதியை ஒரு கவிஞனாக நினைத்ததேயில்லை. மரபுக் கவிதைகளைத் தவிரப் பிறவற்றை அவர்கள் கண்ணெடுத்தும் பார்த்ததில்லை. இந்தச் சூழ்நிலையில் இப்பெருமக்கள் இருவரும் பாரதியின் பாடல்களை வழிந்தோடும் கண்ணீருடன் கேட்டது பெரு வியப்பைத் தந்தது. இரண்டு மாமனிதர்களைச் சந்தித்ததாக அன்று நான் புரிந்துகொள்ளவில்லை. அறுபது ஆண்டுகள் கழித்து இப்போது அதனை உணர்கின்றேன்.

இந்நிகழ்ச்சிக்குப் பிறகு சுவாமிகள் இராமநாதபுரம் சமஸ் தானத்தில் அரசருடன் பேசிக்கொண்டிருக்கும்போது, நிகழ்ந்த பல சுவையான நிகழ்ச்சிகளை வகுப்பில் எங்களுக்கு எடுத்துக்

கூறுவார். 'சந்திரமதி புலம்பல்' என்ற ஒரு நாட்டுப் பாடல் சின்னிப் பாட்டு என்ற பெயரில் அன்று வழக்கிலிருந்தது. ஒரு பெண் பொம்மை செய்து, அந்தப் பொம்மையின் இரண்டு கைகளையும் தங்களுடைய கட்டைவிரல், நடுவிரல் என்பவற்றை நுழைத்துக் கொண்டு 'டப்டப்' என்ற சத்தத்துடன் பாடுவதே சின்னிப் பாட்டாகும். இந்தப் பாடலையும் சுவாமிகள் மனப்பாடம் செய்துவைத்திருப்பார். ஒரு முறை பல தொடர்களை அதிலிருந்து பாடிக்காட்டினார்.

அதிலுள்ள,

    சந்தனம் அளைந்த கையால் சாணி வாரக் காலமாச்சே
    குங்குமம் அளைந்த கையால் குப்பை வாரக் காலமாச்சே

என்ற இரண்டு அடிகள் அன்று சுவாமிகள் பாடக் கேட்டது, இன்றும் என் மனத்தைவிட்டு நீங்கவில்லை. குறுந்தொகைக்கு உரை எழுதக்கூடிய பேரறிஞர்கள் அன்று பலரிருந்தனர், ஆனால், குறுந்தொகைக்கு நுண்மையான உரையெழுதிய சுவாமிகள் அதே கையில் தாளம் போட்டுச் சின்னிப்பாட்டையும் பாடி ரசிக்கின்ற ஒருவராக அன்று கண்டேன். ஆம், அன்றைய தமிழறிஞருலகில் சுவாமிகள் தனித்தன்மையோடு விளங்கினார். அவர் திருவடிகளின் கீழிருந்து மூன்றாண்டுகள் படித்தமை என் தவப்பயனாகும்.

8

நாவலர் சோமசுந்தர பாரதியார்

அண்ணாமலைப் பல்கலைக் கழகத்தில் நான் படித்த 1935 முதல் 1940 வரையான காலப்பகுதியில் தமிழ்த் துறைத் தலைவராக இருந்தவர், நாவீறு படைத்த வழக்கறிஞர், நாவலர் சோமசுந்தர பாரதியார் அவர்களாவார். அவருடைய பெருமுயற்சியால்தான் இயற்பியல் துறையிலிருந்து தமிழ்த்துறைக்கு மாற்றப்பட்டேன்.

தொல்காப்பியம் முதல் பல இலக்கியங்களையும் பழுதறக் கற்றவர் பாரதியார். எந்த ஒன்றையும் உரையாசிரியர்வழிச் செல்லாமல் தம்முடைய நுண்மான் நுழைபுலம் கொண்டு சிந்தித்துப் பொருள் செய்பவர் நாவலர் அவர்கள். தொல்காப்பியத்தின் சில பகுதிகளுக்குப் புத்துரை கண்டதோடு, 'தசரதன் குறையும் கைகேயி நிறையும்' போன்ற பல நூல்களையும் எழுதியுள்ளார்.

நான் படித்த காலத்தில் என் வகுப்பிற்குச் சிந்தாமணியும், புறநானூறும் பாடம் நடத்தினார். சிந்தாமணி உரையுடன் உள்ள பதிப்புத்தான் அன்று இருந்துவருகிறது. தடிமனான அட்டையிட்டுக் கட்டப்பட்டதும் 3' அங்குலம் முதுகு உள்ளதுமாகிய அந்தப் பெருநூலைப் பிரித்து இரண்டாக மடித்து இடக் கையில் வைத்துக்கொண்டு, வலக் கையால் பேணி வளர்த்த தம் மீசையைக் கர்கர் என்ற ஒலியுண்டாகுமாறு திருகிக்கொண்டே பாடம் நடத்துவார். சிந்தாமணிக்கு உரையெழுதிய நச்சினார்க்கினியரை அன்றைய தமிழறிஞர் உலகம் 'உச்சிமேற் புலவர்கொள் நச்சினார்க்கினியர்' என்று பாராட்டியது. ஆனால், எங்கள் நாவலர் நச்சினார்க்குத் தந்த பட்டப்பெயர் என்ன தெரியுமா? புளியோதரை

மூட்டை என்பதாகும். பல இடங்களில் நச்சினார்க்கினியர் உரையை அக்கு வேறு ஆணி வேறாகக் கிழித்துவிடுவார். சில சமயங்களில் நச்சினார்க்கினியர் உரையை எடுத்துக் கொண்டு அது சரியே என்று வாதாடுவேன். அதனால் 'நச்சினார்கினியர் வக்கீல் என்று எனக்குப் பெயர் தந்திருந்தார். இந்த நிலையிலும் அவருடைய பெருந் தன்மையை, விசாலமான மனப்பான்மையை, தேவை ஏற்பட்டால் எதிர்க்கட்சியையும் போற்றி ஏற்றுக் கொள்ளும் அவருடைய பண்பாட்டை என்னால் மறக்க முடியவில்லை. இதன் எதிராக, அவர்கள் கூறும் உரைக்கு மாறுபட்டு நாம் பேசினால், ஜென்மப் பகைவர்களாக நம்மைக் கருதிய ஓரிரு பேராசிரியர்களும் அன்றைய பல்கலைக்கழகத்தில் இருந்தனர். சொந்தமாகச் சிந்திக்கும் ஆற்றலில்லாமல், கிளிப்பிள்ளைபோல் அந்த உரையையே திருப்பிப் படிக்கும் இவர்களைப்பற்றியோ, இவர்கள் திருநாமங்களையோ குறிப்பிட விரும்பவில்லை. இவர்களால்தான் நாவலர் பாரதியாரின் பெருமை பளிச்சிட்டு நின்றது.

ஒருமுறை நாவலர் அவர்கட்கும் எனக்கும் கலித்தொகைப் பாட்டொன்றில் நச்சினார்க்கினியர் உரை பற்றிப் பெரும் கருத்துவேறுபாடு ஏற்பட்டுவிட்டது. 'ஏன் இஃதொத்தன் நாணிலன்' (கலி.62) என்று தொடங்கும் குறிஞ்சிக்கலிப் பாடலைப் பெருந்திணை என்ற பிரிவில் அடக்கியிருந்தார் நச்சினார்க்கினியர். அது பெரும் தவறு என்றும், இது 'அன்பினைந்திணை'யுள் இடம்பெற வேண்டுமே தவிரக் பெருந்திணையில் புகுத்துவது பெருந்தவறு என்பது என்னுடைய வாதம். திரு. நாவலர் அவர்கள் நச்சினார்க்கினியர்க்கு வக்கீலாக இருந்த நீ இப்பொழுது அவரையே சாடுகிறாயே என்றார். பிறகு என் வாதங்களுக்குரிய காரணங்களைக் கூறினேன்.

குடத்து விளக்கேபோல்
கொம்பன்னார் காமம் வெளிப்படா

என்ற முத்தொள்ளாயிரப் பாடலையும்

விடுமின் எங்கள் துகில் விடுமின் எங்கள் துகில்
எனும்மென் குதலை மொழியில்
பிடிமின் எங்கள் துகில் எனும் பொருள் படமொழிவீர்

என்ற கலிங்கத்துப் பரணிக் கடைத் திறப்புப் பாடலையும் எடுத்துக் கூறி, மகளிர் எம்மைத் தொடாதே என்று கூறினால், எம்மை தொட்டுக் கொள்' என்னும் பொருளிற் பேசுவது அவர்தம் இயற்கை என்று விளக்கினேன். இதேபோல மணமின்றி வாழ்ந்த முதலாம் எலிசபெத் அம்மையார், சூழ்ந்துள்ள பிரபுக்களில் குறிப்பாக ஒருவரைப் பேரைச் சொல்லி அழைத்து "இனி உம்முடைய

பணி தேவையில்லை, நீர் போகலாம்' என்று கூறுவாரேயானால் அந்தப் பிரபு அன்றிரவு அரசிக்குத் துணையாக வரவேண்டும் என்ற பொருளில் பேசுவதாக நான் படித்துள்ளதையும் எடுத்துக் கூறினேன்.

நாவலர் அவர்கள் என் கருத்தை ஏற்றுக்கொண்டு இக்கலித் தொகைப் பாடலுக்குப் புதிய உரை விளக்கம் எழுதித்தருமாறு சொல்லி, அதைக் பல்கலைக்கழகச் சஞ்சிகையில் வெளியிடுமாறு செய்தார். நாவலர் பாரதியார் அவர்களின் பரந்த மனப்பான்மைக்கு இது ஓர் எடுத்துக்காட்டாகும். பிறர் கருத்தை மதிப்பது என்பது ஒன்று; அது சரியெனப்பட்டால் தம் கருத்தையே மாற்றிக் கொள்கிறேன் என்று துணிந்து பேசுதல் என்பது ஈடிணையற்ற பண்பாடாகும்.

9

விபுலானந்த அடிகள்

நான் பல்கலைக் கழகத்தில் சேருமுன்பே தமிழ்த் துறைக்கு தலைமையேற்றிருந்த விபுலானந்த அடிகள் தம் பதவியை உதறிவிட்டு வெளியேறிவிட்டார். ஆனால், பல்கலைக்கழகத்தில் சேருவதற்கு முன்பே அடிகளாரிடம் என் தந்தையாருக்கும் எனக்கும் நெருங்கிய பழக்கம் இருந்து வந்தது.

இலங்கையில் பிறந்த இப்பெருமகனார் துறவு பூண்டு இராமகிருஷ்ண மடத்தில் சேர்ந்திருந்தார். அம்மடத்தின் வேண்டு கோளின்படி இமயமலையை அடுத்துள்ள அல்மோரா என்ற பனிப்பிரதேசத்தில் மிக நீண்ட காலம் இருக்க நேரிட்டமையின் உடல்நலம் பாதிக்கப்பட்டார். பிறகு தமிழகம் மீண்டு, சிலகாலம் அண்ணாமலைப் பல்கலைக்கழகத்தில் தமிழ்த்துறைத் தலைவராகப் பொறுப்பேற்றிருந்தார். கருத்து வேறுபாடு காரணமாக அப்பதவியை உதறிவிட்டார்.

பல்கலைக்கழகத்தில் இருக்கும்போதுதான் இசைக் கல்லூரியோடு பெரிதும் தொடர்பு கொண்டு பழந்தமிழருடைய யாழ் பற்றிய ஆராய்ச்சியைத் தொடங்கினார். என்னுடைய கல்லூரித் தோழரும், நடமாடும் அகத்தியர் என்று சிறப்புப் பெற்ற வருமாகிய, அமரர் சு. வெள்ளைவாரணனார் இந்த ஆராய்ச்சிக்குப் பெரிதும் உதவியாகவிருந்தார். வேலையை விட்ட பிறகு திருக்கொள்ளம்பூதூர் சென்று நீண்டகாலம் தங்கியிருந்து ‘யாழ்நூல்’ என்ற பெயரில் தம் அரிய ஆராய்ச்சிநூலை வெளியிட்டார். அற்றைநாள் தமிழறிஞர்கட்கு இல்லாத ஒரு பெருஞ்சிறப்பு அடிகளாரிடம்

இருந்தது. இயற்பியலில் பட்டம் பெற்ற அவர் ஆங்கிலம், தமிழ், வடமொழி ஆகிய மும்மொழிகளிலும் பெரும்புலமை படைத்தவராக இருந்தார். தமிழிற் காணப்படும் சிறப்புக்களுக்கு ஆங்கிலம், வடமொழி என்பவற்றிலிருந்து சிறந்த ஒப்புமைப் பகுதிகளை எடுத்துக்காட்டக்கூடியவர்.

1939ஆம் ஆண்டில் செட்டிநாட்டிலுள்ள ஆவினிப்பட்டி என்ற ஊரில் ஒரு கூட்டத்திற்கு ஏற்பாடாகியிருந்தது. அக்கூட்டத்திற்கு அடிகளார் தலைமை தாங்கினார். நான் எடுத்துக்கொண்ட தலைப்பு, கவிச்சக்கரவர்த்தி என்பதாகும். ஆங்கிலம், தமிழ் என்ற இருமொழியிலும் வல்லுநராகிய மற்றொரு பேராசிரியரும் இதே தலைப்பைத் தந்திருந்தார். சுவாமிகள் என்னைச் சந்தித்து 'அப்பேச்சாளர் கம்பனில் அதிக நாட்டம் கொண்டவர், நீயும் கம்பனையே பேசினால் நன்றாக இராது, வேறொரு புலவனை எடுத்துக்கொண்டு பேசுக' என்று கூறினார். அதற்கு உடன்பட்ட நான் பாரதியைப் பற்றிப் பேசுவதாக ஒப்புக்கொண்டேன். அப்பொழுது இலக்கிய உலகில் பாரதி அதிகம் செல்வாக்குப் பெற்றிராத காலம். சுவாமிகளுக்கே பாரதி பாடல்களில் பயிற்சி இருந்ததா என்பது எனக்குத் தெரியாது.

முதலிற் பேசிய அத்தமிழ்ப்புலவர் நல்ல தமிழறிவு, கம்பனில் பயிற்சி என்பவை நிரம்பப் பெற்றவராயினும் அவரிடம் ஒரு குறையிருந்தது. நேரங்கெட்ட நேரத்தில் குடித்துவிடுவார். அன்று கூட்டம் தொடங்குமுன் நிறைய மது அருந்திவிட்டார். மேடையில் வந்து நின்றவர் தனிப்பாடலிலுள்ள 'ஆரார் தலை வணங்கார்?' என்ற பாடலைப் பற்றிப் பேச முற்பட்டார். முடி திருத்துபவரைக் கம்பன் புகழ்ந்து பாடியதாகத் தனிப்பாடல் திரட்டில் இப்பாடல் அமைந்துள்ளது. பதிப்பித்த புண்ணியவாளன் கொட்டை எழுத்தில்' கவிச்சக்கரவர்த்தி கம்பன் பாடியது' என்ற தலைப்பையும் தந்துவிட்டார். பேசத்தொடங்கிய புலவர் இப்பாடலை விரிவாகப் பாடி அதற்கு விளக்கமும் கூறினார். எத்தகைய பெரியவரும் முடிதிருத்துபவரின்முன், தலை வணங்கியே தீரவேண்டும் என்ற கருத்துடைய அப்பாடலுக்கு நடிப்புத் திறமையுடன் விளக்கம் கூறிவிட்டு, "இப்படி ஒரு பாட்டைப் பாட யாரால் முடியும்? கவிச்சக்கரவர்த்தி கம்பனால் மட்டுமே முடியும்" என்று கூறிமுடித்தார். தலைமை ஏற்றிருந்த அடிகளார் முகத்தில் எள்ளும் கொள்ளும் வெடித்தது. ஆனால், ஒன்றும் கூறவில்லை. அவர் பேசிமுடித்ததும் அக்கால மரபுப்படி அவர் பேச்சுக்கு முடிவுரை ஒன்றும் கூறாமல், என்னைப் பேசுமாறு அழைத்தார்.

கூட்டம் தொடர்ந்தது, இரண்டாம் பேச்சாளனாகிய நான் கவிச்சக்கரவர்த்தி என்ற பட்டத்திற்குப் பாரதி முழுத்தகுதி வாய்ந்தவன் என்பதை நிறுவும் வகையில் விரிவாகப் பேசினேன். ஒரு கவிச்சக்கரவர்த்தி என்பவன் பழைய சட்ட திட்டங்களைக் கட்டிக்கொண்டு வாழவேண்டும் என்ற தேவையில்லை. சக்கரவர்த்தி ஆதலால் அவர் புதிய சட்டங்களை நிறுவலாம் என்ற அடிப்படையை விவரித்து விட்டுப் பாரதி இதனை எவ்வாறு செய்தான் என்று கூறினேன். அதுவரை, உயிர்கள்தான் தலைவிகள், இறைவன் ஒருவனே தலைவன் என்றிருந்த பழைய மரபை உதறித்தள்ளிவிட்டு 'கண்ணம்மா என் காதலி', 'கண்ணன் என் சேவகன்" என்ற முறையில் புதிய பாடல்களை அமைத்ததை எடுத்துக் கூறினேன். அன்றுவரை நிலவியிருந்த ஆண்டான் அடிமைத் திறத்தை உதறிவிட்டு 'விநாயகர் அறுபத்தாறு' பாடியுள்ளான் பாரதி என்றும் கூறினேன்.

நான் பேசி முடித்ததும் அடிகளார், ஷெல்லி முதலிய மேனாட்டுக் கவிஞர்களுடன் பாரதியை ஒப்பிட்டு முடிவுரை கூறத் தொடங்கினார். 'பாட்டுத் திறத்தாலே இவ்வையகத்தைப் பாலித்திட வேண்டும் பராசக்தி' என்பது பாரதியின் வாக்கு. இதை எடுத்துக்காட்டிய அடிகளார், "இக்கருத்துப் புதுமையானது; இக்கருத்தைக் கவிஞன் எங்கிருந்து பெற்றான் தெரியுமா? அவன் போற்றிப் படித்த ஷெல்லியின் வானம்பாடி (Skylark) என்ற பாடலில் வரும் ஓரடியின் தமிழாக்கம்தான் இது என்று கூறிவிட்டு, "Like a poet hidden in the light of thought, singing hymns unbidden till the world is wrought'' என்ற அடிகளை அடிகளார் எடுத்துக் காட்டினார்.

தமிழ்ப்புலவர்கள் பலரும் பாரதியென்ற பெயரையே அறியாத காலத்தில் இவ்வளவு ஆழமாகப் பாரதியைப் பயின்று ஒன்றேகால் மணிநேரம் முடிவுரை என்ற பெயரில் சொற்பெருக்காற்றினார் என்றால், அது விபுலானந்த அடிகளார் ஒருவரால் மட்டுமே முடியும்.

விழா முடிந்து, தங்கியிருக்கும் இடத்திற்குச் சென்ற பிறகு ஊர்க்கார நண்பரொருவர் "சுவாமி முதற்பேச்சுக்கு முடிவுரை சொல்லாமலே விட்டுவிட்டீர்களே! ஏன்?" என்று கேட்டார். உடன் பத்துப்பேர் இருந்தனர். அந்த இலங்கைச் சிங்கம் எதுபற்றியும் கவலைப்படாமல் "ஓ, யாம் துறவியாக இருத்தலினன்றோ அந்தக் கயவனை நையப் புடைக்காமல் விட்டுவிட்டோம்" என்று கூறியது இன்னும் என் காதில் ஒலித்துக் கொண்டிருக்கிறது.

10
மகாகனம் சீனிவாச சாஸ்திரியார்

இப்பெருமகனார் 1935இல் அண்ணாமலைப் பல்கலைக்கழகத்தில் துணைவேந்தராகப் பதவியேற்று 1940இல் அதை விட்டுவிட்டார். யான் அங்குப் படித்த 1935முதல் 1940 வரை இவரே துணைவேந்தராக இருந்தார். ஆங்கிலம் பேசுவதில், ஆங்கிலேயர்களையும் விஞ்சியவர் இவர் என்று ஆங்கிலேயர்களே பாராட்டும் வகையில் சிறப்புப் பெற்றிருந்தார், கோபாலகிருஷ்ண கோகலே அவர்களின் மிதவாதக் கட்சியில் அங்கம் வகித்த இவரையோ, கோகலேயையோ சரியாகப் புரிந்து கொள்ளாத பலர், 'ஆங்கிலேயருக்கு வால்பிடிக்கும் கூட்டத்தார்' என்று இவர்களை மறைமுகமாக ஏசிவந்த காலமது.

துணைவேந்தர் என்றால் கல்லூரி மாணவர்களுக்கும் அவருக்கும் எவ்வித தொடர்பும் இராது. அப்படியிருந்த காலத்தில் மாணவர்களிடையே வந்து அமர்ந்துகொண்டு, மாணவர்களைப் போலவே 'கூத்தடிப்பார் சாஸ்திரியார் அவர்கள்.

அந்நாளில் 'யூனிவர்சிடி யூனியன்' என்ற பெயருடன் ஒரு பெரிய கழகம் செயற்பட்டுக்கொண்டிருந்தது. நடைமுறை முழுவதும் ஆங்கிலந்தான். எனவே அதன் தலைவராகப் போட்டியிடுபவர்கள் பிற துறைகளிலிருந்து வருவார்களே தவிரத் தமிழ்த்துறையில் உள்ளவர்கள் யாரும் அதில் நுழைய முடிவதில்லை. ஆனால், ஆங்கிலத்தைச் சரளமாகப் பேசுவதில் பயிற்சி பெற்ற நான் இந்தப் பல்கலைக்கழக யூனியன் தலைமைப் பதவிக்குப் போட்டியிட்டேன். பாராளுமன்ற முறைப்படி யூனியன் இயங்கியதால் தலைவரை மன்றத் தலைவர் (Speaker)

என்று கூறுவது வழக்கம். நான் போட்டியிட்டபோது அது ஒரு வரலாற்றுப் புதுமையாக ஆகிவிட்டது. தமிழ்த்துறையில் பயிலும் ஒருவன் ஸ்பீக்கர் (Speaker) பதவிக்குப் போட்டியிடுகிறானாம்' என்று எங்கும் ஒரே பேச்சு.

தேர்தல் முடிந்து, வெற்றியும் பெற்றுவிட்டேன். அக் கால கட்டத்தில் நான் முழுதும், பொதுவுடைமைவாதி' (Communist), என் உறவினனும் தமிழ், ஆங்கிலம் இரண்டிலும் மிகச் சிறந்த பேச்சாளனுமாகிய திரு. கே. பாலதண்டாயுதம், திரு. எஸ். இராமகிருஷ்ணன் ஆகியோர் எனக்கு இரண்டாண்டுகள் பின்னர் வந்து படித்துக் கொண்டிருந்தவர்கள். அவர்கள் இருவரும் முழுப் பொதுவுடைமைவாதிகள். எங்கள் மூவரையும் அல்லாமல் திரு. விவேகானந்தன், திரு. சுப்பராயன் போன்ற பலர் கம்யூனிஸ்டுகளாக இருந்தனர். யூனியனில் பல சமயங்களில் திரு. பாலதண்டாயுதமும் நானும் எதிர் அணிகளில் நின்று வாதிடுவோம். அம்மாதிரி நேரங்களில் துணைச் சபாநாயகரைத் தலைவர் பதவியில் இருத்திவிட்டு, நான் பேசுவதற்கு வந்துவிடுவேன். எனக்கு மூன்று ஆண்டுகளின் பின்னர்ச் சேர்ந்த பேராசிரியர் க.அன்பழகன், நாவலர் நெடுஞ்செழியன் ஆகியோர் நானும் பாலதண்டாயுதமும் விவாதம் செய்யும்பொழுது முன்வரிசையில் அமர்ந்து ரசிப்பார்கள்.

இம்மாதிரி நேரங்களில் துணைவேந்தரும் முன் வரிசையில் வந்து அமர்ந்துவிடுவார். பாராளுமன்றத்தில் கேள்விநேரம் இருப்பதுபோல அந்த யூனியனிலும் கேள்வி நேரம் உண்டு. எல்லாவற்றிற்கும் மன்றத்தலைவரே பதில் சொல்லியாக வேண்டும். திடீர் திடீரென்று எதிர்பாராத வகையில் வினாக்கள் எழும். மன்றத்தலைவர் அதனைச் சமாளித்தாக வேண்டும். இங்குத்தான் துணைவேந்தரின் பங்கு செயற்படும். அவையில் அவர் உறுப்பினரல்லர் ஆதலால் வினாக்களை அவர் தொடுக்க முடியாது. வினாக்களும் விடையும் ஆங்கிலத்தில்தான். மாணவர்களின் நடுவே அமர்ந்துகொண்டிருக்கும் துணைவேந்தர், திடீரென்று பக்கத்தில் இருக்கும் மாணவரைத் தூண்டிவிட்டு, வினாக்களைச் சொல்லிக் கொடுத்து, அவற்றைக் கேட்குமாறு செய்வார்; சிந்தித்து விடை கூறவேண்டிய வினாக்களும் இருக்கும்; வேடிக்கையான வினாக்களும் இருக்கும். ஒருமுறை துணைவேந்தரின் தூண்டுதலின்பேரில் ஒரு மாணவர் எழுந்து "தலைவர் அவர்களே! முன் வரிசையிலுள்ள இரண்டு விசிறிகள் சுழலவில்லை. கடைசிப் பந்தியில் விளக்குகள் எரியவில்லை. இவற்றைக் கவனிப்பது தங்கள் கடமையல்லவா?" என்று கேட்டார். அதற்கு நான் கூறிய விடை வருமாறு. "இந்த வினாவை நீங்கள் கேட்கவில்லை, விவரம் தெரியாத உங்களைத்

தூண்டிவிட்டு இந்த வினாவைக் கேட்க வைத்திருக்கிறார் ஒருவர். ஒன்று தெரியுமா உங்களுக்கு! இந்த அற்ப வேலைகளைக் கவனிப்பது இந்த மாபெரும் மன்றத் தலைவரின் பணியன்று. இதற்கெனவே பெருந்தொகையைச் சம்பளமாகக் கொடுத்து, துணைவேந்தர் என்ற பெயரையும் கொடுத்து ஒருவரை நியமித்துள்ளார்கள். அவருக்குத் தகவல் அனுப்பி இவற்றைக் கவனிக்குமாறு செய்கிறேன்" என்று நான் விடைகூறியபோது, மண்டபமே அதிரும்படி அனைவரும் கைகொட்டிச் சிரித்தார்கள், இதில் மிக அதிகமாக கைகொட்டி, வெடிச் சிரிப்பும் சிரித்தவர் யார் தெரியுமா? துணைவேந்தராகிய மகாகனம் சீனிவாச சாஸ்திரியார் அவர்களே.

ஒரு துணைவேந்தரை இந்தச் சிறுசிறு பணிகளை எல்லாம் கவனிப்பதற்காக நியமிக்கப்பட்டவர் என்று வேறு யாரையேனும் கூறியிருந்தால் என் நிலைமை என்னவாக ஆகியிருக்கும்! ஆனால், தம்மையே கேலி செய்யும் அந்த விடையைக் கேட்டுவிட்டு விழுந்து விழுந்து சிரித்தார் என்றால், அவர் மனிதர்களுள் ஒரு மாமனிதராவார் என்பதை அன்றே சிலர் புரிந்து கொண்டிருந்தோம்.

பல்கலைக்கழகத்தில் ஒரு பெரிய வேலை நிறுத்தம் தொடங்கிற்று. திரு. பாலதண்டாயுதத்திற்கும் எனக்கும் "யூனிவர்சிடி யூனியனி"ல் ஏற்பட்ட கருத்து மோதல் பெரிதாக வெடித்தது. இரண்டு கூட்டங்களுக்கு வரக்கூடாதென்று அவரை ஒதுக்கிவைத்தேன். அதன் பயனாக மூண்டதுதான் வேலைநிறுத்தம். அது சில நாட்களில் அரசியல்வாதிகளின் கைகளுக்குப் போய்விட்டது. இதை வைத்துக்கொண்டு பல்கலைக் கழக நிர்வாகிகளுக்கு ஒரு பாடம் புகட்ட வேண்டும் என்று நினைத்த சிலர் இதைப் பெரிதாக ஊதி வளர்த்து விட்டார்கள், நாளாவட்டத்தில் இதனைத் தொடங்கிய பாலதண்டாயுதத்திற்கே அதை வழிநடத்தவோ நிறுத்தவோ ஆற்றலில்லாமல் போய்விட்டது.

இந்த வேலைநிறுத்தம் நடைபெறும் காலத்தில் பாலதண்டாயுதம் கூட்டம் போட்டுப் பேசுவார். துணைவேந்தரும் அதில் போய்க் கலந்துகொள்வார். துணைவேந்தரை எதிரே வைத்துக்கொண்டு பாலதண்டாயுதம் இவரையே எள்ளி நகையாடுவார். "தோழர்களே! இவருக்கு ரைட் ஆனரபிள்' என்று ஆங்கில ஆட்சி பட்டம் கொடுத்தது. ஆனால், திரு. சாஸ்திரியார் அவர்கள் இஸ் நெய்தர் ரைட் நார் ஆனாபிள்" (is neither right nor honourable) என்று பாலதண்டாயுதம் பேசியவுடன், மிகப் பெரிதாகக் கைதட்டி, தம்முடைய தொடையையும் தட்டிக்கொண்டு விழுந்து விழுந்து சிரித்தவர் யாரென்று நினைக்கிறீர்கள்? அவர்தான் துணைவேந்தர்

மகாகனம் சாஸ்திரியார் அவர்கள், அந்த மாமனிதனின் பரந்த மனப்பான்மைக்கும், எதிலும் பிழை காணாத பண்பிற்கும் இது ஓர் எடுத்துக்காட்டு.

இப்பிரச்சினைகளெல்லாம் தொடங்குவதற்குப் பல மாதங்களுக்கு முன்பே, ஆங்கிலத்தில் பேசும் ஆற்றலுடைய பன்னிரண்டு பேர்களைத் தேர்ந்தெடுத்து ஒவ்வொரு சனிக்கிழமையும் காலை பத்து மணிக்கு ஆங்கில பேச்சுப் பயிற்சி வகுப்பு (clocution class) என்ற ஒன்றைத் துணைவேந்தர் நடத்திவந்தார். அதில் பாலதண்டாயுதமும் நானும் முக்கியமான மாணவர்கள்.

அந்தக் காலகட்டத்தில் மகாத்மா காந்தி 'ஹரிஜன் என்ற மாதமிருமுறைப் பத்திரிகையை நடத்திவந்தார். மகாகனம் சாஸ்திரியார் அவர்களின் ஆங்கிலப் புலமையை நன்கறிந்த மகாத்மா பத்திரிகை வெளிவருவதற்கு முன்பாக அச்சுக் கோத்து ஆங்கிலப் பிழை திருத்தம் செய்வதற்காகச் சாஸ்திரியார் அவர்களுக்கு அனுப்புவார். தாம் அதைத் திருத்திக்கொண்டு சனிக்கிழமை வகுப்புக்களில் அவற்றைப் படித்துக் காட்டுவார்.

முதலில் அதில் எழுதியுள்ள வாக்கியத்தைப் படித்துக் காட்டுவார். "இதில் ஏதேனும் பிழையுண்டா? இருந்தால் தெரிவிக்கவும்" என்பார். ஒன்றிரண்டு சமயங்களில் அவரிடம் பயின்ற காரணத்தால் நாங்களேகூட ஓரிரு பிழைகளைச் சுட்டிக்காட்டியதுண்டு, நாங்கள் சொல்வதும் பிழை என்பதைச் சிரித்துக்கொண்டே எடுத்துக் காட்டுவார். பிறகு தாம் திருத்தியதைப் படித்துக் காட்டுவார். பெரிய வெளிச்சம் போட்டுக் காட்டியதுபோல அந்தப் புதிய வாக்கிய அமைப்பு எங்கள் மனக்கண் முன்னர்க் காட்சியளிக்கும். இது வாலாயமாக நடைபெறுகின்ற ஒன்று.

இம்மாதிரிச் சமயங்களில் சாதாரண எட்டுமுழ வேட்டி ஒன்றைக் கட்டிக்கொண்டு, அரைக்கைச் சட்டை ஒன்றை அணிந்தபடிதான் துணைவேந்தர் வருவார். ஒரு சனிக்கிழமை துணைவேந்தர் வகுப்பினுள் நுழைந்தார். அவருடைய கண்களிலிருந்து கண்ணீர் பெருக்கெடுத்ததைக் கண்டு, நாங்கள் நடுங்கிவிட்டோம். ஒன்றுமே பேசாமல் அப்படியே சில நிமிடங்கள் இருந்துவிட்டார். வாயாடியாகிய நான் மிக்க மரியாதையுடன் எழுந்து "ஐயா! நாங்கள் தங்கள் மனம் நோகும்படி ஏதேனும் தவறு செய்திருந்தால் தயைகூர்ந்து மன்னித்துக்கொள்ளுங்கள். என்ன பிழை செய்தோம்" என்பதை எடுத்துக்காட்டினால் உறுதியாகத் திருத்திக்கொள்வோம்" என்றேன். சில விநாடிகள் அமைதியாக இருந்துவிட்டு "அடே கம்மனாட்டி" என்று என் செல்லப்பெயரைச் சொல்லி அழைத்தார். அவரிடம்

சென்றபோது தாம் எழுதிய கடிதமொன்றை என் கையிற் கொடுத்து எல்லோருக்கும் படித்துக்காட்டுமாறு உத்தரவிட்டார். எனது அன்புக்கினிய மகாத்மாவுக்கு" என்று தொடங்கும் முறையில் ஆங்கிலத்தில் அக்கடிதம் எழுதப் பெற்றிருந்தது. அதைப் படித்துக் காட்டினேன், அதன் சாராம்சம் வருமாறு,

'அன்புக்கினிய மகாத்மாவுக்கு, தாங்கள் இப்பொழுது அனுப்பியுள்ள 'ஹரிஜன்' இதழைப் படிக்கின்றவரையில் இந்தியாவிலேயே சிறந்த ஆங்கில அறிஞன், சிறந்த பேச்சாளன், சிறந்த எழுத்தாளன் நானே என்ற எண்ணம் என்னை மூடி மறைத்துக்கொண்டிருந்தது. ஒருவர் எழுதும் எழுத்தின் சிறப்பு அதனைக் கேட்பவர், அல்லது படிப்பவர் மனத்தின் ஆழத்தில் எவ்வளவு தூரம் சென்று பாய்கிறது என்பதைப் பொறுத்ததேயாகும். எண்ணங்களை வெளியிடும் கருவியாகிய மொழி, கேட்பவர் அல்லது படிப்பவர் மனத்தின் ஆழத்தில் சென்று தைக்கவில்லையானால் எவ்வளவு சிறப்பாக, அழகாக அந்த வாக்கியக் கோவைகள் அமைந்திருப்பினும் ஒரு பயனும் இல்லை என்பதை இப்போது உணர்ந்துகொண்டேன். இந்தத் தலையங்கத்திலுள்ள சில வாக்கிய அமைப்புகள் ஓரளவு பிழையுடையனவாக இருக்கலாம். ஆனால், தங்களுடைய சிறுசிறு வாக்கியங்கள் என் மேல்மனத்தையும், அடிமனத்தையும் துளைத்துக் கொண்டு உள்ளே சென்று தங்கிவிட்டன. சொற்களால் ஆகிய வாக்கியங்கள் செய்யவேண்டிய பணி இதுதானே! அதனை முழுமையாகச் செய்யும் தங்கள் வாக்கியங்களைத் திருத்த நான் யார்? என்னுடைய குறைபாட்டை உணர்ந்துகொண்டேன். தயைகூர்ந்து பிழை திருத்துவதற்காக ஹரிஜன் இதழை எனக்கு இனி அனுப்பவேண்டா என்னை மாற்றும் பணியைத் தாங்கள் அனுப்பிய இந்த இதழ் செய்துவிட்டது. இனி உங்கள் எழுத்தில் கைவைக்க எனக்குத் தைரியமில்லை, மன்னித்துக் கொள்க.

தங்கள் அன்புள்ள வி.எஸ். சீனிவாச சாஸ்திரி'

என்ற முறையில் அந்த ஆங்கிலக் கடிதம் இருந்ததைச் சக மாணவர்களுக்குப் படித்துக் காட்டினேன்.

மாணவர்களாகிய எங்கள் கண்களிற்கூட அக்கடிதம் கண்ணீரை வரவழைத்துவிட்டது.

இக்கடிதத்தின் பயன் என்ன என்று நினைக்கிறீர்கள்: இனி 'ஹரிஜன் இதழைப் பிழை திருத்துவதற்காக மகாத்மா அனுப்ப மாட்டார் என்றுதான் துணைவேந்தர் உட்பட நாங்கள் அனைவரும் நினைத்திருந்தோம். ஆனால், மகாத்மாவை எடைபோட நாங்கள் யார்? தவறாமல் வழக்கம்போல் 'திருத்தத்திற்காக என்ற தலைப்புடன் 'ஹரிஜன் இதழ் வந்துகொண்டுதான் இருந்தது. ஆனால், சாஸ்திரியார் திருத்தும் பணியை மேற்கொள்ளவில்லை. ஓ! இரண்டு மாமனிதர்களிடையே இப்படி ஒரு சிக்கல் ஏற்பட்டால் என்ன நடக்கும் என்பதற்கு இந்நிகழ்ச்சி ஓர் எடுத்துக்காட்டு.

இந்த மாமனிதர் மாணவர்கள்பால் கொண்ட பரிவிற்கு மற்றுமோர் எடுத்துக்காட்டு கீழே தரப்பெறுகிறது.

அண்ணாமலைப் பல்கலைக்கழகத்தில் கம்யூனிசக் கொள்கையைப் பின்பற்றும் மாணவர் பலருண்டு என்ற செய்தி எப்படியோ அரசின் காதுகளுக்கு எட்டிவிட்டது. கடலூரிலிருந்த வெள்ளைக்காரத் தலைமைப் போலீஸ் அதிகாரி, மாணவர்கள் தங்கியிருக்கும் விடுதி அறைகளைத் தாம் சோதனையிட வருவதாகத் துணைவேந்தருக்குத் தகவல் தெரிவிப்பார். உடனே துணைவேந்தர் தம்முடைய காரை அனுப்பி எங்கள் பத்துப் பதினைந்து பேருடைய அறைகளிலுள்ள கம்யூனிசம் பற்றிய புத்தகங்களை யெல்லாம் வாரிக்கொண்டுபோய்த் தம்முடைய பங்களாவில் வைத்துவிடுவார். காவலர்கள் வருவார்கள்; அறைகள் சோதனை இடப்படும்; ஒன்றுமில்லை என்று போய்விடுவார்கள். இதிலொரு வேடிக்கை என்னவென்றால், காவலர்கள் சோதனையிட வரவேண்டுமென்றால் துணைவேந்தர் உத்தரவில்லாமல் அண்ணாமலை நகர் எல்லைக்குள் நுழைய முடியாது.

தாங்கள் முன்னறிவிப்புச் செய்வதால்தான் ஏதோ நடந்துவிடுகிறது என்று சந்தேகப்பட்ட போலீஸ் தலைமையதிகாரியாகிய ஆங்கிலேயன் ஒரு யுக்தி செய்தான். அவன் பெயர் கானிங்ஹாம் என்பதாகும். ஒரு நாள் மாலை ஐந்து மணியளவில் பல போலீஸ்காரர்களை அழைத்துக்கொண்டு துணைவேந்தரின் அனுமதியில்லாமல், நேரிடையாக மாணவர்களின் விடுதிக்குள் நுழைந்துவிட்டான். விவேகானந்தன், சுப்பராயன் என்பவர்களுடைய அறைக்குள் இருந்த கம்யுனிசம் சம்பந்தமான பல புத்தகங்ளை வாரிக்கொண்டான். டென்னிஸ் ஆடிக்கொண்டிருந்த விவேகானந்தன் இதைக் கேள்விப் பட்டுத் தன்னுடைய அறைக்கு வந்து நாற்காலியில் அமர்ந்திருந்த கானிங்ஹாம் மண்டையில், பின்புறம் நின்றுகொண்டு டென்னிஸ் மட்டையால் ஓங்கி அடித்துவிட்டான். மண்டை பிளந்து

ஆங்கிலேயன் இரத்தம் அவனுடைய உடையில் கண்டபடி பாயத் தொடங்கியது. இதற்குள் துணைவேந்தருக்குத் தகவல் தெரிவிக்கப்பட்டுவிட்டது. கட்டிய வேட்டியுடன் அங்கே வந்த துணைவேந்தர், இரத்தம் ஒழுகிக்கொண்டிருந்த ஆங்கிலேயனைப் பார்த்து, "என் உத்தரவில்லாமல் உள்ளே நுழைந்தது பெருங்குற்றம்; இப்பொழுதே கவர்னரிடம் பேசப்போகிறேன் வேலையை இழந்து நீ நாட்டுக்குப் போகப்போகிறாய்" என்று சொல்லிவிட்டு, வேகமாகத் திரும்பினார். வெள்ளையன் நடுங்கினான். ஒழுகும் இரத்தத்துடன் அவர் எதிரே வந்து நின்று, காலைப் பிடிக்காத குறையாக "நான் செய்தது பெரும் குற்றம்தான். என்னை மன்னித்துவிடுங்கள்; இன்று இங்கு நடந்ததை மறந்துவிடுங்கள்; நான் இப்படியே கடலூருக்குத் திரும்புகிறேன்" என்று கூறிவிட்டுக் கூப்பிய கையுடன் தன்னுடன் வந்த காவலர்களையெல்லாம் வண்டியில் ஏறுமாறு பணித்துவிட்டான்.

"மன்னித்துவிடுங்கள்" என்று அவன் வேண்டியவுடன் இந்த மாமனிதர் உடனே அவனை மன்னித்துவிட்டார். பல்கலைக்கழக மருத்துவர், இராஜாராம் அவர்களை உடனே வரச்சொல்லி அந்த வெள்ளையனின் காயத்தைத் தைத்துக் கட்டுப் போடச் செய்தார். இந்த மாமனிதரின் மற்றொரு பகுதி இது.

இனிச் சொல்லப்போகின்றது எனக்கு அவர் செய்த பேருபகாரம் ஆகும். 1940இல் எம்.ஏ. (M.A.) பரீட்சைக்குப் பணம் ரூபாய் அறுபது கட்ட வேண்டும். அதற்கு முன்னரே பல்கலைக்கழகத்தில் பி.எஸ்சி வகுப்பில் படித்துக்கொண்டிருந்த ஒரு பெண்ணை விரும்பி அவளைத் திருமணம் செய்துகொள்வதாகவும் முடிவு செய்துவிட்டேன். என்னுடைய சாதியைச் சேராத அப்பெண்ணைக் கலப்புமணம் செய்துகொள்வது என்பது அந்நாளில் மிகப் பெரிய புரட்சியாகும். இச்செய்தியறிந்த என் தந்தையார் பரீட்சைக்குக் கட்டுவதற்குரிய பணத்தை அனுப்ப மறுத்துவிட்டார். பணத்தை அபராதத் தொகையுடன் சேர்த்துக் கட்டவேண்டிய கடைசி நாளாகும் அது. குடும்ப நண்பராகிய நாட்டார் ஐயா அவர்களும் தந்தையாரின் கோபத்திற்கு அஞ்சிப் பணம் தர மறுத்துவிட்டார்.

வேறு வழியே இல்லாமல் என் காதலியின் இரண்டு ஜோடி தங்க வளையல்களைப் பெற்றுக்கொண்டு சிதம்பரத்திலுள்ள இந்தியன் வங்கிக்குச் சென்றேன். எடை முதலியன பார்த்தபிறகு 60 ரூபாய் கொடுக்கச் சம்மதித்து விட்டார்கள். விண்ணப்பப் படிவத்தைப் பூர்த்தி செய்யும் போது, முகவரி என்ற பகுதியில், "93, கிழக்கு வளாகம், மாணவர் விடுதி, அண்ணாமலை நகர்"

என்று எழுதினேன். இதைப் பார்த்த வங்கி அதிகாரி, "கொஞ்சம் இருங்கள்" என்று சொல்லிவிட்டுக் காவல் நிலையத்திற்கு போன் செய்துவிட்டார். ஒரு காவலர் வந்து "மாணவர் விடுதியில் தங்கியுள்ள உனக்கு நான்கு வளையல்கள் எப்படிக் கிடைத்தன? காவல் நிலையத்திற்கு வா" என்றார். நல்ல வேளையாக என்னுடைய புத்தி அப்போது நன்கு பணி செய்தது. தொலைபேசியில் துணைவேந்தரை அழைத்து, நடந்தவற்றைக் கூறினேன். வழக்கம்போலக் "கம்மனாட்டி! எங்கிட்ட வந்து கேட்காமல் எதற்காக ராஜம்மாவின் வளையல்களை வாங்கினாய்?" என்று திட்டிவிட்டு, அதே தொலைபேசியில் வங்கி மேலாளரை அழைத்து, "உடனே உங்களுடைய காரில் அவனை என் வீட்டுக்கு அனுப்புங்கள்" என்றார். காவல் நிலையம் போகாமல் துணைவேந்தர் இல்லத்திற்குச் சென்றேன். உடனே, அவர் பணத்தைக் கொடுத்துப் பல்கலைக்கழக அலுவலகத்தில் கட்டுமாறு பணித்தார். இது அந்த மாமனிதரின் மற்றொரு பகுதி.

சென்னைக்கு வந்து வேலை பார்க்கத் தொடங்கினேன். தங்கசாலைத் தெருவில், டாக்டர் தருமாம்பாள் அம்மாள் வீட்டின் பக்கத்தில் ஒரு சிறு பகுதியில் குடியிருந்தேன். 1940 செப்டம்பர் 13ஆம் தேதி, ஆவணி கடைசி நாளுக்கு இரண்டு நாள் முற்பட்ட நாள் என்பதறிந்தேன். 15க்குள் (ஆவணி 30க்குள்) திருமணம் நடைபெறாவிட்டால் தந்தையார் தடுத்துவிடுவார் என்ற அச்சம் மிகுந்திருந்தது. சின்னையா (திருவிக) அவர்களிடம் சென்று இராஜம்மாளை அழைத்துக்கொண்டு வந்து திருமணம் செய்துகொள்ளப் போவதைச் சொல்லிவிட்டு அண்ணாமலை நகர் விரைந்தேன். மகளிர் விடுதியில் தங்கியிருந்த இராஜம்மாளை அழைத்துச் செல்ல எனக்கு எவ்வித உரிமையும் இல்லை. விடுதித் தலைவரும் என் சொற்களை நம்பவில்லை. வழக்கம்போல் துணைவேந்தரிடம் வந்து நடந்தவற்றைக் கூறி, இன்று அவள் என்னுடன் வராவிட்டால் திருமணம் நடைபெறாது என்பதை அறிவித்தேன்.

என்னை நன்கு அறிந்திருந்த துணைவேந்தர் மகளிர் விடுதிக் காப்பாளரைத் தொலைபேசியில் அழைத்து "மங்களம்! (விடுதிக் காப்பாளர்) இராஜம்மாளை இவனுடன் அனுப்பிவிடு. திருமணத்தை முடித்துக்கொண்டு ஒரு வாரத்தில் கொண்டுவந்து விட்டுவிடுவான். இது என்னுடைய ஆணை" என்று கூறினார். அன்று இரவே அவளை அழைத்துக்கொண்டு வந்து 1940 செப்டம்பர் 15 அன்று தமிழ் முறைப்படி திருமணம் செய்துகொண்டேன். அக்கினி வளர்த்து, 'வேயுறு தோளிபங்கன், மண்ணில் நல்ல வண்ணம், என்ற இரு

பதிகங்களையும் யார் பாடினார் என்று நினைக்கிறீர்கள்? இசையரசு எம்.எம்.தண்டபாணி தேசிகர் அவர்களே இப்பதிகங்களைப் பாடினார்கள். அரைப் பவுனில் 'ஓம்' என்ற எழுத்துக்களுடன் புது முறையில் தாலி செய்து அதனை அணிவித்தேன்.

1942 செப்டம்பரில் என் மனைவியையும் பிறந்த ஏழுமாதமாகிய முதற் குழந்தையையும் அழைத்துக் கொண்டு மகாகனம் சாஸ்திரியார் அவர்கள் தங்கியிருந்த வீட்டிற்குச் சென்றேன். குழந்தையை அவர் திருவடிகளில் போட்டு இருவரும் வணங்கினோம். அதோடு அவர் எனக்குத் தந்திருந்த அறுபது ரூபாயையும் மேசைமேல் வைத்தேன். மாபெரும் அறிவாளியாகிய அவர் தாம் அன்போடு என்னை அழைக்கும் 'கம்மனாட்டி' என்ற வார்த்தையை பயன்படுத்தவில்லை. மனைவியோடும் குழந்தையோடும் வந்திருந்த என்னைப் பார்த்து இந்த சொல்லைச் சொல்வது சரியன்று என்று நினைத்தார்போலும். 'என்னடா, நல்லா இருக்கியா' என்று தொடங்கினார். நான் எதற்காக மேசைமேல் பணத்தை வைத்தேன் என்று புரிந்துகொண்ட அவர், பெருத்த சிரிப்புடன் அந்தப் பணத்தை எடுத்து, குழந்தையின் கையில் திணித்து விட்டார். உடனே எங்களைப் பார்த்து 'இந்தப் பணம் உங்களுக்குச் சொந்தமில்லை. இது நான் குழந்தைக்குக் கொடுத்தது. இதை அவன் பெயரில் போட்டு வையுங்கள்' என்று ஆசி வழங்கினார். அந்த மகானின் ஆசியால் அன்று குழந்தையாய் இருந்த மகன் மெய்கண்டானோடு அனைவரும் நன்றாக இருக்கிறோம். .

மகாகனம் சீனிவாச சாஸ்திரியார் அவர்கள் என்பால் கொண்ட அன்பிற்கும் நம்பிக்கைக்கும் என் திருமணமே சான்று. அறுபது ஆண்டுகள் கழித்தும் அந்த மாமனிதர் எனக்குச் செய்த உபகாரத்தை நன்றியுடன் நினைவு கூர்கிறேன். இதனை இவ்வளவு விரிவாக எழுதுவதற்கு ஒரு காரணமுண்டு. உலகம் முழுவதும் நன்கறிந்த மகாகனம் சீனிவாச சாஸ்திரியார் மாணவர்களோடு சேர்ந்து கொட்டமடிப்பதும், மகாத்மா காந்திக்குக் கடிதம் எழுதியதும், என்போன்ற ஏழைச் சிறுவன் ஒருவனுக்குப் பரீட்சைக்குப் பணம் கட்ட உதவியதும், பின்னர் என் திருமணம் நடைபெற உதவியதும் இன்றுவரை உலகம் அறிந்திராத அப்பெருமகனின் செயல்களாகும்.

இவ்வளவு எளிமையுடன் அனைவரிடம் பழகினார் என்றால், அதனால் அவரைத் தரம்குறைத்து மதிப்பிட்டு விடக்கூடாது. மாமனிதர்கள் குழந்தைபோல் பல நேரம் எளிதாக இருப்பார்கள். ஆனால், தேவை ஏற்படும் பொழுது அவர்களுடைய உண்மையான

சொரூபத்தை அறிய முடியும். மாவட்டக் காவல்துறை கானிங்ஹாமுக்கு நிகழ்ந்தவற்றை இப்பகுதியில் முன்னரே குறிப்பிட்டுள்ளேன். காவல்துறை அதிகாரியாகிய வெள்ளையனுக்கு எதிரே, தம் விஸ்வரூபத்தைக் காட்டியதோடு மகாகனம் அவர்கள் நின்றுவிடவில்லை.

1936 ஆம் ஆண்டுக்குரிய பட்டமளிப்பு விழா மிகக் கோலாகலமாகவும் விமரிசையாகவும் தொடங்கிற்று. அன்றைய சென்னை மாகாண ஆளுநராக இருந்த ஸர் ஆர்ச்சிபால்ட் நை பட்டமளிப்பு விழாவுக்கு வருவதாக இருந்தது. மாணவர்களாகிய நாங்கள் மாடியின்மேல் ஏறிக்கொண்டு கவர்னர் வருவதை எதிர்பார்த்துக் கொண்டிருந்தோம். புரவலர் ராஜா சர் அண்ணாமலை செட்டியார் சாலையில் நின்றுகொண்டு கவர்னர் வரவை எதிர்பார்த்துக்கொண்டிருந்தார். நியாயமாகத் துணைவேந்தரும் அவருடன் நின்றுகொண்டிருந்திருக்க வேண்டும். ஆனால், துணைவேந்தரோ, சாலையின் வடகோடியில் நின்றுகொண்டு அங்கு வரும் வண்டிகளை 'இங்கே நிறுத்து; அங்கே நிறுத்தாதே' என்று போக்குவரத்துக் காவல் துறைப்பணியைச் செய்து கொண்டிருந்தார். ராஜா ஸர் அவர்கள் கூப்பிடவும் முடியாமல், கவர்னர் வருகின்ற நேரத்தில் எங்கோ போய் நிற்கிறாரே என்ற ஆதங்கத்துடன் சாலையைத் திரும்பிப் பார்ப்பதும் துணைவேந்தரைப் பார்ப்பதுமாகத் தவித்துக் கொண்டிருந்தார். ஒரு வழியாகக் கவர்னர் வண்டி வந்து நின்றது. புரவலர் ராஜாஸர் வண்டிக் கதவைத் திறக்க, கவர்னர் கீழே இறங்கினார். மிக பயபக்தியுடன் புரவலர் சற்று எட்டி நின்று கொண்டிருந்தார். ஆனால், துணைவேந்தர் வந்தபாடில்லை. கவர்னர் சாலையில் நின்றுகொண்டிருந்தார். இரண்டு மூன்று நிமிடங்கள் கழித்து, துணைவேந்தர் மிகச் சாவதானமாக நடந்துவந்தார். கவர்னர் மிக்க பணிவுடன் வளைந்து கொடுத்து, துணைவேந்தரை வணங்கினார். துணைவேந்தர், வளைந்து வணங்கிய கவர்னரின் முதுகில் படார் என்று ஓர் அடி கொடுத்து "இளைஞனே, எவ்வாறு இருக்கிறாய்?, என்று வினவினார். புரவலர் முதல் யாவரும் Your Excellency என்று நிமிடத்திற்கு மூன்று முறை போட்டுப் பேசும் அதே கவர்னரை முதுகில் தட்டி Young fellow' என்று துணைவேந்தர் அழைப்பது, மாணவர்களாகிய எங்களுக்கு ஒரு மகிழ்ச்சியை உண்டாக்கிற்று. கவர்னர், துணைவேந்தர், படி ஏறி மாடி வர, புரவலர் பின்னே வந்தார். மேடையில் மூன்றே நாற்காலிகள். ஒரு புறம் புரவலர், மறுபுறம் துணைவேந்தர், நடுவிலே கவர்னர். துணைவேந்தர் சுருக்கமாக வரவேற்புரை கூறினார். கவர்னர்

பேச எழுந்தார். ஓர் ஆச்சரியம் நிகழ்ந்தது. திடீரென்று ஆறடி உயரமிருந்த ஸர் ஆர்ச்சிபால்ட் நை வளைந்து, துணைவேந்தரின் பாதங்களை, ஒரு பழக்கப்பட்ட இந்தியனைப்போல் தொட்டு வணங்கினார். துணைவேந்தர் வடமொழியில் பெரியோர்கள் சொல்லும் ஆசீர்வாதத்தை அப்படியே சொன்னார். என்ன வியப்பு அந்த ஸ்லோகம் முடிகின்றவரை வெள்ளைக்கார கவர்னர் வளைந்து வணங்கியபடியே நின்றார். அதன்பிறகு, தம் பேச்சைத் தொடங்கிய கவர்னர், பேசிய முற்பகுதியின் சுருக்கம் வருமாறு: 'மகாகனம் ஐயா அவர்களே, நான் சிறுவனாக இருக்கும்பொழுது என் தந்தையாரைப் பார்க்க எங்கள் வீட்டிற்கு வந்திருந்தீர்கள். அப்பொழுது என் தந்தையார் தங்களிடம் என்னை அறிமுகம் செய்துவைத்தார். என் வலக் காதைத் திருகிய நீங்கள் இளைஞனே, நீ நன்கு படித்து, இந்தியாவில் ஒரு மாகாணக் கவர்னராக வர வேண்டும்' என்று என்னை ஆசீர்வதித்தீர்கள்.' உங்களுடைய ஆசீர்வாதம் பொய்யாகாமல், உங்களுடைய மாகாணத்திற்கே கவர்னராக வந்துவிட்டேன். மறுபடியும் என்னை ஆசீர்வதியுங்கள் என்று தம் முன்னுரையை முடித்துவிட்டுப் பிறகுதான், 'ராஜா ஸர் செட்டியாரவர்களே, துணைவேந்தர் அவர்களே!' என்று விளித்துப் பட்டமளிப்பு விழாவைத் தொடங்கினார்.

வெள்ளைக்காரன் என்றால், அவர்கள் தெய்வப் பிறவிகள்; வெள்ளைக்கார கவர்னர் என்றால், அவர்கள் உலாவரும் தெய்வம் என்று கருதி வழிபாடு செய்யப்பட்ட அந்தக் காலத்தில் வெள்ளைக்கார கவர்னரை முதுகில் தட்டி 'இளைஞனே எவ்வாறு இருக்கிறாய்?' என்று கேட்ட ஒரு தமிழர் உண்டு என்றால், அவர்தான் மகாகனம் சீனிவாஸ் சாஸ்திரியார் என்ற மாமனிதர். 65 ஆண்டுகள் ஆகியும் இந்தக் காட்சி என் மனத்தை விட்டு மறையவே இல்லை. ஆம், மகாகனம் சாஸ்திரியார் அவர்கள் ஓர் மாமனிதர் என்பதில் ஐயமே இல்லை. இத்தனைக்கும் அவர் ஒரு காங்கிரஸ்காரர்கூட அல்ல. அப்படியிருந்தும், இந்த மாமனிதர்கள் தேவை ஏற்படும்போது விஸ்வரூபம் எடுத்துக் காட்சி தருகின்றனர்.

11

தமிழவேள் பி. டி. இராஜன்

இருபதாம் நூற்றாண்டில் அரசியல்வாதியாகவும், ஆன்மிக வாதியாகவும் இணைந்து விளங்கியவர் பி. டி. இராஜன் என்றும், பி. டி. ஆர் என்றும் அனைவராலும் அழைக்கப்பெற்ற பொன்னம்பலத் தியாகராஜன் அவர்களாவார்.

இருபதாம் நூற்றாண்டின் தொடக்கத்தில் சென்னை மாகாணம் என்பது ஆந்திர கர்நாடக மாநிலங்களின் பெரும்பகுதியையும் தமிழ்நாட்டையும் கேரளத்தின் ஒரு பகுதியையும் தன்னுள் அடக்கியிருந்ததாகும். 1920 முதல் 1937வரை சென்னை மாகாணத்தை ஆட்சிசெய்தது அன்று ஈடு இணையற்று விளங்கிய நீதிக்கட்சி என்பதாகும். அப்பொழுது காங்கிரஸ் கட்சி அதிகம் வளர்ச்சியடையாமல் இருந்தது. நீதிக்கட்சியினரை 'ஆங்கிலேயர்கட்குத் தாளம் போடுபவர்கள்' என்று நகையாடினரேனும் நீதிக்கட்சியினர் நாட்டுக்குச் செய்த நன்மைகள் மிகப் பலவாகும். இதற்கு ஓர் உதாரணம்:

அக்காலத்தில் வெலிங்டன் என்ற வெள்ளையர் சென்னை மாகாணத்தின் ஆட்சியாளராக இருந்தார். பனகல் அரசர் தலைமையில் நீதிக்கட்சி ஆட்சி செய்து வந்தது. B& C மில் பெரிய வேலைநிறுத்தப் போராட்டத்தில் இறங்கியிருந்தது. தொழிலாளர்களின் தலைவராக இருந்து அதனை வழி நடத்தியவர் தமிழ்த்தென்றல் திரு.வி.க. அவர்களாவார். கூட்டங்களில் ஆட்சிசெய்யும் நீதிக்கட்சியினரை வலுவாகச் சாடினார் திரு.வி.க. நீதிக்கட்சியின் தலைவராக சர்.பி. தியாகராஜச் செட்டியார்

இருந்து வந்தார். இது தக்க தருணம் என்று கருதிய வெலிங்டன் திரு.வி.க. அவர்களை நாடு கடத்தும் ஆணை பிறப்பித்தார்.

கவர்னர் மாளிகையிலிருந்து விடப்பட்ட அந்த ஆணை முதல்வர் பனகல் அரசர் மேசைக்கு வந்தது. கட்சியளவில் எதிர்க்கட்சியாகிய காங்கிரஸில் திரு.வி.க. இருந்தார் என்றாலும் நீதிக்கட்சியினர் திருவிகவை மிக அதிகமாகப் போற்றிப் பாராட்டி வந்தனர்.

இந்த ஆணையைக் கண்ட பனகல் அரசர், தியாகராஜச் செட்டியார் முதிலியவர்கள் திடுக்கிட்டனர். திரு செட்டியார் அவர்கள் உடனே கவர்னரை கோட்டையில் சென்று சந்தித்தார். இந்த ஆணை நிறைவேற்றப்பட்டால் அடுத்த விநாடியே பனகல் அரசரின் மந்திரிசபை இராஜினாமாச் செய்துவிடும். அதனை ஏற்றுக்கொள்ளத் தயாராகவிருந்தால் கவர்னர் இந்த ஆணையை நிறைவேற்றலாம் என்றும் சொல்லிவிட்டார் செட்டியார். வெலிங்டன் ஆடிப்போனார். அன்றைய நிலையில், நீதிக்கட்சியின் ஆட்சியை இழக்க வெலிங்டன் தயாராக இல்லை. வேறு வழியின்றி திரு.வி.க.வை நாடு கடத்தும் ஆணையை வாபஸ்பெற்றுக் கொண்டார்.

இதுபோன்ற அருஞ்செயல்கள் பலவற்றை ஆர்ப்பாட்ட மின்றிச் செய்த நீதிக்கட்சியில் பெரும் பொறுப்பை வகித்து வந்தார் பி.டி.இராஜன். இதிலொரு வேடிக்கை என்னவென்றால் ஈ.வெ.ரா. பெரியார் அவர்களின் தொடர்பு நீதிக்கட்சிக்கு இருந்துவந்தது என்றாலும் நீதிக்கட்சியின் தலைவராக இருந்த தியாகராஜச் செட்டியார் முதல் பி. டி. ஆர்.என்று அழைக்கப்பட்ட பொன்னம்பலத் தியாகராஜன் வரை, அனைவரும் பக்திமான்களாகத் திருக்கோயில் வழிபாடு செய்பவர்களாக இருந்து வந்ததேயாகும்.

1929 என்று நினைக்கின்றேன் பி.டி.இராஜன் நீதிக்கட்சியின் அமைச்சரவையில் ஓர் அமைச்சராக அமர்ந்து 1937வரை அப்பதவியை வகித்து வந்தார். இன்று நாரதகான சபை இருக்குமிடத்திற்கு எதிரே ஒரு பெரிய மாளிகையில் பி.டி.இராஜன் குடியிருந்தார். மிக இளமையிலேயே இங்கிலாந்து சென்றுவிட்டமையின் பி.டி.இராஜன் தமிழில் பேசுவதற்கு ஓரளவு சிக்கல் இருந்து வந்தது. ஆனால் 1932இல் தினந்தோறும் வடபழநிக்குச் சென்று முருகனை வழிபட்டு வருவதை அவர் மறந்ததேயில்லை. அந்நாட்களில் வடபழனி முருகன் ஒரு சிறிய கருவறையில் இருந்து அருள் பாலித்து வந்தான். இன்று அக்கோயில் மிகப்பெரியதாக வளர்ந்து பெரிய கட்டடங்களுடன்

நிலவுவதற்கு மூலகாரணமாகவும் முதற்காரணமாகவும் இருந்தவர் பி.டி.இராஜனே ஆவார். அமைச்சராக இருந்தபொழுது மோபரீஸ் ரோட்டில் (T.T.K.சாலை) அமைந்திருந்த அவருடைய இல்லத்திற்குச் சென்று வந்துள்ளேன். அது ஓர் அமைச்சர் வீடுபோலக் காட்சியளிக்காது. உண்மையைச் சொல்லவேண்டுமானால் மதியம் 11 மணியிலிருந்து பிற்பகல் 2 மணிவரை அமைச்சரின் இல்லம் ஓர் அன்னசத்திரமாகவே காட்சியளிக்கும்.

யார் எவரென்பது இல்லாமல் யார்வேண்டுமானாலும் உள்ளே நுழைந்து, இலையில் அமர்ந்து, உணவு உண்டு களிப்புடன் வெளியே செல்வதை நானே கண்டிருக்கின்றேன். இதுகண்டு நான் வியப்படைந்தபொழுது, அமைச்சருக்கு அணுக்கமாக இருந்துவந்த என் ஒன்றுவிட்ட சகோதரர் ஆதி நாராயணன் என்னைப் பார்த்து வியப்பதற்கு இதிலொன்றுமில்லை. அமைச்சரின் மதுரை வீட்டில் அவர் இருந்தாலும் இல்லாவிட்டாலும் அன்றாடம் நடைபெறும் செயலாகும் இது. மதுரையில் அவர் வீட்டைப் பார்க்காததால் உனக்கு இந்த வியப்பு ஏற்பட்டது. இராமன் இருக்குமிடந்தான் அயோத்தி என்று சொல்வதை நீ கேள்விப்பட்டதில்லையா? பி.டி.ஆர். விஷயத்தில் அது இன்றும் நடைபெற்று வருகிறது என்றார்.

மதுரையை அடுத்துள்ள உத்தமபாளையம் என்ற ஊரில் பெருஞ்செல்வர் குடியில் தோன்றியவர் பி.டி.ஆர். பல காலம் மேல் நாட்டிலிருந்து மீண்டாலும் மக்களுக்குச் சோறிடும் பழக்கமும் இறைபக்தியும் இறுதிவரை அவரை விட்டு நீங்கவேயில்லை.

1928இல் சென்னை மாகாண லெஜிஸ்லேட்டிவ் கவுன்சிலுக்குத் தேர்தல் நடைபெற்றது. நீதிக்கட்சியின் சார்பில் பி.டி.ஆர். நின்றார். அவரை எதிர்த்துக் காங்கிரஸ் சார்பில் மட்டப்பாறை வேங்கடராமையர் நின்றார். ஐயரும், பி.டி.ஆரும் இணைபிரியாத் தோழர்களாயினும் கட்சியால் வேறுபட்டவர்கள்.

தேர்தல் சமயத்தில் மட்டப்பாறையாருக்குத் தேர்தல் பிரசாரம் செய்துவந்த இளைஞர் கூட்டம் முழுவதும், மதிய உணவிற்குப் பி.டி.ஆர் வீட்டுக்குத்தான் வருவார்கள். நடைபெற்ற தேர்தலில் பி.டி.ஆர் வெற்றிபெற்றுவிட்டார். அது பற்றிக் குறிப்பிடும்போதெல்லாம் சோறுபோட்டே பி.டி.ஆர் என்னைத் தோற்கடித்து விட்டார் என்று வட்டப்பாறையார் சொல்வாராம். கம்பநாடனுக்குத் துணைபுரிந்த சடையப்ப வள்ளலைப்பற்றி 'அடையா நெடுங்கதவும் அஞ்சல் என்ற சொல்லும் உடையான்'

என்று கூறுவார்கள். அந்த சடையப்ப வள்ளலின் பரம்பரையில் வந்த பி.டி.ஆரும் இந்தப் பாடலுக்கு இலக்கியமாகவே வாழ்ந்தார்.

அமைச்சராக இருந்தபொழுதும் எவ்விதப் பதவியும் இல்லாமல் இருந்தபோதும் பி.டி.ஆரின் மதுரை இல்லம் அன்ன சத்திரமாகவே விளங்கிற்று. பி.டி.ஆர். மதுரையில் இருந்தால், அன்னை மீனாட்சியின் திருக்கோயிலுக்குச் செல்லாமல் இருந்ததேயில்லை. மதுரையில் அன்னையின் அருளையும் சென்னையில் மகனின் (வடபழனி முருகன்) அருளையும் பூரணமாகப் பெற்றிருந்த பி.டி.ஆர். அவர்கள் தமக்கென வாழாப் பிறர்க்குரியாளராகவே வாழ்ந்து வந்தார்.

சாதி, சமய, கட்சி வேறுபாடுகள் ஒருசிறிதுமின்றி எத்தனை ஆயிரம் பேருக்கு வேலைவாங்கித் தந்து அக்குடும்பங்களுக்கு விளக்கேற்றி வைத்தார் என்பதைப் பலரும் அறிவர். காங்கிரஸ் கட்சியில் பெருமையுடன் வீற்றிருந்த மதுரை வைத்தியநாத ஐயர், ராஜாஜி, காமராஜ் போன்றவர்கள் எதிர்க்கட்சிக்காரரான பி.டி.ஆரிடம் கொண்டிருந்த மதிப்பிற்கு அளவேயில்லை.

இன்று ஆண்டுதோறும் இலட்சக்கணக்கான மக்கள் சென்று வழிபடும் சபரிமலைத் திருக்கோயிலில் எழுந்தருளியிருக்கும் தர்மசாஸ்த்தா என்று அழைக்கப்பெறும் ஐயப்பனின் விக்கிரகத்தை அறுபத்தைந்து அல்லது எழுபது ஆண்டுகளுக்கு முன்னர்ப் பிரதிஷ்டை செய்யும் பெரும்பொறுப்பு வகித்தவர் பி.டி.ஆர் என்பது பலருக்கும் தெரியாத இரகசியமாகும். அந்நாட்களில் ஒரு விக்கிரகத்தை ஒரு கோயிலில் பிரதிஷ்டை செய்யவேண்டுமானால் அதற்குரிய சில வழிமுறைகள் இருந்துவந்தன. அந்த விக்கிரகத்தைச் செய்து ஊர்வலமாக நூற்றுக்கணக்கான ஊர்களுக்கு எடுத்துச் செல்ல வேண்டும். இதனைக் ‘கரிக்கோலம்’ என்று கூறுவர். சாஸ்த்தாவின் விக்கிரகத்தைத் தமிழ்நாட்டின் பெரும்பகுதிகளுக்கு எடுத்துச் சென்று இறுதியில் சபரிமலையில் பிரதிஷ்டை செய்ய உடனிருந்து உதவியவர் பி.டி.ஆர் என்பதை இன்று பலர் அறியமாட்டார்கள்.

அடுத்துப் பி.டி.ஆர். ஈடுபட்டது அவர் வழிபடும் தாயாகிய அன்னை மீனாட்சியின் திருக்கோயிற் பணியிலாகும். 1963இல் பல இலட்சங்கள் வசூல்செய்து அன்னையின் திருக்கோயிலைப் பழுதுபார்த்துக் குடமுழுக்கும் செய்வித்தார். அகில இந்திய வானொலி அந்நிகழ்ச்சியை நேரடியாக ஒலிபரப்பியது. நேர்முக வர்ணனையாளருள் யானும் ஒருவனாக மதுரை

சென்றிருந்தேன். அன்னையின் விமானத்தின் அருகே எனக்குரிய இடம் அமைந்திருந்தது. மாவட்ட ஆட்சியாளர் உட்பட பல உயர் பதவியாளர்கள் அண்மையில் நின்று வளவள என்று பேசிக்கொண்டே இருந்தனர். அவர்கள் இருக்குமிடத்திலிருந்து ஒதுங்கி வந்து வர்ணனையாளனாகிய யான் நிற்குமிடத்திற்குப் பக்கத்தில் பி.டி.ஆர். அவர்கள் வந்து நின்றுகொண்டார். யாருடனும் ஒரு வார்த்தைகூடப் பேசாமல் கண்களை மூடிக்கொண்டு அமைதியாகத் தியானத்தில் ஈடுபட்டிருந்தார். வர்ணனையயைச் செய்துகொண்டே அருகில் நிற்கும் அவரை அடிக்கடி திரும்பிப் பார்த்துக் கொண்டிருந்தேன். அரைமணி நேரத்திற்கும் அதிகமாக நீண்டுகொண்டிருந்த அவ்விழாவில் பி.டி.ஆர் கண்களைத் திறக்கவுமில்லை யாருடனும் பேசவுமில்லை. அன்னையின் ஆழ்ந்த பக்தர் ஒருவர் எப்படி இருக்கவேண்டும் என்பதை சொல்லாமல் செய்து காட்டியவர் பி.டி.ஆர்.

இளமையின் பெரும் பகுதியை மேலை நாட்டில் கழித்த பி.டி.ஆர் அவர்கள் இறைத்தொண்டும் மக்கள் தொண்டும் தம் வாழ்நாளின் முக்கிய குறிக்கோள் என்று கொண்டு பணிசெய்தார். அவர் மனத்தை இவ்வழிகளில் திருப்பியது அன்னை மீனாட்சியின் திருவருளே ஆகும். அகத்தே நின்று அத்திருவருள் பணிசெய்ததுபோல, புறத்தேயும் ஒருபணியைச் செய்தது. அது என்ன தெரியுமா? திருவாரூர் கோபால்சுவாமி முதலியார் பெற்றெடுத்த கற்பகம் என்னும் கற்பகத்தைப் பி.டி.இராஜனுக்கு மனைவியாக ஆக்கியதுதான். அகத்தே அன்னையின் திருவருள்; புறத்தே கற்பகம் என்னும் பெயருடைய மனைவி தரும் ஊக்கம். இவை இரண்டும் இணைந்து தொழிற்பட்டமையின் பி.டி.ஆர் தம் குறிக்கோளை நன்கு அடையமுடிந்தது. கற்பகத்தை மனைவியாகப் 1600 பெற்றுவிட்டால் என்னதான் நடைபெறாது?

பி.டி.ஆரின் பல்வேறு பரிமாணங்களை இந்த உலகம் நன்கறியும். ஆனால் அவர் உள்ளவளர்ச்சியை, ஆன்மிக பரிமாணத்தை நான் அண்மையில் நின்று அறிய வாய்ப்புத் தந்தவள் அன்னை மீனாட்சியே ஆவாள்.

இதன் பிறகு, பழநி முதலிய பெருந்தலங்களின் குடமுழுக்குகளைப் பி.டி.ஆர். முன்னின்று நடத்தினாரென்றாலும் அன்னையின் குடமுழுக்கே அவர் செய்த திருப்பணிகளின் முடிமணியாகும்.

பெரியார் அண்ணா ஆகியோரின் கொள்கைகள் நாட்டில் எங்கும் பரவி வீறுகொண்டிருந்த காலத்தில், அவர்களுடன் இணைந்திருந்த நீதிக்கட்சியின் ஆணிவேராக இருந்தவர் பி.டி.ஆர்

அவர்களேயாவார். ஆனாலும் ஒரு வேற்றுமை, 'கடவுளை நம்புகிறவன் முட்டாள்' என்ற பெரியாரின் கூற்று தமிழ்நாட்டில் பெரும்பகுதியில் பரவியிருந்த காலத்தில் பி.டி.ஆர். அவர்கள் விடாமல் திருக்கோயில் வழிபாட்டையும், மக்கள் தொண்டினையும் அன்னதானத்தையும் செய்து வந்தார் என்றால், அதற்குரிய பலனை அன்னை கொடாமல் விட்டுவிடுவாளா? பி.டி.ஆரின் மூத்த மகனார் பிடி.ஆர். கமலத்தியாகராஜன் பெரும் பொறியாளர், பெரும் இசைவாணர், காழிப்பிள்ளையாரின் யாழ்முரிப்பண்ணுக்கு விளக்கமெழுதி வெளியிடும் இசை விற்பன்னர். இவையெல்லாம் ஒருபுறமிருக்க, தினந்தோறும் சிவ பூசை செய்வதையும், மாலையில் அன்னையின் திருக்கோயிலுக்கும் சென்று வழிபடுவதையும் தலைமைப் பணியாகக் கொண்டவர் கமலத்தியாகராஜன். பி.டி.ஆரின் முதல் மகனார் வேறு எவ்வாறு இருக்க முடியும்?

முதல் மகனார் இப்படியென்றால் கடைசி மகனார் எப்படி இருப்பாரென்று சொல்லவேண்டுமா? தந்தையார் அரசியல், ஆன்மிகம் என்ற இரண்டு வாழ்க்கையையும் ஒன்றாக இணைத்து நடத்தினார் கடைசி மகனார்; அதற்கு அப்படியே வாரிசாக அமைந்துள்ளார். தலைவர் உட்பட நூற்றுக்கணக்கானவர் எழுந்து 'நாங்கள் அனைவரும் நாத்திகர்கள்; நாத்திகர்களாக இருப்பதில் பெருமை கொள்கிறோம்' என்று பேசும் சட்டசபைக் கூட்டத்தாரிடையே ஒருவர் எழுந்து நிற்கிறார். அவரது நெற்றி நிறைய திருநீறு. அதனிடையே மிகப்பெரிய குங்குமப் பொட்டு. இது அவருடைய புற அடையாளம். 'நான் அன்னை மீனாட்சியின் அருளால் பிறந்தேன். அவளுடைய அருளால்தான் இன்றுவரை வாழ்கிறேன். இந்தச் சட்டமன்றச் சபாநாயகர் பதவியும் அவள் எனக்கு அளித்ததே என்று உறுதியாகக் கூற விரும்புகிறேன்' என்று ஒருவர் நாத்திகர்கள் இடையே நின்று கூறுகிறார் என்றால் அவர் பி.டி.ஆரின் புதல்வராகத்தானே இருக்கமுடியும்! உண்மைதான், இன்றைய சபாநாயகர் பி.டி.ஆர் பழநிவேல்ராஜன் அப்பனுக்குத் தப்பாமல் பிறந்த பிள்ளை என்பதை நிரூபித்து வருகிறார். திரு. பழநிவேல்ராஜன் மதுரையில் இருந்தால் அன்னையின் திருக்கோயிலுக்குச் சென்று அன்றாடம் வழிபடுவதை மறந்ததே இல்லை.

பி.டி.ஆரின் ஆண்கள் வாரிசு இப்படியென்றால் பெண் வாரிசு சொட்டையாகிவிடுமா என்ன? அன்னை மீனாட்சியின் அருளைப் பூரணமாகப் பெற்ற பி.டி.ஆரின். ஒரு மகளார், எல்அண்டுடி என்ற பெரு நிறுவனத்தின் தலைவராக இருந்து ஓய்வுபெற்ற C.R. இராமகிருஷ்ணனின் மனைவியாவார். மற்றொரு

மகளார் உச்ச நீதிமன்ற நீதிபதிப் பதவியிலிருந்து ஓய்வுபெற்று சேக்கிழார் ஆராய்ச்சி மையம் போன்ற பல அமைப்புகளுக்குத் தலைவராக இருந்து தொண்டாற்றிவரும் திரு.எஸ். நடராஜனின் மனைவியாவார்.

அன்னை மீனாட்சியின் தொண்டர்கள் நிறைவாழ்வு வாழ்ந்தவர்கள்; வாழ்பவர்கள் என்பதற்கு இருபதாம் நூற்றாண்டின் முன்னுதாரணம், பி.டி.ஆர் என்ற மாமனிதராகிய பொன்னம்பலத் தியாகராஜன் ஆவார்.

12

ம. பா. வும் தி. கி. நா. வும்

மர்ரே ராஜம் அவர்கள் தமிழ் இலக்கியங்களை அடக்க விலையில் வெளியிட வேண்டும் என்று தீவிரமாக நினைந்ததற்கு முன்னோடியாக இருந்தவர் மணலி குடும்பத்தைச் சேர்ந்த வழக்கறிஞரும் சைவ சித்தாந்த மகா சமாஜத்தின் செயலராகப் பல்லாண்டு பணி புரிந்தவருமாகிய ம. பாலசுப்பிரமணிய முதலியாரவர்கள். 1932 தொடங்கி, 12 திருமுறைகளையும் ஏடு பார்த்துச் செவ்விய முறையில் பாடல்களை அச்சிட்டு அடக்க விலைக்குத் தந்தார் ம.பா. இதுவே மர்ரே ராஜத்திற்கு துரண்டுகோலாக அமைந்தது. இரவு பகல் பாராது, தன்னலம் என்பது ஒரு சிறிதும் இல்லாமல் சைவ சமயத்திற்காகவும் சைவத் திருமுறைகளுக்காவும் தம் வாழ்நாளை முழுவதுமாகச் செலவிட்டார் ம.பா. அவர்கள்.

சைவசித்தாந்த மகாசமாஜம் என்ற ஒரு நிறுவனம், 1925இல் இருந்து, வெகு சிறப்பாகப் பணிபுரிந்து கொண்டிருந்தது. சைவத் திருமுறைகளை ஏடு பார்த்து, ஒப்பாய்வு செய்து வெளி யிட்ட பெருமை சமாஜத்திற்கே உரியதாகும். வையாபுரிப் பிள்ளை முதல் தமிழ்த் தென்றல் திருவி.க. வரை பலரும் இப்பணிக்கு உதவினார்களேனும் இவர்கள் அல்லாமல் அந்த நிறுவனம் இருவருடைய தோள்மேல் நிலைபெற்றிருந்தது. இருவரும் பெரும் செல்வர்கள். இருபத்துநான்கு மணி நேரமும் வேறு எப்பணியும் மேற்கொள்ளாமல் சமாஜப் பணியையே மேற்கொண்டனர். ஒருவர் மணலி குடும்பத்தைச் சார்ந்த ம. பாலசுப்பிரமணிய முதலியாராவார். மற்றொருவர்

கடலூர் தி. கே. நாராயணசாமி நாயுடு ஆவார். இந்த இருவரும் இலரேல் சைவத் திருமுறைகள் இன்று உலாவுவதுபோல் வந்திருக்க முடியுமா என்பது ஐயத்திற்குரியது. சைவத் திருமுறைகளுக்குரிய புத்துயிர் கொடுத்து வெளியிட்டதுபோல் நாலாயிரத் திவ்யப் பிரபந்தத்தையும் திருப்பாவை வியாக்யானத்தையும் வெளியிட்ட பெருமை ம.பா. அவர்களையே சேரும். சைவ உலகம் இன்று அவர்களை மறந்துவிட்டாலும் இந்த மாமனிதர்களின் தொண்டு, வரலாற்றில் பொன் எழுத்துக்களில் பதிக்கப்பட வேண்டிய ஒன்றாம்.

13
சா. கணேசன்

1940இல் அமரர் சா. கணேசன் அவர்கள் கம்பன் கழகத்தைக் காரைக்குடியில் தோற்றுவிக்க நினைத்தார். என் தந்தையாரிடமும் என்னிடமும் நிறைந்த அன்புகொண்ட அவர் என்னிடம் தனிப்பட்ட முறையில் அன்பு பாராட்டிப் பழகினார். பிற்காலத்தில் சென்னையில் என்னுடனேயே தங்கியிருந்தவர் அவர். ஒருமையில் பேசிக்கொள்ளும் அளவிற்கு நாங்கள் இருவரும் பழகிவிட்டோம். 1940ல் கம்பன் கழகம் நிறுவவேண்டும் என்ற எண்ணம் வலுப்பெற்றவுடன், காரைக்குடியில் அவருடைய வீட்டில் சிலர் கூடினார்கள். டி.கே.சி, சீனிவாசராகவன், ஏ.சி. பால் நாடார், சா.கணேசன் என்பவர்களுடன் நானும் இருந்தேன். அவ்வாண்டு, சிறிய அளவில் கம்பன் விழாவைக் கொண்டாடினர். கம்பன் சமாதியடைந்ததாகக் கருதப்படும் நாட்டரசன்கோட்டைக்குச் சென்று, சமாதிக்குப் பூசனை வழிபாடு செய்யும் வழக்கம் பின்னர்த்தான் வந்தது. மீனாட்சி பெண்கள் பள்ளியின் பின்புறத்தில் சிறியதாக ஒரு பந்தல் அமைத்து, விழாக் கொண்டாடப்பட்டது.

1941இல் இருந்து அவ்விழா மேலும் வளரத் தொடங்கியது. 1942இல் வெள்ளையனே வெளியேறு' என்ற மகாத்மாவின் கட்டளைக்கிணங்க, தேவகோட்டையிலும் காரைக்குடி யிலும் பெரும் புயல் வெடித்தது. முழு மூச்சாக அதில் இறங்கிய கணேசன் தலைமறைவாகும் சூழ்நிலை ஏற்பட்டு விட்டது. அப்படியிருந்தும் அவர் இல்லாமலேயே சிறிய அளவில் கம்பன் விழா நடைபெற்றது.

அ.ச. ஞானசம்பந்தன்

1940 முதல் 1985 வரை ஓராண்டு கூடக் கம்பன் விழாவில் நான் பங்கு கொள்ளாமல் இருந்ததில்லை.

சா. கணேசன் அவர்கள் வசதியோடு வாழும் நகரத்தார் இனத்தைச் சேர்ந்தவராயினும் 1942இல் 'வெள்ளையனே வெளியேறு' இயக்கத்தில் அவர் தலைமறைவான பிறகு, அவர் செல்வத்தில் பெரும் பகுதி அன்றைய காவல் துறையினரால் சூறையாடப்பட்டது. அவருடைய வீட்டில் மாட்டியிருந்த முப்பதுக்கும் மேற்பட்ட மின்சார விசிறிகள் ஒவ்வொன்றும் முக்கால் ரூபாய்க்கு ஏலம் விடப்பட்டது. அவருடைய மனைவியின் இரண்டு காரட் பெறுமானமுள்ளதும் அன்றைய விலையில் ரூபாய் பத்தாயிரம் மதிப்புள்ளதுமான வைரத்தோடுகள் பத்து ரூபாவுக்கும் குறைவாக ஏலம் விடப்பட்டது. இதில் என்ன சிறப்பு என்றால், ஏலம் இட்டவர்களும் காவல் துறையினர்; ஏலம் எடுத்தவர்களும் காவல் துறையினர்.

எல்லாவற்றையும் இழந்தாலும் எஞ்சியுள்ள தம் வானாளைக் கம்பனுக்காகவே செலவிட்டார், சா. கணேசன் அவர்கள். அவருடைய பெருமுயற்சியால் பௌராணிகர் கையில் 'சிக்கியிருந்த கம்பநாடன் விடுதலையடைந்தான். வைணவர்களுக்கு உரியது என்று ஒதுக்கி வைக்கப்பெற்றிருந்த கம்ப இராமாயணத்தைத் தமிழர்கள் அனைவருக்கும் பொதுச் சொத்தாக்கினார், சா.க. அதன் பயனாக வைணவராகிய சீனிவாச ராகவன், சைவர்களாகிய அ.மு. சரவணமுதலியார், டி.கே. சிதம்பரநாத முதலியார், தொ.மு. பாஸ்கரத் தொண்டைமான், கிறிஸ்தவராகிய கவிஞர் மரிய தாஸ், இஸ்லாமியராகிய கா.நைனார் முகமது, கவிஞர் அப்துல் ரகுமான், நீதிபதி மு.மு.இஸ்மாயீல் ஆகிய அனைவரும் ஒரே மேடையில் தோன்றிக் கம்பன் புகழ் பாடிக் கன்னித் தமிழ் வளர்க்கும் வாய்ப்புக் கிட்டியது. ஆண்டுதோறும் இந்த ஏற்பாட்டைச் செய்தவர் சா.க. அவர்கள்.

ஆண்டுதோறும் பிறருடைய இடத்தில் கொட்டகை போட்டுக் கம்பனுக்கு விழா எடுத்து, விழா முடிந்ததும் அக்கொட்டகையைப் பிரிக்கும் சூழல் இருந்துவந்தது. கம்பனுக்கென்று தனியே ஓர் இடம் வாங்கி, அவனுக் கென்று ஒரு மணி மண்டபம் எழுப்ப வேண்டுமென்று கனவு கண்ட சா. க., அதனையும் செய்து முடித்தார்.

அதன்பிறகு கோவை முதல் சென்னை ஈறாக ஏறத்தாழ ஐம்பது ஊர்களில் கம்பன் கழகங்கள் தோன்றின.

சா.க அவர்கள் தமிழகச் சட்டப்பேரவை உறுப்பினராக இருந்த காலத்தில் மற்றுமோர் கனவு கண்டார். கம்ப இராமாயணத்திற்கு ஒரு திருந்திய நல்ல பதிப்புக் கொண்டு வரவேண்டும் என்பதே அக்கனவாகும். அன்றைய நிலையில் ஒரு இலட்சத்திற்கும் மேல் முன்பணம் போட்டு இதனைச் செய்யும் நிலையில் யாருமில்லை. இந்த நிலையில் இராமனுடைய அருள் அமரர் கி.மு. அழகர்சாமி அவர்கள்மூலம் செயற்படத் தொடங்கியது. அமரர் கி.மு. அழகர்சாமி தமிழகச் சட்டப்பேரவையின் செயலாளராக இருந்துவந்தார். தெலுங்கைத் தாய்மொழியாகக் கொண்ட அவர் தாம் ஒருவராகவே முன்னின்று, முன்பணமும் இட்டு இந்நூலை வெளிக்கொணர முனைந்தார். பல்கலைச் செல்வர் தெ.பொ.மீ. அவர்கள் தலைமையில் முனைவர் தெ.ஞானசுந்தரமும் நானும் பதிப்புப் பணியை மேற்கொண்டோம்.

பாடல்களைச் சொல் பிரித்து, சிறுசிறு தலைப்புகளுடன் அச்சிடும் பணி நிறைவு பெற்றுச் சென்னைக் கம்பன் கழகத்தின் வாயிலாக அந்நூல் வெளியிடப்பெற்றது.

14
ஏ. என். சிவராமன்

கம்பன் விழாவிற்குச் செல்லும் காரணத்தால், தினமணி ஆசிரியர் ஏ.என்.சிவராமன் அவர்களிடம் நெருங்கிப் பழகும் வாய்ப்பு ஏற்பட்டது.

பத்தாவது வகுப்புவரை மட்டுமே படித்த அந்த அறிஞர் பொருளாதாரம் அரசியல் என்ற துறைகளில் மாபெரும் அறிஞராகவே விளங்கினார். அவர் எழுதிய விவசாயிகள் பற்றிய நூல் மதுரைப் பல்கலைக்கழகத்தில் எம்.ஏ. வகுப்பு மாணவர்கட்குப் பாடமாகக்கூட வைக்கப் பெற்றிருந்தது. எவ்விதப் படாடோபமுமின்றி என்னிடமும் என் குடும்பத்தாரிடமும் நெருங்கிப் பழகியவர் திரு. ஏ.என்.எஸ். 1960 முதல் சென்னையிலிருந்து என் காரிலேயே காரைக்குடி கம்பன் விழாவிற்குச் செல்லும் பழக்கத்தை மேற்கொண்டிருந்தார். இவர் மிகப் பல ஆண்டுகள் என்னுடன் என் வண்டியிலேயே வீடு திரும்புவார். அந்த மாமனிதரின் எளிமைக்கு ஓர் எடுத்துக்காட்டு பின்வருமாறு:

ஆண்டு சரியாக நினைவில் இல்லை. 1962 அல்லது 1963 ஆக இருக்கலாம். திரு. சிவராமன் தொலைபேசி மூலம் அழைத்து 'டேய் சம்பந்தா, நான் உன்னுடன் வருகிறேன்' என்றார். நான் அப்போது வைத்திருந்தது ஃபியட் கார். ஓட்டுபவர், நான் என்ற இருவர் தவிர, விழாவிற்கு வருவதாக ஆசைப்பட்ட இருவரை அழைத்துச் செல்வதாக ஒப்புக்கொண்டிருந்தேன். வசதி படைத்த சிவராமன், இந்த வண்டியில் ஐந்தாவது ஆளாக வருவதை நான் விரும்பவில்லை. எனவே, முழு விவரத்தையும் அவரிடம் சொல்லி,

“நீங்கள் தனியே வாருங்கள்” என்றேன். “இல்லைடா உன் மடிமேல் ஏறிக்கொண்டாவது, அதில்தான் வருவேன்” என்றார். புறப்படும் நாள் வந்தது. என்னுடைய ஓட்டுநர் குப்புசாமியை அழைத்து வண்டியை எடுத்துக் சென்று சிவராமனை அழைத்துவருமாறு வழி சொல்லிக் கொண்டிருந்தேன். அப்பொழுது அங்கு வந்த என் மனைவி ‘டேய் குப்புசுவாமி, அவரைப் பார்த்தால் மிக்க அப்பாவி மாதிரி இருப்பார். ஜாக்கிரதை, மிக்க மரியாதையுடன் அழைத்து வா’ என்று கூறினாள். இந்த நேரத்தில் என் மனைவி சொன்னது தேவையில்லாதது என்று நான் கருதினேன். ஆனால், பின்னர் நடந்ததை நினைந்து பார்க்கும்பொழுது அவள் சொன்னது எவ்வளவு சரியென்று பட்டது.

ஓட்டுநர் ஏ.என்.எஸ் வீட்டிற்குச் சென்றார். பட்டா சாலையில் குப்புறப் படுத்துக்கொண்டு, ஒரு கைக்கு அணையாக ஒரு தலையணையை வைத்துக்கொண்டு வலக்கையால் ஏதோ எழுதிக் கொண்டிருந்தார் ஒருவர். அவர் அந்த வீட்டுச் சமையல்காரன் என்று நினைத்துவிட்டான் குப்புசாமி. ‘ஓ ஐயரே’ என்று விளித்து, இன்ன வீட்டிலிருந்து வந்திருக்கிறேன். இந்த வீட்டு ஐயாவை அழைத்துப்போவதற்காக என்று கூறிவிட்டு, காருக்குத் திரும்பிவிட்டான். ஏ.என்.எஸ் அவர்கள் ஒரு ஜமக்காளத்தில் ஒரு தலையணைச் சுற்றிக் கையில் எடுத்துக் கொண்டு வந்து, டிக்கியைத் திறக்குமாறு கேட்டார். ஓட்டுநர் “ஓ ஐயரே, அங்கே படுப்பதற்கு எல்லாம் தருவார்கள். ஐந்து பேர் போக வேண்டும். இந்தப் படுக்கைக்கெல்லாம் இடமில்லை என்று முரட்டுத் தனமாகக் கூறிவிட்டான். நீ சொல்வது சரிதான் என்று கூறிய ஏ.என். எஸ் படுக்கையை உள் கொண்டு சென்று போட்டுவிட்டார். இனிமேல்தான் வீட்டுக்காரர் பெரியவர் வரப்போகிறார் என்ற நினைப்புடன், குப்புசாமி வண்டியின் கதவருகே மிக்க பயபக்தியுடன் நின்று கொண்டிருந்தான். ஆனால், அவனுக்கு ஓர் அதிர்ச்சி, யாரைப் பார்த்து ‘ஓ ஐயரே’ என்று கூப்பிட்டானோ, அதே மனிதர் ஒரு சிறு கைப்பெட்டியுடன் வண்டிக்குள் வந்து அமர்ந்துவிட்டார். கையும் ஓடாமல் காலும் ஓடாமல் வண்டியை ஓட்டிக்கொண்டு வீட்டிற்குத் திரும்பினான். வண்டியை நிறுத்திவிட்டு, வாரன் ரோடில் அமைந்திருந்த என் வீட்டின் பின்புறமாகச் சென்று ‘அம்மா, அம்மா’ என்று கத்தினான். முன்புறத்தில் சிவராமனை நானும் என் மனைவியும் வரவேற்றுக்கொண்டிருந்தோம். குப்புசாமியின் குரலைக் கேட்டு என் மனைவி பின்புறம் சென்றாள். ஓட்டுநர் குப்புசாமி பெருந் தவறு நடந்துவிட்டது என்று சொல்லி, நடந்தது முழுவதையும் விவரித்துவிட்டான். எல்லாவற்றையும் கேட்டுவிட்டு,

முன்புறம் வந்த என் மனைவி, நடந்தவற்றை அப்படியே சொல்லி, அவன் சார்பாக மன்னிப்புக் கேட்டுக் கொண்டாள்.

இந்த விநாடிதான் சிவராமன் என்ற மனிதர் மாமனிதராக வளரும் சூழ்நிலை உருவாயிற்று. விழுந்து விழுந்து சிரித்துவிட்டு, 'டேய் குப்புசாமி' என்று அவரே அழைத்தார். மிகவும் பயத்துடன் அவன் அவர் எதிரே வந்து நின்றான். 'குப்புசாமி, இன்றிலிருந்து போய்த் திரும்புகிற நான்கு ஐந்து நாட்கள் வரை இந்த வண்டி என்னுடையது. நீ என்னுடைய ஓட்டுநர். யார் சொல்வதையும் நீ கேட்கத் தேவையில்லை. நான் சொல்வதுபோல் செய்துவிட்டால் போதும் என்று சொல்லிவிட்டார். பிறகு புத்தம் புதிய ஒரு ரூபாய் தாள் 100 அடங்கிய ஒரு கட்டை அவனிடம் கொடுத்துவிட்டு, இதை வைத்துக்கொள் வண்டிக்குப் பெட்ரோல் எல்லாம் அ.ச. போட்டுவிடுவார். இந்த ரூபாயெல்லாம் எதற்கு என்று நினைக்கிறாயா? வண்டி புறப்படும் முதல் காரைக்குடி போய்ச் சேரும்வரை வேர்க்கடலை, நுங்கு, வெள்ளரிப் பிஞ்சு ஆகியவற்றைச் சாலையில் எங்கே கண்டாலும், உடனே வண்டியை நிறுத்தி வாங்கிக்கொள். சாப்பிட்டுக் கொண்டே போகலாம் என்று கூறினார். அவர் சொன்னபடியே செய்தோம். காலையில் 9 மணிக்கு சென்னையை விட்டுப் புறப்பட்ட நாங்கள், வேர்க்கடலை, நுங்கு முதலியவற்றை வாங்கித் தின்றுவிட்டு இரவு 8 மணிக்குக் காரைக்குடி போய்ச் சேர்ந்தோம்.

'தினமணி ஆசிரியர் ஏ.என். சிவராமனை மிகப் பலருக்குத் தெரியும். ஆங்கிலம், தமிழ், வடமொழி என்ற மூன்றிலும் வல்லவர். நான்கு வேதங்களையும் அத்யயனம் பண்ணச் சொல்லி, அதனைப் பெரிய டேப்புகளில் பதிவு செய்து ஓயாமல் கேட்டுக்கொண்டே இருப்பார். ஒரு ஓட்டுநர் காட்டிய அவமரியாதையையும் மிக அன்புடன் ஏற்றுக்கொண்டு, அவனை ஒரு மகன்போல நடத்திய பொழுது சிவராமன் என்ற மனிதருக்குள் ஒரு மாமனிதர் புகுந்திருப்பதைக் காணமுடிந்தது.

ஒருமுறை, காரைக்குடி விழாவில் தாடகையைப் பற்றிப் பேச வேண்டியவர் வரவில்லை என்பதைக் கடைசி நேரத்தில் அறியவந்த கணேசன் என்ன செய்வதென்று தெரியாமல் சிவராமனைக் கேட்டார். அப்பொழுது சிவராமன் முன்னறிவிப்பு இல்லாமல் பேசவேண்டும் என்றால், 'அந்தப் பய அ.ச. எங்கேயாவது வெற்றிலையைப் போட்டுக்கொண்டு குதப்பிக்கொண்டு இருப்பான். ஒலிபெருக்கியில் அவன் பெயரைச் சொல்லிக் கூப்பிடு' என்றார். இவ்வாறு நடந்தது ஒன்றும் எனக்குத் தெரியாது. கணேசன் என்

பெயரைச் சொல்லி அழைத்ததும் எங்கோ இருந்த நான் வேகமாக ஓடிச் சென்றேன். நான் உள்ளே சென்றதும் என்னிடம் ஒரு வார்த்தைகூடப் பேசாமல், தாடகைபற்றி நான் பேசுவேன் என்று அறிவித்துவிட்டார். வேறு வழியில்லாமல் பேசத் தொடங்கியதால் புதிய சிந்தனை உருவாயிற்று. சட்டம் ஒன்றேயாயினும் கீழ்நீதி மன்றம், உயர் நீதிமன்றம், உச்ச நீதிமன்றம் என்ற மூன்று ஏன் இருக்கிறது என்று தொடங்கி, சட்டத்தைக் கூறும் சொற்றொடரும் அந்தச் சட்டத்தின் எண்ணிக்கையும் மாறப்போவதில்லை. அப்படியிருக்க மூன்று நீதிமன்றங்கள் ஏன் என்ற வினாவைக் கேட்டு, அதன் பொருளையும் கூறினேன். சட்டம் ஒன்றுதான். ஆனால் அதில் காணப்பெறும் வார்த்தைகளுக்குப் பொருள் கூறும் முறையில் புதிய சிந்தனைகள் தோன்றுகின்றன. எனவே, ஒரே சட்டத்திற்கு விளக்கம் கூறும் முறையில் (interpretation of law) நீதிமன்றங்கள் பணிபுரிகின்றன என்று கூறிவிட்டு, தாடகையைப்பற்றிப் பேசத் தொடங்கினேன். தாடகை பெண் என்பதால் அவள்மீது அம்பைத் தொடுக்க இராமன் விரும்பவில்லை. இராமனுக்குக் கல்வி போதித்த வசிட்டன், 'பெண்ணின்மேல் அம்பு எய்யாதே' என்று சொல்லியிருந்தான். அந்தப் பாடம் இராமன் மனத்திடை ஆழமாகப் பதிந்திருந்ததால் அம்பைத் தொட்டாலும் பெண் என மனத்திடைப் பெருந்தகை நினைந்தான். இப்பொழுது விசுவாமித்திரன் உச்ச நீதி மன்றமாகப் பணிபுரிகிறான். 'இராமா, வசிட்டன் சொல்லிக் கொடுத்த பாடம் சரி', 'பெண்' என்றுதான் வசிட்டன் கூறினானே தவிர, யார் பெண் என்று கூறவில்லையே. இங்கே 'பெண்' என்ற சொல்லுக்கு விளக்கம் தருவதன்மூலம், விசுவாமித்திரன் இராமன் ஐயத்தைப் போக்குகிறான். வடிவத்தால் பெண் ஆயினும் இவள் பெண் அல்லள் என்று விளக்குவதன் மூலம் இராமன் ஐயத்தைப் போக்கிவிட்டான். வசிட்டன், கீழ் நீதிமன்றம்; விசுவாமித்திரன் உச்ச நீதிமன்றம் 'பெண்ணின் மேல் அம்பு விடக் கூடாது' என்ற சட்டத்தை விசுவாமித்திரன் மாற்றவில்லை. ஆனால் யார் பெண் என்பதை விளக்குவதன்மூலம், அந்தப் பழைய சட்டத்திற்குப் புதிய விளக்கம் தந்துவிட்டான்.

இதனை இவ்வளவு விரிவாகக் கூறுவதற்கு ஒரு காரணம் உண்டு. எதிரே அமர்ந்திருந்த சிவராமன் இதை நான் கூறி முடித்தவுடன் மேடையின்மேல் எழுந்துவந்து என்னைக் கட்டிப் பிடித்துக்கொண்டு ஒலிபெருக்கியின் மூலம் பின்வருமாறு பேசினார். ஏ. கணேசா, இனிமேல் இந்தப் பயலுக்கு எந்தத் தலைப்பும் தந்து பேசச் சொல்லாதே. இப்படித் திடீரென்று கூப்பிட்டுப் பேசச் சொன்னால்தான் புதிய சிந்தனைகள் தோன்றும் என்றார்.

அ.ச. ஞானசம்பந்தன்

சிவராமன் என்ற மாமனிதரின் மற்றொரு வெளிப்பாடு இது.

தாம் சிரிக்காமல் பிறரைச் சிரிக்கவைக்கும் நகைச்சுவை சிவராமனிடம் நிரம்ப உண்டு. கம்பன் விழா நடைபெறும்பொழுது ஏதோ ஒரு நாளில் திருப்பெருந்துறை சென்று வழிபட்டு வரவேண்டும் என்று சிவராமன் நினைத்தார். முன்னர்ப் போய்வந்தவன் ஆதலால் எனக்கு ஓரளவு வழி தெரியும். ஒரு ரெயில்வே கேட்டிலிருந்து ஏழு மைல் சென்றால் திருப்பெருந்துறை அடையலாம் என்று நான் கூறினேன். பக்கத்தில் கணேசன் இருந்தார். சிவராம்ஜி இவன் கிடக்கிறான் இவனுக்கு என்ன தெரியும்? நான் சொல்கிறேன். அந்த ரெயில்வே கேட்டிலிருந்து ஒரு மைல் போனவுடன் திருப்பெருந்துறையைக் காணலாம் என்றார். நாங்கள் புறப்பட்டோம். குப்புசாமி தான் வண்டி ஓட்டினான். ரயில்வே கேட் வந்தது. 'அடே குப்புசாமி! சரியாக ஒரு மைல் போனவுடன் வண்டியை நிறுத்து' என்றார் ஏ.என்.எஸ். ஒரு மைல் போனவுடன் நட்ட நடு ரோட்டில் வண்டி நின்றது. சுற்று வட்டாரத்தில் எந்த ஊரும் இல்லை. சிவராமன் வண்டியிலிருந்து இறங்கினார். "எல்லோரும் இறங்குங்கள்' என்றார். ஒன்றும் புரியாமல் எல்லோரும் இறங்கினோம். சா.க. (கணேசன்) சொன்னால், அது எப்படித் தப்பாக இருக்கமுடியும். திருப்பெருந்துறை பூமிக்குள் போய்விட்டது. இப்பொழுது வண்டியைச் சுற்றி வந்து திருப்பெருந்துறை ஈசனுக்கு வணக்கம் செலுத்துவோம்' என்றார். அப்படியே அனைவரும் செய்தோம் பிறகு வண்டியில் ஏறிக்கொண்டு 'டேய் சம்பந்தா, நீ சொன்ன திருப்பெருந்துறைக்கு இனிமேல் போகலாம்' என்றார். பிறகு திருப்பெருந்துறை சென்று வழிபட்டுவிட்டு, காரைக்குடி திரும்பினோம். மிக்க ஆவலோடு கணேசன் 'என்ன, சிவராம்ஜி நான் சொன்னபடி திருப்பெருந்துறை சென்றீர்களா, தரிசனம் செய்தீர்களா?' என்று கேட்டார். ஒரு சிறிதும் சிரிப்பில்லாமல் நீ சொன்ன திருப்பெருந்துறைக்கும் சென்றோம். இந்தப் பயல் ஏழு மைல் தூரத்தில் உள்ள திருப்பெருந்தறைக் கோயிலைக் காட்டினான். அந்தத் திருப்பெருந்துறையையும் தரிசனம் செய்தோம். ஒரு சின்ன வித்தியாசம். நீ சொன்ன இடத்தில் இருந்த அத்திருப்பெருந்துறை முழுவதும் பூமிக்கு அடியில் போய்விட்டது. நீ தவறு சொல்லமாட்டாய் என்ற நம்பிக்கை வலுவாக இருப்பதால் அந்த இடத்தில் இறங்கி சுற்றிவந்து வழிபட்டோம். இந்தப் பயல் காட்டிய புதிய திருப்பெருந்துறையையும் தரிசனம் செய்துவந்தோம்.

இத்தனைக்கும் ஒரு புன்சிரிப்புக்கூட இல்லாமல் பேசினார் சிவராமன். அந்த மாமனிதரின் மற்றொரு பக்கம் இது.

இவையனைத்தும் ஒரு புறமிருக்க, சிவராமன் அவர்கள் மூலமாக இறைவன் எனக்கொரு பேருதவி செய்தான். அதை இங்கே விவரிப்பது இன்றியமையாததாகும். அமரர் கிருஷ்ணசாமிப் பிள்ளை திருமதி உருக்குமணி அம்மாள் என்ற தம்பதியர் தஞ்சைத் தமிழ்ப் பல்கலைக் கழகத்திற்கு ஒரு லட்சம் ரூபாய் நன்கொடை தந்து 'பன்னிரு திருமுறைக் கட்டில்' என்ற ஒன்றை நிறுவினர். அதன் சார்பில் தமிழ்ப் பல்கலைக்கழகத்திற்காக அந்த அமைப்பின் கிளையாகக் காஞ்சியில் நிலவிய தத்துவத் துறையில் மூன்று ஆண்டுகள் பணிபுரிந்தேன். பெரிய புராணத்தைப் பற்றிய ஓர் ஆய்வை மேற்கொண்டிருந்தேன். நல்ல வடமொழி அறிஞரும் வேத விற்பன்னருமாகிய அமரர் டாக்டர் நஞ்சுண்டன் என்னுடன் பணிபுரிந்தார். அவரிடம் ரிக்கு வேதம், கிருஷ்ண யசுர் வேதம் ஆகியவற்றை ஓரளவு பயின்றுவந்தேன்.

கிருஷ்ண யசுர் வேதத்தின் நான்காவது பிரபாடகத்தின் இறுதியில் அமைந்துள்ள ஸ்ரீருத்ரம்பற்றி ஒரு நெடிய ஆய்வை மேற்கொண்டேன். அந்த மூன்று ஆண்டுகள் உழைப்பின் பயனாகப் 'பெரிய புராணம் ஓர் ஆய்வு' என்ற நூலை எழுதி முடித்தேன். ஸ்ரீருத்ரம்பற்றிய ஆய்வு அந்த நூலில் இடம்பெற்றாலும், இது எந்த நேரத்தில் யாரால் எப்படி யாகமாகச் செய்யப்பெற்றது என்பதை அறிந்து கொள்ள வாய்ப்பு இல்லாமல் போய்விட்டது. எனவே, 1985ல் பெரியபுராணம் ஓர் ஆய்வு 800 பக்கங்களுக்கு மேல் உள்ள பெருநூலாக வெளிவந்தாலும் ஸ்ரீருத்திரத்தின் அடிப்படையென்ன என்பதுபற்றி அப்பதிப்பில் ஒன்றும் எழுத முடியவில்லை. இக்குறை என்மனத்தை உறுத்திக் கொண்டேயிருந்தது.

ஏ.என்.சிவராமன் அவர்கள் கிருஷ்ண யசுர் வேதத்தைப் பெரிய ஒலி நாடாக்களில் பதிவு செய்து, எங்குச் சென்றாலும் அதை எடுத்துச்செல்வது வழக்கம். ஓய்வு நேரங்களில் அதை இயந்திரத்தில் ஏற்றித் தன் காதுகளுக்கு மட்டும் கேட்கும்படியாக 'இயர் போனைப்' (ear phones) பயன்படுத்திக் கேட்டுக்கொண்டேயிருப்பார்.

ஒருமுறை கம்பன் விழாவிற்காகக் காரைக்குடியில் கம்பன் மணிமண்டபத்தில் நாங்கள் தங்கியிருந்தபொழுது 'யசுர் கேட்டுக்கொண்டே இருக்கிறீர்களே, ஸ்ரீருத்திரம் எங்கே எப்பொழுது செய்யப்பெற்றது என்பதைக் கண்டுபிடித்துச் சொல்ல முடியுமா?' என்று கேட்டேன். புன்சிரிப்புடன் "சம்பந்தா ஒவ்வொரு ஒலி நாடாவும் 1200 அடிநீளமுள்ள ஒலிநாடாக்கள். இதுபோல் பத்தொன்பது ஒலிநாடாக்கள் உள்ளன. இதில் எங்கே போய்க் கண்டுபிடிப்பது" என்றார். எப்படியாவது தாங்கள்தான் உதவி செய்ய

வேண்டும் என்றவுடன், ஒரு விநாடி கண்ணை மூடிக்கொண்டிருந்து விட்டு, "சம்பந்தா! நீயும் கண்ணை மூடிக்கொண்டு ஒலிநாடாக்கள் வரிசையாக இருக்கும்.

இந்தப் பெட்டியில் கையை வைத்து ஒன்றை எடு" என்றார். "சிவராமா இது என்ன கொடுமை! நீங்கள் கிளிஜோசியக்காரனும் அல்லர். நான் ஜோசியக் கேட்க வந்தவனும் அல்லன் என்று சொல்லிச் சிரித்தேன். இதற்குள் எங்களைச் சுற்றி ஐம்பது பேருக்குமேல் கூடிவிட்டனர். அதுபற்றியே கவலைப்படாத சிவராமன் அவர்கள் "சம்பந்தா! நான் சொல்லுகிறபடி செய் என்ன நடக்கிறது என்று பார்க்கலாம்" என்றார். வேறு வழியில்லாமல், ஆண்டவனை மனத்தில் நினைத்துக் கொண்டு, கண்களை மூடிக்கொண்டு ஒரு ஒலிநாடாவை எடுத்து அவரிடம் தந்தேன். ஒலிபெருக்கியை காதில் மாட்டிக் கொண்டு நாடாவை இயந்திரத்தில் சுழலவிட்டார்.

அவர் முகம் மலர்ந்துவிட்டது. "சம்பந்தா! நீ அதிர்ஷ்டக்காரன். நீ கேட்டது கிடைத்துவிட்டது" என்று விளக்கம் சொல்ல ஆரம்பித்தார். சற்றும் எதிர்பாராத ஓர் அதிசயம் அன்று காரைக்குடி கம்பன் மணிமண்டபத்தில் காலை எட்டுமணியளவில் நடைபெற்றுவிட்டது. பல ஆண்டுகளாக நான் தேடிய வேதத்தின் ஒரு பகுதி இப்பொழுது கைமேல் கிடைத்துவிட்டது.

கருட சயனம் என்ற ஒரு யாகம் ஆயிரத்தெட்டு (1008) செங்கற்களைக் கருட வடிவில் புதைத்து அதன் வயிற்றுப் பகுதியில் இருந்துகொண்டு செய்யப்பெறுவதாகும். யாகத்தைப் புரியும் ஆச்சாரியன் வயிற்றுப் பகுதியில் அமர்ந்துவிட்டான். பணம் தந்து யாகம் நடத்தும் தலைவன் வெளியே இருந்துகொண்டு 'யாகத்தைத் தொடங்கலாமா? என்று கேட்கிறான். அப்பொழுது ஆச்சாரியன் பின்வருமாறு விடைகூறுகிறான். "ஏனைய யாகங்களில் உருத்திரனுக்கு அவிஸ் இல்லாததுபோல இந்த யாகத்திலும் அவனுக்கு அவிஸ் கிடையாது. ஆனால் மிகக் கொடியவனாகிய ருத்திரன் இந்த யாகம் நிறைவேறாமல் ஏதாவது குழப்படி செய்துவிடுவான். எனவே, அவனைத் திருப்திப்படுத்தும் முறையில் இந்தக் கருடப் பறவையில் இடது இறக்கைக்கு வெளியே அவனுக்கு ஒரு ஹோமம் செய்ய வேண்டும். இந்த யாகத்தில் பயன்படுத்தக்கூடாத பொருள்களைக் கொண்டே அந்த ஹோமத்தைச் செய்ய வேண்டும். இந்த யாகத்தில் செப்புப் பாத்திரத்தைப் பயன்படுத்துகிறோம். மண் சட்டியைத் தொடவே கூடாது. இந்த யாகத்தில் காராம்பசுவின் பாலைப் பயன்படுத்துகிறோம். ஆட்டுப்பால் பக்கத்தில்கூட வரக்கூடாது. இந்த யாகத்தில் பாலை நெருப்பில் எடுத்துச் சொரியும் 'சுரு'

என்ற கரண்டிபோல மாவிலையைப் பயன்படுத்துகிறோம். எருக்கலையைத் தொடவே கூடாது. இப்பொழுது இடப்புற இறக்கைக்கு வெளியே அமர்ந்து கொண்டு, ருத்திரனுக்கு ஒரு ஹோமம் செய்யப் போகிறேன். மண்சட்டியில் ஆட்டுப்பாலை நிரப்பிக் கொண்டு, மாவிலைக்குப் பதிலாக எருக்கிலையைப் பயன்படுத்தி, ஸ்ரீருத்திர மந்திரங்களைச் சொல்லி உருத்திரனுக்கு இதைச் செய்துவிட்டால் அவன் திருப்தியடைந்துவிடுவான். எனவே, அதற்குரிய ஏற்பாடுகளைச் செய்யுங்கள்" என்று கட்டளையிட்டான் ஆச்சாரியன் – என்ற பகுதி ஸ்ரீருத்திரத்தின் அநுவாகமாக உள்ளது என்பதை அன்று எனக்குத் தெளிவுபடுத்தியவர் ஏ.என்.சிவராமன் அவர்களே யாவார். அவர் தந்த விளக்கத்தைச் சற்று விரிவாக எழுதிப் பெரிய புராணம் ஓர் ஆய்வு என்ற நூலின் இரண்டாம் பதிப்பின் பிற்சேர்க்கை என்ற தலைப்பில் வெளியிட்டுள்ளேன். இந்தப் பேருபகாரத்தைச் செய்தவர் ஏ.என்.சிவராமன் என்ற மாமனிதரே யாவார்.

15
டி. கே. சி.

டி.கே.சி. என்று அன்பாக அழைக்கப்பெற்ற டி.கே. சிதம்பரநாத முதலியார் எனக்குத் தூரத்து உறவினரும் ஆவார். கவிதையை எப்படி ரசிப்பது என்பதில் தனி வழி கண்டவர். யாரிடத்திலும் எந்தக் குற்றத்தையும் பாராட்டாமல் நிறைந்த அன்புடன் பழகும் இவர், சில குறைபாடுகளுடனும் வாழ்ந்துவந்தார். கம்பனில் எல்லையற்ற ஈடுபாடு உள்ள இப்பெரியார் ராமகாதையின் சில பாடல்களைத் தேர்ந்தெடுத்து, 'இவைதான் கம்பனுடைய பாடல்கள். ஏனைய எல்லாம் இடைச் செருகல்கள்' என்ற கொள்கையில் வலுவாக நின்றார். முறையாகத் தமிழ் படித்தவர்களையோ தமிழ் இலக்கணம்பற்றிப் பேசுபவர்களையோ கண்டால் அவருக்கு ஆகவே ஆகாது. என் தந்தையாரிடம், பல சமயங்களில் சண்டை போடுவார். என்றாலும், பண்பாட்டின் உறைவிடமாக நின்றவர் அவர். அவர் எத்தகையவர் என்பதைக் காட்ட ஒரு நிகழ்ச்சியை இங்கே தந்துள்ளேன்.

1940இல் கலப்புத் திருமணம் செய்துகொண்டவன் நான். இராயப்பேட்டை பஜார் ரோடில் குடியிருந்தோம். 1941 தீபாவளியன்று டி.கே.சி அவர்கள் என் வீட்டைத் தேடிப்பிடித்து வந்தார். மிக்க அன்போடு அவரை வரவேற்றுச் சாய்வு நாற்காலியில் அமரச் செய்து என் மனைவியை அழைத்து, அறிமுகம் செய்துவைத்தேன். அன்று தீபாவளி நாள். நாங்கள் இருவரும் தலைமுழுகிப் புத்தாடை

உடுத்திருந்தோம். டி.கே.சி அவர்கள் திடீரென்று, 'ராஜம், இங்கே வா. இந்தத் தெருவில் யாராவது முடிதிருத்துவோர் இருந்தால் அவரை உடனே அழைத்து இந்தப் பயலின் தலையை மழுகச் சிறைக்கச் சொல். இதுவரை அவன் மண்டையில் ஏறி இருந்த பழைய தமிழ் இலக்கணம் இலக்கியம் எல்லாம் அதோடு போகட்டும். மறுபடியும் இவனுக்கு எண்ணெய் முழுக்காட்டி உட்காரவை, சிலப்பதிகாரப் புத்தகம் வீட்டில் இருக்கல்லவா? அதனை எடுத்துக் 'கானல் வரி' என்று ஒன்றிருக்கும். அதை மட்டும் கிழித்து எடுத்துவிடு. இந்தப் பயல் கையில் கொடுத்து, இதுமட்டும்தான் இளங்கோவடிகள் பாடினார், இது இல்லாமல் முன்பின் இருப்பதெல்லாம் இடைச்செருகல்' என்று சொல்லிக் கொடு என்று பேசிமுடித்தார். ஆனால், புதுமணப் பெண்ணாகிய அவளுக்கு டி.கே.சி சொன்ன அந்த வார்த்தைகள் பெரிய அதிர்ச்சியைக் கொடுத்தன. எல்லாவற்றையும் விட்டுவிட்டு, சிற்றுண்டி எதையோ தந்தாள். அதைச் சாப்பிட்டுவிட்டுப் புறப்பட்டுவிட்டார். இது டி.கே.சி.யின் ஒரு புறம்.

ஒரு வாரம் கழித்து அவருடைய பெயரைக் குறிக்கப் பெற்ற தாள்களில் 12 பக்கத்தில் ஒரு கடிதம் எழுதி அஞ்சல் மூலம் அனுப்பி வைத்தார்.

'நான் ஏதோ பேசிவிட்டேன்; ஆனால், கல்கியிடம் இதுபற்றிச் சொன்னபொழுது அவர் மிகவும் வருத்தப் பட்டார். புது மணத் தம்பதிகள் வீட்டிற்குச் சென்று 'தலையை மொட்டையடி' என்றெல்லாம் தீபாவளியன்று பேசுவது எவ்வளவு தவறு என்பதைக் கல்கி எடுத்துக் கூறியபொழுதுதான் என் தவறு எனக்கே புரிந்தது. நீங்கள் இருவரும் பெரிய மனது பண்ணி என்னை மன்னித்து விடுங்கள். என்ன? என்னை மன்னிப்பீர்கள்தானே' என்ற முறையில் கடிதம் முடிந்திருந்தது. ஆம். டி.கே.சி என்ற மாமனிதரின் மறுபக்கம் இது. ஆழ்வார்களும் நாயன் மார்களும் இறைவன் புகழைப் பாடல்களாகப் பாடிப் பாடி அவன் திருவடி அடைந்தனர். டி.கே.சி என்பவர் பாடல்களைச் சுவைத்துச் சுவைத்து நாதப் பிரம்மத்திலேயே தம்மை ஐக்கியப்படுத்திக்கொண்ட மாமனிதர்.

16. மூதறிஞர் ராஜாஜி

இந்தியப் பெருநாட்டின் தலைசிறந்த அறிவாளிகளுள் ஒருவராக வைத்து எண்ணப்படுபவர், ராஜாஜி என்று அனைவராலும் அன்புடன் அழைக்கப்பட்ட சக்கரவர்த்தி சி. இராஜகோபாலாச்சாரியார். 20ஆம் நூற்றாண்டில் தமிழர்களிடையே அவரையொத்த நுண்மாண் நுழைபுலம் உடைய அறிவாளியைக் காண்பது அரிதான காரியம். ஆங்கிலப் புலமையும், வடமொழி, தமிழ் என்பவற்றில் ஓரளவு புலமையும் பெற்றிருந்த அவர், எந்த ஒரு விஷயத்தையும் தமக்கே உரிய தனிப்பட்ட முறையில் காணும் ஆற்றல் பெற்றவர். அவர் சிந்தனை ஓட்டத்தில் ஆசாபாசங்கள், விருப்புவெறுப்புக்கள், வேண்டியவர். வேண்டாதவர் என்ற பாகுபாடு என்பவை தலைகாட்டுவதேயில்லை. தமக்குத் தோன்றிய முடிவுகளை உலகம் ஏற்றுக்கொள்ளுமா இல்லையா என்று கவலையே படாமல் ஆணித்தரமாகச் சொல்லும் ஆற்றலும் நெஞ்சுறுதியும் உடையவர் அப்பெருமகனார்.

இப்பெரியாரை தூரத்தே நின்று அவர் சொற்பொழிவுகளைக் கேட்டதைத் தவிர நெருங்கிப் பழகும் வாய்ப்பு இருமுறைதவிர வேறு எனக்குக் கிடைத்ததேயில்லை. 1943 என்று நினைக்கின்றேன். இராம கிருஷ்ண நிறுவனங்களை நிருவகிக்கும் இராமானுஜாச்சாரியார் என்பவர் திரு.வி.கவின் நெருங்கிய தோழர். ஒருமையிற் பேசிக்கொள்ளும் அளவிற்கு நெருங்கிய நண்பர்கள்.

ஒரு நாள் திரு.வி.க.வின் வீட்டிற்கு வந்த அவர், அந்த ஆண்டு (1943) இராமகிருஷ்ண பரமஹம்சரின் ஆண்டுவிழாவில் திருவிகவைப் பேசுமாறு அழைத்தார்.

ராஜாஜி அவர்கள் தலைமை வகிப்பார் என்றும் ஆங்கிலத்தில் டி.எம்.பி. மகாதேவனும், தெலுங்கில் ஒருவரும் பேசுவார்கள் என்றும், திரு.வி.க. தமிழில் பேசவேண்டும் என்றும் அழைத்தார். அன்று தமக்கு வேறு பணி இருப்பதால் வர இயலாது என்று மறுத்த திரு.வி.க. பக்கத்தில் அமர்ந்திருந்த என்னைக் காட்டி. இவனை அழைத்துக்கொண்டுபோய்ப் பேசச் செய்' என்றார். இராமனுஜாச்சாரியருக்குப் பெரு வருத்தம் "இராஜாஜியும் மகாதேவனும் கலந்துகொள்ளுகின்ற ஒரு கூட்டத்தில் முன்பின் தெரியாத இவனை எப்படிப் பேசச் சொல்வது? நீ என்ன விளையாடுகிறாயா?" என்று திரு.வி.கவைக் கேட்டுவிட்டார். கொஞ்சம் உஷ்ணத்துடன் திரு.வி.க. "இராமானுஜாச்சாரி! நீ இவனைக் கொண்டு போய்ப் பேசச் சொல். உங்கள் இராஜாஜியும், மகாதேவனும் அதைக் கண்டு வியப்படையவில்லையானால் மறுபடியும் என்னிடம் வந்து சொல்" என்று கூறிவிட்டார்.

ஆச்சாரியருக்கு இது முற்றிலும் பிடிக்கவில்லை. நாள் நெருங்கிவிட்டதால் வேறு ஆளை ஏற்பாடு செய்ய வழியுமில்லை. இந்த நிலையில் அழைப்பில் இராமானுஜாச்சாரியார் தம்முடைய வெறுப்பைக் காட்டிவிட்டார். என்னுடைய முதலெழுத்துக்களாகிய 'அ.ச.' என்பவற்றைப் போடாமல் 'ஞானசம்பந்தம் ஆஃப் பச்சையப்பாஸ்' தமிழில் பேசுவார் என்று மட்டும் அச்சடித்து விநியோகம் செய்து விட்டார்.

விழாத் தொடங்கிற்று. தலைவர் இராஜாஜியின் ஒரு பக்கத்தில் நானும் மறுபக்கத்தில் முனைவர் மகாதேவனும் அமர்ந்திருந்தோம். உட்கார்ந்ததிலிருந்து இராஜாஜி என்னைத் திரும்பித் திரும்பிப் பார்த்து முறைத்துக் கொண்டிருந்தார். ஏனென்று எனக்குப் புரியவில்லை. மகாதேவன் பேசி முடித்ததும் இராஜாஜி அடுத்த பேச்சாளனாகிய என்னைப் பேசுமாறு அழைத்ததே சற்று விநோதமாகவும் அவருடைய வெறுப்பைக் காட்டுவதாகவும் அமைந்திருந்தது. அவர் பேசியதாவது "மகாதேவன் பேசி முடிச் சிட்டாரு. இப்ப ஞானசம்பந்தமாம். பச்சையப்பாவாம். அவர் தமிழில் பேசப்போறாராம். நாம கேட்டுத்தான் ஆவணும். பேசுங்க" என்றார். அந்த இளவயதில் என்னுடைய இரத்தக் கொதிப்பு மிகுதியாயிற்று. எதிரே பகவான் இராமகிருஷ்ணர், விவேகானந்தர் இருவருடைய படங்களும் வைக்கப்பட்டிருந்தன. தலைவர் அவர்களே, என்றுகூட விளிக்காமல் கூட்டத்திலிருந்தவர்களைப் பார்த்து "தயைகூர்ந்து எல்லோரும் அந்த இரண்டு படங்களையும் கூர்ந்து கவனியுங்கள். அதில் முண்டாசு கட்டிக்கிட்டு இருப்பவர்

உச்சந்தலையிலிருந்து உள்ளங்கால்வரை அறிவு வடிவானவர். இதோ என் பக்கத்தில் உட்கார்ந்திருக்கிறாரே தலைவர் இவர் மாதிரி அறிவு வடிவானவர் அவர். இதெல்லாம் எங்களுக்குத் தெரியாதா என்று கேட்கிறீர்களா? அதற்காகத்தான் சொன்னேன். இவ்வளவு பெரிய இந்த அறிவு வடிவம், யார் காலில் போய் விழுந்தது தெரியுமா? பக்கத்துப் படத்தில் தெய்வீகப் புன்னகையோடு ஒருத்தர் இருக்கிறார் பாருங்க! அவர் தற்குறி நம்பர் ஒன். இதை நான் சொல்லவில்லை. விவேகானந்தரே "You are the greatest illitrate in the world" என்று தம் குருநாதரிடமே நேரில் சொன்னார். இதுதான் ஆச்சரியம். இந்த அறிவெல்லாம் ஒரு பைசாவிற்குக்கூடப் பயன்படாது. அறிவைவிட உயர்ந்தது உணர்வு, அதைவிட உயர்ந்தது இறையுணர்வு. அதையும் விட உயர்ந்தது இறையனுபவம். அந்த நிலையை அடைந்துவிட்டவர் திருவடிகளில் அறிவுக் களஞ் சியங்கள் போய் வீழுவதில் புதுமையொன்றுமில்லை" இப்படித் தொடங்கி எனக்குக் கொடுத்த 20 நிமிடங்களும் இதே கருத்தை விரிவு படப் பேசினேன்.

நான் பேசி முடித்தவுடன் "இன்னும் கொஞ்சம் பேசலாமே" என்றார் இராஜாஜி, "ஐயா! அழைப்பிதழில் ஆளுக்கு இருபது நிமிஷம் என்று போட்டிருக்கிறது. ஆதலால் நான் முடித்துவிட்டேன்" என்றேன். அவர் தமக்கேயுரிய முறையில் கூட்டத்தாரைப் பார்த்து "தலைவரென்ற முறையில் இவருக்கு இன்னொரு இருபது நிமிஷம் தரலாமென்று நினைக்கிறேன். நீங்க என்ன நினைக்கிறீங்க?" என்று அவர் சொன்னவுடன் எல்லோரும் கை தட்டினார்கள். "பார்த்தீங்களா! நான் சொல்றதை எல்லாரும் ஏத்துக்கிட்டாங்க. பேசுங்க" என்றார். மறுபடியும் விட்ட இடத்தில் தொடங்கி, முழுப்பேச்சிலும் அறிவு, உணர்வுப் போராட்டத்தையே வளர்த்திக் காட்டி, 'ஆன்ம முன்னேற்றம் அடையவேண்டுமானால் அறிவு துணை செய்யாது, உணர்வுதான் தேவை' என்று சொல்லி முடித்தேன்.

உட்கார்ந்தவுடன் இராஜாஜி என்னைக் கேட்ட கேள்வி திடுக்கிடச் செய்தது. ஆங்கிலத்தில்தான் என்னோடு பேசினார். "உங்களுடைய பெயரின் முன்னர் இருக்கும் எழுத்துக்கள் என்ன?" என்று கேட்டார். அவர் என்னை முறைத்ததற்கும் என்னை விநோதமான முறையில் அறிமுகம் செய்ததற்கும் உள்ள காரணத்தை இந்தக் கேள்வியை அவர் கேட்டவுடன் ஒரே விநாடியில் புரிந்துகொண்டேன். ஆங்கிலத்தில் "ஐயா என்னுடைய முதலெழுத்துக்கள் T.L. அல்ல அச என்பதாகும்" என்று கூறி முடித்தேன். என்னுடைய சாதுரியத்தைப்

புரிந்துகொண்ட அவர், "தஞ்சாவூர் ஜில்லாவோ" என்றார். "இல்லை ஐயா, அரசங்குடி என்பது திருச்சியடுத்த கல்லணையின் பக்கத்தில் உள்ளது" என்றேன். இந்த முழு உரையாடலும் ஒன்றரை நிமிடத்தில் முடிந்துவிட்டது. பிறகு அவர் முடிவுரை சொல்ல ஆரம்பித்தார். என்னுடைய பேச்சை அடித்தளமாகக் கொண்டு, அவருக்கே உரிய முறையில், அறிவென்றால் என்ன? உணர்வென்றால் என்ன என ஆரம்பித்து, முக்கால் மணி நேரம் ஈடுஇணையற்ற ஒரு முடிவுரையாற்றி நிறைத்தார்.

அடுத்துப் பேசவேண்டியவர் தெலுங்கர். அவரிடம் திரும்பிய இராஜாஜி "எல்லாம் நிறைவாயிருக்கு இதுக்கு மேல. நீங்க என்ன பேசப்போறீங்க வேண்டாமே" என்றார். அவரும் "சரி" என்று ஒத்துக்கொண்டார். கூட்டம் முடிந்தது.

இராஜாஜிக்கும் எனக்கும் நடந்த உரையாடலின் அடிப் படையை இப்பொழுது சொல்லுகிறேன். இராஜாஜி முதல்வராக இருந்தபோது இந்தி எதிர்ப்புப் போராட்டம் வலுவாக நடைபெற்றது. பச்சையப்பன் உயர்நிலைப்பள்ளியில் தமிழாசிரியராக இருந்த T.L. திருஞானசம்பந்தம் என்பவர் ஒரு பெரிய மண் சட்டியில் மலத்தைக் கரைத்து இராஜாஜி வீட்டு வாசலில் உடைத்துவிட்டார். அந்த ஆள் நானாக இருக்குமோ என்று இராஜாஜிக்குச் சந்தேகம். T.L. திருஞானசம்பந்தம் என்பது இராஜாஜியின் நினைவில் இருந்ததுபோலும், இந்த நிகழ்ச்சி நடைபெற்ற காலத்தில் T.L. திருஞானசம்பந்தத்திற்கு ஐம்பத்தேழு வயதுக்குமேல் இருக்கும். அதனால்தான் இராஜாஜி என்னை முறைத்து முறைத்துப் பார்த்தார். இதனைப் புரிந்துகொண்ட நான், என் முதலெழுத்து அ.சவே தவிர T.L. இல்லை என்று கூறியவுடன் அந்தச் சாணக்கியரின் சந்தேகம் தீர்ந்துவிட்டது.

இதன் பிறகு இருபது ஆண்டுகள் கழித்து ஒரு நாள் வள்ளல் அழகப்பச் செட்டியார் என்னை அழைத்து "பேராசிரியரே! உங்களுக்கும் இராஜாஜிக்கும் என்ன மனத்தாங்கல்?" என்று கேட்டார். ஒரு முறை தவிர அவரைப் பார்த்ததுகூட இல்லை என்று விளக்கம் அளித்தேன். அப்பொழுது அழகப்பச் செட்டியார் கூறியதாவது "விஞ்ஞானச் சொற்களுக்குத் தமிழ்ச் சொற்கள் தேர்ந்தெடுக்க ஒரு குழுவை அமைத்திருக்கிறார் இராஜாஜி, தமிழும் விஞ்ஞானமும் தெரிந்த தமிழாசிரியர் நீங்களென்று கூறி உங்களை அந்தக் குழுவில் சேர்க்கச் சொன்னேன் 'தமிழாசிரியர்களே இதில் இடம் பெறக்கூடாது' என்று கூறிவிட்டார். அது ஏனென்று எனக்குப் புரியவில்லை" என்றும் கூறினார்.

இவையெல்லாம் நிகழ்ந்து சில ஆண்டுகள் ஓடிவிட்டன. அக்காலத்தில் குன்றக்குடி ஆதீனகர்த்தராக இருந்தவரும், குன்றக்குடி அடிகளார் என்று அழைக்கப் பெற்றவருமான அப்பெரியார் அருள் நெறித் திருக்கூட்டம் என்ற ஓர் அமைப்பை நிறுவினார். அதன் தொடக்க விழா திருப்பத்தூரில் நடைபெற்றதாக நினைவு. அப்பொழுது இராஜாஜி முதல்வராக இருந்தமையால் அவரைத் தொடக்க உரைக்குப் போட்டிருந்தார்கள். அன்றைய விழாவிற்குத் தலைமை வகித்தவன் நான். வள்ளல் அழகப்பச் செட்டியாரும் இராஜாஜியும் சேர்ந்து கூட்டத்திற்கு வந்திருந்தனர். இராஜாஜி பேசி முடித்தவுடன் என்னைப் பார்த்து ஆங்கிலத்தில் "இளைஞனே! எனக்குப் பல அலுவல்கள் இருக்கின்றன. ஆனால், நண்பன் அழகப்பன் ஒரு ஐந்து நிமிடமாவது உன்னுடைய பேச்சைக் கேட்டுவிட்டுப் போகவேண்டுமென்று வற்புறுத்துகிறான். ஆகவே, நீ பேசஆரம்பித்தவுடன் ஐந்து நிமிஷம் கேட்டுவிட்டு நான் புறப்படுகிறேன். நீ தவறாக நினைய வேண்டா" என்றார். 'அப்படியே செய்யுங்கள் ஐயா' என்று கூறிவிட்டு நான் பேசத் தொடங்கினேன். ஏறத்தாழ ஒரு மணி நேரத்துக்குமேல் என் உரை நீண்டுவிட்டது. இராஜாஜிபற்றிய நினைவே இல்லை. பேசி முடித்தவுடன்தான் அவர் அமர்ந்திருப்பது கண்ணுக்குத் தெரிந்தது. 'மன்னிக்க வேண்டும் ஐயா! என் உரை நீண்டு விட்டது என்றேன். "உன் பேச்சில் லயித்துவிட்டேன். இக்காலத்தில் வெறும் பஜனை பாடிச் சமயத்தை வளர்க்க முடியாது.

விஞ்ஞானத்தைச் சமயத்துடன் கோத்துக்கோத்து நீ பேசியது எனக்கு ரொம்பப் பிடித்துவிட்டது. என்னுடைய நல்வாழ்த்துக்கள்" என்று கூறி முடித்தார். "பெரியவராகிய தங்கள் ஆசீர்வாதத்திற்கு நான் பெரிதும் நன்றியுடையேன்" என்று கூறினேன். ஒரு நிமிஷம் அமைதியாக இருந்துவிட்டு "புத்திமதி யென்பது எப்பொழுதும் ஏற்றுக்கொள்ளப்படாத ஒன்று. ஆனாலும் உன் பேச்சைக் கேட்டபிறகு இந்தப் புத்திமதியை உனக்குச் சொல்லவேண்டும் என்ற ஆவல் தோன்றிற்று. உன்னைப் போல் பேசும் இளைஞர்களின் சேவை, இந்த நாட்டிற்கு மிகமிகத் தேவை. நீ நீண்டகாலம் வாழ்ந்து இந்தப் பணியைச் செய்ய வேண்டும்" என்றார். "தங்கள் ஆசியுடன் அதைச் செய்வேன்" என்று கூறினேன். "சரி நான் சொன்னதை ஒத்துக்கொண்டாயல்லவா? இப்பொழுது ஒரு சின்னப் புத்திமதி. நீ நீண்டகாலம் வாழவேண்டுமென்றால் மூச்சுக்காற்றை வீணாக்கக்கூடாது. உனக்கு முன்னால் மைக் இருக்கிறது. எவ்வளவு மெல்லிய குரலில் பேசினாலும் இந்தக் கருவி அனைவரும் அதைக் கேட்கும்படி செய்துவிடும். அப்படியிருக்கையில் ஏன் இப்படி

உரத்த குரலில் உயிரைப் பிடித்துக்கொண்டு பேசவேண்டும்? இனி எப்பொழுது நீ மைக்கின்முன் நின்றாலும் என் நினைவு வரட்டும். மீண்டும் உன்னை ஆசீர்வதிக்கிறேன்" என்று சொல்லிப் போய்விட்டார்.

அடுத்த இரண்டு கூட்டங்களில் இராஜாஜி நினைவுக்கு வர மெல்லிய குரலில் பேசினேன். "நீதான் பேசுகிறாயா?" என்று எல்லோரும் கேட்க ஆரம்பித்து விட்டார்கள். அத்துடன் அப்பெரியவரின் புத்திமதியைக் காற்றில் விட்டுவிட்டேன்.

அவருடைய புத்திமதியை விட்டாலும் அம்மாமனிதரின் ஆசி இன்றும் இருந்து, எண்பத்தைந்து ஆண்டுகள் வாழ உதவி புரிகிறது என்பதை நினைந்து, அந்த ஆசிக்கும் அவருக்கும் நன்றி செலுத்துகிறேன்.

17
மர்ரே எஸ். ராஜம்

பழைய சாமான்களை ஏலம் விடும் மிகப் பெரிய நிறுவனம், மர்ரே அண்டு கம்பெனி ஆகும். அரசாங்கத்தார் ஏலம் விடும் எதனையும் மர்ரே கம்பெனியார் மூலமாகவே விடுவர். அப்படிப்பட்ட மர்ரே கம்பெனி உரிமையாளர் எஸ்.ராஜம் ஆவார். 1945 வாக்கில் பெருஞ்செல்வராகிய திரு. ராஜத்திற்கு ஒரு புதிய சிந்தனை தோன்றிற்று. பிறப்பால் வைணவப் பிராமண குலத்தில் தோன்றினும் பிரபந்தங்களிலோ தமிழ் இலக்கியங்களிலோ அவருக்குப் பயிற்சி ஏதுமில்லை. அக்கால கட்டத்தில் நாலாயிரத் திவ்வியப் பிரபந்தம் என்பது பரிதாபமான காகிதங்களில் பரிதாபமாக அச்சிடப்பெற்று ஒரு சில இடங்களில் மட்டும் பரவியிருந்தது. ராஜம் பல பிரதிகளை ஒப்பு நோக்கி அடக்க விலைப் பதிப்பாக வெளியிட வேண்டும் என்று முடிவு செய்தார். பல்கலைச் செல்வர் தெ.பொ.மீ, சா.கணேசன், நான் ஆகிய மூவரும் இப்பெரும் பணிக்குப் பதிப்பாசிரியர் குழு என்ற பெயரில் இடம் பெற்றிருந்தோம். நீண்ட காலம் திரு. வையாபுரிப் பிள்ளை அவர்களிடம் இருந்து ஏடு பார்ப்பதிலும் பிரதிகளை ஒப்பு நோக்குதலிலும் நல்ல தேர்ச்சி பெற்றிருந்த திரு. மு.சண்முகம் பிள்ளை பதிப்புப் பணியை முழுநேரப் பணியாக ஏற்றார். 1955இல் திருவாய்மொழி முதலாயிரம் டெம்மி அளவில் ஒரு ரூபாய்க்கு விற்கப்படும் அடக்க விலைப் பதிப்பாக வெளிவந்தது. இந்தப் பதிப்பு வெளிவந்தவுடன் அருள்மிகு பார்த்தசாரதி சுவாமி கோயிலில் இதனை வெளியிட முடிவு செய்தார் ராஜம். சி.பி.இராமசுவாமி ஐயர் அவர்களைக் கொண்டு இதனை வெளியிடுவது என்று

முடிவு செய்தார். அவரைச் சென்று கேட்டவுடன் எனக்கு என்ன தெரியும் பிரபந்தத்தில்? யாரையாவது தீவிர வைணவர்களைக் கொண்டு இதனை வெளியிடு' என்றார். ராஜம் விடுவதாக இல்லை. கடைசியாகச் சி.பி. அவர்கள் வந்து வெளியிடுவதாக ஒப்புக் கொண்டார். சி.பி. அவர்கள் பஞ்சகச்சம் வேட்டி கட்டி ஒரு சட்டை அணிந்துகொண்டு மிகுந்த ஈடுபாட்டுடன் வந்து வெளியீட்டு உரையாக அற்புதமான ஓர் உரையை நிகழ்த்தினார். பல்கலைச் செல்வர் தெ.பொ.மீ. அவர்களும், நானும், எஸ்.ராஜம் அவர்களும் வியப்பின் எல்லைக்கே சென்றுவிட்டோம். அவ்வளவு அற்புதமாகச் சி.பி. அவர்கள் தமிழில் பேசியது அதைவிடப் புதுமை,

இதன்பிறகு ராஜத்திற்குச் சங்க இலக்கியங்கள், தொல் காப்பியம், கம்ப ராமாயணம், வில்லி பாரதம் ஆகிய அனைத்தையும் இதே முறையில் கொண்டுவரவேண்டும் என்ற விருப்பம் மிகுந்தது. இப்பதிப்புகளுக்கு ஒரு தனிச்சிறப்பு உண்டு. அன்றுவரை, எந்தப் பழைய பாடலை எடுத்துப் படித்தாலும், சொற்களைப் பதம் பிரிக்காமல் சீர் ஒன்றின் அடிப்படையிலேயே அவை அச்சிடப்பெற்றிருக்கும். புதிதாகப் படிப்பவர்கள் படித்தால் ஒரு வரிகூட விளங்காது. அந்த நிலையைப் போக்க வேண்டும் என்று நினைத்தார் ராஜம். எல்லாப் பாடல்களையும் சீர்பற்றிக் கவலைப்படாமல், தனித்தனிச் சொற்களாகப் பிரித்து, தாமே அச்சிட வேண்டுமென்று விரும்பினார். இந்த முறையில் முதலாயிரம் வெளிவந்தவுடன் பயங்கரமான எதிர்ப்புகள் தோன்றின. தமிழின் அருமை தெரியாதவர்கள் தமிழ்ப் பாடலைப் புரிந்து கொள்ளாதவர்கள் இப்படி அக்கு வேறு ஆணி வேறாகப் பாடலைப் பியத்து வெளியிடுவது தமிழுக்குச் செய்யும் துரோகம்' என்று, தமிழ்ப் புலவர்கள் என்று தம்மைச் சொல்லிக்கொள்வோர் பலர் ராஜத்திற்குக் கடிதம் எழுதினர். தமிழுக்குச் செய்யும் இக்கொடுமையில் தமிழ் கற்ற தெ.பொ.மீ.யும் நானும் இடம் பெறுவது மேலும் கொடுமையானது என்றெல்லாம் கடிதங்கள் வந்தன. வேறு ஒருவராக இருப்பின் நமக்கு ஏன் இந்த வம்பு என்று சொல்லி, இப்பணியையே உதறிவிட்டிருப்பர். எதிர்ப்பு மிக மிக ராஜம் அவர்களின் உறுதியும் வலுப் பெற்றது. சங்க இலக்கியங்களோடு நிறுத்திக்கொள்ளலாம் என்றிருந்த அவர், தமிழ் இலக்கியம் முழுவதையும் இந்த முறையில் கொண்டுவர வேண்டும் என்று நினைத்து, பத்து, பதினைந்து புலவர்களை இதற்கென நியமித்தார். 12ஆம் நூற்றாண்டில் தோன்றிய பெரிய புராணம்வரை இப்படிச் சொல் பிரித்து எழுதும் பணி தொடர்ந்தது.

இதைவிடச் சிறப்பு ஒன்று உண்டு. சங்க இலக்கியங்களுக்கும் இராமாயணம் பாரதம் ஆகியவற்றிற்கும் அட்டைகளில் ஓவியம் இருக்க வேண்டும் என்று நினைத்தார். தலை சிறந்த ஓவியராக விளங்கும் கோபுலு அவர்களை இதற்கென ஏற்பாடு செய்தார். புறநானூறு போன்ற தொகுப்பு நூல்களுள் ஏதாவது ஒரு சிறந்த பாடலை அடிப்படையாக வைத்துக்கொண்டு ஓவியம் வரையப் பெற்றது. கோட்டு வரைபடம் என்ற முறையில் கோபுலு அவர்கள் வியக்கத் தகுந்த ஓவியங்களை வரைந்து கொடுத்தார். சங்க இலக்கியங்களாகிய பத்துப் பாட்டு, எட்டுத் தொகை போக, சிலப்பதிகாரம், இராமாயணம், மகாபாரதம், திருவாசகம் என்பவை வெளிவந்தன. அக்காலத்தில் பல இலட்ச ரூபாய்களை எவ்விதக் கைம்மாறும் கருதாது செலவழித்து இந்த மாபெரும் தொண்டைச் செய்தவர் ராஜம் ஆவார். அவர் நல்ல நேரத்தில் தொடங்கியதால்போலும் இன்று வருகின்ற பதிப்புகள் எல்லாம் சொல் பிரித்தே அச்சிடப் பெறுகின்றன. துரதிஷ்டவசமாக அவர் காலம் சென்ற பிறகு, எஞ்சியுள்ள நூல்கள் சொல் பிரித்து எழுதப் பெற்று இருப்பினும் அவற்றை வாங்கி வெளியிடுவார் இல்லாமல் போகவே, புதுவையில் உள்ள இண்டாலஜி நிறுவனத்தார் அச்சிடாத நூல்களையெல்லாம் எடுத்துச் சென்றுவிட்டனர்.

ஐம்பதுகளில் தமிழ் இலக்கியங்களைப் புதிய முறையில் சொல் பிரித்து, அச்சிட்டு அடக்க விலைக்குத் தந்து, தமிழ் மொழிக்குப் பெரும் பணி செய்த இவரை மாமனிதர் என்று சொல்லாமல் வேறு என்ன சொல்வது?

18
புரட்சிக்கவிஞர் பாரதிதாசன்

1942ல் கல்விக்கழகம் என்ற பெயரில் ஓர் அமைப்பு, புதுவையில் பணிபுரிந்துவந்தது. 1942ஆம் ஆண்டு அந்த அமைப்பின் ஆண்டு விழாவிற்காக நண்பர் கி.வா. ஜகந்நாதனும் நானும் சென்றிருந்தோம். மாலையில்தான் கூட்டம் தொடங்கும். பகல் முழுதும் வேறு பணியின்மையால் அமைப்பாளர்கள் ஒரு கார் என்னிடம் தந்து, ஊரைச் சுற்றிப் பார்க்குமாறு சொல்லிவிட்டுப் போயினர். காலை 8 மணி அளவில் எங்கள் காலைக் கடன்களை முடித்துக்கொண்டோம். கார் இருந்த காரணத்தால், கி.வா.ஜ.விற்கு ஒரு யோசனை தோன்றிற்று. 'இந்த ஊரில் ஸ்ரீ அரவிந்தர் ஆசிரமத்தின் ஒரு பகுதியில் ஒரு பெரிய துறவி இருக்கிறார். அவரைப் பார்த்துவிட்டு வரலாம்' என்றார். அந்த யோசனை ஏற்புடையதாகப் பட்டதால், இருவரும் கிளம்பினோம். நானே காரை ஓட்டிச் சென்று ஆசிரமத்தினுள் குறிப்பிட்ட இடத்தை அடைந்தோம். சற்று உயரமான ஓர் இடத்தில் அந்தத் துறவி அமர்ந்திருந்தார். அவர் மௌனியாதலால் சிறு துண்டுக் காகிதங்களைத் தம்மிடம் வைத்திருந்தார். நாம் எதனைக் கேட்டாலும் அதற்குரிய விடையை அவர் அந்தத் துண்டுக் கடிதங்களில் எழுதிக் காட்டுவார். இதுதான் நடைமுறை. இருவரும் போய் நின்றோம். கி.வா.ஜ.வை அவர் வரவேற்றார். கி.வா.ஜ.வும் என்னை அவரிடம் அறிமுகம் செய்துவைக்கவில்லை. அந்தப் பெரியவரும் என்னை யார் என்று கேட்கவில்லை. கி.வா.ஜ.வும் அவரும் உரையாடிக்கொண்டிருந்தனர்.

இடையில் ஒரு காகிதத்தில் எழுதி, கி.வா.ஜவிடம் நீட்டினார். அதைப் பார்த்த கி.வா.ஜ. ஹிஹி என்று சிரித்துக் கொண்டு,' அதிகமான புத்தகங்கள் வந்திருக்கின்றன அதனால்தான் விமர்சனம் வரவில்லை என்றார். எனக்கு ஒன்றும் புரியவில்லை. சட்டென்று கி.வா.ஜ.வின் கையிலிருந்த அந்தத் துண்டுக் கடிதத்தை வாங்கிப் பார்த்தேன். அதில் பின்வருமாறு எழுதி யிருந்தது:"விமர்சனத்திற்காகக் கலைமகளுக்கு ஐந்து நூல்கள் அனுப்பியிருந்தேன். ஏழு மாதங்களுக்குமேல் ஆகியும் ஒரு நூலுக்குக்கூட விமர்சனம் வரவில்லை. அது கலைமகளா அல்லது விலைமகளா?" அந்தக் கடைசி வரியைப் படித்த நான் திடுக்கிட்டேன். அதை எழுதியவர் ஒரு துறவி; மௌன விரதம் வேறு. தாமே கைப்பட இப்படி எழுதித் தந்தார் என்றால் அந்தத் துறவியின்மேல் எனக்கிருந்த மரியாதையெல்லாம் போய் விட்டது.

மெள்ள நான் வாலை அவிழ்த்துவிட எண்ணினேன். அதற்குள் நான் யார் என்பதைக் கி.வா.ஜ. அவருக்குத் தெரிவித்தார். ஆனால் பெரியவர் கண்டு கொள்ளவேயில்லை.

இந்த நிலையில் நான், 'சுவாமி குறிப்பிட்ட இந்த ஊர்க்காரர்கள் உங்கள் நூல்களையெல்லாம் முன்னர் வெளியிட்டார்களே? இப்போது ஏன் வெளியிடவில்லை' என்ற வினாவை நான் எழுப்பியதுதான் தாமதம்; சுவாமிகளின் சினம் உச்சநிலைக்குச் சென்றுவிட்டது. ஒரு கடிதத்தில் 'அந்தப் பெத்த தாயோழிகள் என்னை ஏமாற்றிவிட்டார்கள்' என்று எழுதித் தந்தார். ஒரு துறவி இவ்வாறு எழுதித் தந்தவுடன் அங்கு நிற்கப் பிடிக்காமல் நான் புறப்பட்டுவிட்டேன். கி.வா.ஜ.வும் என் பின் தொடர்ந்தார். சற்று நேரம் சென்ற பிறகு சுவாமிகள் கைதட்டிக் கி.வா.ஜ.வை அழைத்தார். அவர் போனவுடன் என் கையில் உள்ள துண்டுக் கடிதத்தை வாங்கித் தருமாறு கேட்டுக்கொண்டார். என்னிடம் வந்த கி.வா.ஜ. அக்கடிதத்தைக் கேட்க நான் தர மறுத்துவிட்டேன். சுவாமிகள் கைகளைப் பலமுறை தட்டி, அதை எப்படியாவது வாங்கித் தருமாறு சைகை காட்டினார். சுவாமிகளைக் காப்பாற்ற நினைந்த கி.வா.ஜ. கெஞ்சிக் கூத்தாடி அக்கடிதத்தைப் பெற்றுக் கொண்டுபோய்ச் சுவாமியிடம் கொடுத்துவிட்டார்.

இந்த மௌனத் துறவி யார் என்று தெரியுமா? அவர்தான் கவியோகி சுத்தானந்த பாரதியார் என்று பலராலும் போற்றப் பெற்றவர். இப்பெருமக்களுடைய புற வாழ்க்கை வேறு; அக வாழ்க்கை வேறு. புறத்தே வெளுத்து அகத்தே கருத்திருந்தனர்.

இந்த மனிதரைப் பற்றி இவ்வளவு விரிவாகப் பேசுவதற்கு ஒரு காரணம் உண்டு. அதனை இங்கே அடுத்துக் குறித்துள்ளேன்.

வெளியே வந்து காரில் ஏறியதும், கி.வா.ஜ. இந்த ஊரில் கவிஞர் ஒருவர் வாழ்கிறார். அவரைப் பார்த்து விட்டுப் போகலாம்' என்றார். அவர் யாரைக் குறிப்பிடுகிறார் என்று எனக்குத் தெரிந்துவிட்டதால், காரைத் திருப்பிக் கவிஞர் வீட்டின் முன்னர் நிறுத்தினேன். இருவரும் இறங்கி வீட்டின் முன்னர் இருந்த திண்ணையில் எதிரும் புதிருமாக அமர்ந்திருந்தோம். வீட்டில் உள்ளவர்கள் எங்களை யார் என்று அறிந்துகொண்டு, இதோ வந்துவிடுவார் என்று சொன்னார்கள், உள்ளே சென்றவர்கள், கவிஞரை உறக்கத்திலிருந்து தட்டி எழுப்பி, நாங்கள் வந்திருந்ததை அறிவித்திருந்திருக்க வேண்டும்.

எழுந்த கவிஞர், குவித்த கைகளுடன் வீட்டின் உள்ளேயிருந்து வந்தார்; வாய் நிறைய 'வாங்க வாங்க. இப்படியே உட்காருங்கள்' என்றார். இரண்டு திண்ணைகளிலும் நாங்கள் எதிர் எதிராக இருந்தமையின் வாயிற் படியிலேயே கவிஞர் குத்துக்காலிட்டு அமர்ந்து கொண்டார். தமிழ் மொழி, தமிழ் இலக்கியம், தொல்காப்பியம், மரபுக் கவிதைகள் என்பவைபற்றித் தொடங்கிய உரையாடல் ஏறத்தாழ இரண்டு மணி நேரம் நடைபெற்றது. இதனிடையில் மூன்று டம்பளர்கள் காபி வர, மூவரும் அதனை அருந்தினோம். காபியை ஒரு வாய் குடிப்பதும் சில வாக்கியங்கள் பேசுவதும், மறுபடியும் குடிப்பதும், மறுபடியும் பேசுவதுமாகக் கவிஞர் இருந்தார். அவர் இருந்த நிலை 60 ஆண்டுகள் கழித்தும் இன்னும் என் மனத்தை விட்டு அகலவில்லை. இந்த இரண்டு மணி நேர உரையாடலில் எந்த ஒரு தனிமனிதனைப் பற்றியோ, ஏன் புலவர்களைப்பற்றியோகூட ஒரு வார்த்தையும் பேசப்பெறவில்லை. கவிஞருடைய குருநாதராகிய மகாகவி பாரதியாரின் வாழ்க்கையின் சில நிகழ்ச்சிகளை எடுத்துக் கூறிவிட்டு, அவர் எப்படிப் பாடுவார் என்பதையும் பாரதிதாசன் என்ற கவிஞர் சுப்புரத்தினம் பாடியும் காட்டினார். மகாகவியைப்பற்றிப் பேசும்பொழுது பாரதிதாசன் என்ற கவிஞர் உணர்ச்சிப் பிழம்பாக மாறியதைக் காணமுடிந்தது. ஒரு மனிதர் சமதரையில்லாத வாயிற் படியில் இரண்டு மணி நேரம் குத்துக்கால் இட்டு அமர்ந்திருப்பது ஏறத்தாழ இயலாத காரியம். இந்தப் புரட்சிக் கவிஞர் பெரிய யோகியைப்போல ஒரே நிலையில் இரண்டு மணி நேரம் அமர்ந்திருந்தது என் மனத்தில் பெரு வியப்பை உண்டாக்கியது.

இறுதியாக நாங்கள் விடைபெற்றுக்கொண்டு புறப்பட்டு விட்டோம். கி.வா.ஜ.விடம் 'இந்த இருவரைப் பற்றி என்ன

நினைக்கிறீர்கள்' என்று கேட்டேன். அந்தக் கெட்டிக்கார மனிதர் மிகவும் சமத்காரமாக 'எந்தப் புற்றில் எந்தப் பாம்பு இருக்கும் என்று தெரியவில்லை' என்று கூறி முடித்துவிட்டார். அதற்குமேல் அந்த உரையாடலைத் தொடர விரும்பாத நான் மேலும் பேசாமல் காரை ஓட்டுவதிலேயே கவனமாக இருந்தேன்.

குறிப்பிட்ட ஒரு கட்சிக்காரர்தவிர தமிழறிஞர்கள் உள்பட ஏனையோர் கவிஞர் பாரதிதாசனைத் தெரிந்து கொள்ளவும் இல்லை; புரிந்து கொள்ளவும் இல்லை; அவர் ஒரு மாபெரும் கவிஞர் என்பதை அறிந்துகொள்ளவும் இல்லை. இன்னும் பேசப்போனால், அவரைப்பற்றித் தவறாகவே பேசிவந்தனர். ஆனால், இந்தக் கவிஞர் புறத்தே கருத்திருப்பினும், அகத்தே வெளுத்திருப்பவர் என்பதை என்னால் உணர முடிந்தது. ஒரே காலத்தில் ஒரே ஊரில் புறம் வெளுத்து அகம் கருத்து வாழ்ந்த ஒரு துறவியையும் புறம் கருத்து அகம் வெளுத்து மாபெரும் கவிஞராக வாழ்ந்த ஒரு சாதாரணக் குடிமகனையும் கண்டு வந்தேன்.

இதன்பிறகு இடையிடையே கவிஞரைச் சந்தித்துப் பேசினாலும், குறிப்பிடத்தக்கதாக ஒன்றும் இல்லை. கவிஞர் இறப்பதற்குச் சில மாதங்களுக்குமுன்பு என் நண்பர் டாக்டர் தியாகராஜனைப் பார்க்கச் சென்றிருந்தேன். வண்டிக்குள் இருந்த என் காதுகளில் என் பெயரைச் சொல்லி யாரோ இருவர் பேசிக்கொள்வது என் காதில் விழுந்தது. இறங்கிச் சென்று பார்த்தேன். கவிஞரும் அவருடைய மகனும் மருத்துவரைப் பார்க்க வந்து, உள்ளே யாரோ பேசிக்கொண்டிருந்ததால், வெளியே அமர்ந்திருந்தனர். அருகிற் சென்ற நான் 'என்ன கவிஞரே, நன்றாக இருக்கின்றீர்களா?' என்று கேட்டவுடன் வழக்கமான புன்முறுவலுடன் 'அது சரி, அ.ச, நான் உயிரோடு இருக்கும்பொழுது என் கவிதைகளுக்கு ஒரு திறனாய்வு எழுதமாட்டாயா?' என்று கேட்டார். எனக்குத் தூக்கி வாரிப் போட்டது. 'கவிஞரே, இப்பிறவிக் கவிஞராகிய உம்முடைய வாயிலிருந்து இப்படிப்பட்ட சொற்கள் வரக் கூடாது. விரைவில் எழுதுகிறேன்' என்று கூறிவிட்டு, மருத்துவரிடம் சென்று, கவிஞர் கூறியதைக் கூறி, இப்போது 'அவர் உடல்நிலை எப்படி இருக்கிறது' என்று கேட்டேன். 'கல்லீரல் பழுதடைந்துவிட்டது. மற்றப்படி ஆபத்து ஒன்றுமில்லை' என்று கூறவே, திருப்தியுடன் வந்துவிட்டேன்.

ஆனால் மூன்று நான்கு மாதங்களில் கவிஞர் புகழுடம்பு எய்திவிட்டார். எனக்கோ பெருந்துயரம். அந்த மனிதர் விரும்பியபடி ஒரு திறனாய்வு நூல் அவர் காலத்தில் எழுத முடியவில்லையே என்ற துயரம் ஆழமாகப் பதிந்திருந்தது.

கவிஞர் மறைந்த சில நாட்களுக்குப் பிறகு அன்று அமைச்சராக இருந்த பூவராகவன் அவர்கள் தலைமையில் ஓர் இரங்கல் கூட்டம் மயிலை சாஸ்திரி ஹாலில் ஏற்பாடாகியிருந்தது. அமரர் நா. பார்த்தசாரதி முதல் பேச்சாளர்; நான் கடைசிப் பேச்சாளர். இடையில் இரண்டு மூன்று பேர் பேசுவதாக இருந்தது. நல்லறிஞரும் சிறந்த எழுத்தாளரும் என் நண்பருமாகிய நா.பா. அவர்கள் அன்றைக்கு ஏதோ ஒரு வகையான மனநிலையில் (mood) இருந்தார். அது இரங்கல் கூட்டம் என்பதுகூட மனத்தில் கொள்ளாமல் கவிஞரைப் பற்றித் தரக்குறைவாகப் பேசிவிட்டார். அவர் பெருங்குடிகாரர் என்றும், குடித்து விட்டுக் கடகடவென்று உருள்வார் என்றெல்லாம் பேசி விட்டு அமர்ந்தார். தலைமை வகித்த, திரு. பூவராகவன் அவர்கள் கடைசியில் பேச வேண்டிய என்னை அடுத்துப் பேசி நிலைமையை மாற்றுமாறு கேட்டுக்கொண்டார். நான் எழுந்து நின்றவுடன், வேறு ஏதோ பணியிருப்பதாக, நா.பா. புறப்பட்டார். என்னையும் அறியாமல், 'பார்த்தசாரதி, எங்கேயும் புறப்பட வேண்டாம். உட்காருங்கள், என்று சொல்லிவிட்டு என் பேச்சைத் தொடங்கினேன்'. கவிஞர் குடிகாரர் என்ற முறையில் பேசினீர்களே, பார்த்தசாரதி, உங்கள் தமிழ்ப் பரம்பரையில் பெண்களே குடித்திருக்கிறார்களே, 'சிறிய கள் பெரினே, எமக்கு ஈயும் மன்னே' என்று பாடியவர் சங்ககாலத் தமிழ் மூதாட்டி அவ்வையார் என்பதை மறந்துவிட்டீர்களா? கவிஞரிடம் இந்தக் குறை இருந்தால் அதுபற்றிக் கவலைப்பட வேண்டியவர்கள் அவர்கள் குடும்பத்தினர்; அதுபற்றி நமக்கு என்ன கவலை? சாகா வரம் பெற்ற கவிதைகளைப் பாடக்கூடிய ஒருவர் குடித்தால் என்ன, பரத்தை வீடு சென்றால் என்ன? அந்தக் கவிஞனைப் போல ஒரே ஒரு பாட்டை எழுதக்கூடிய ஆற்றலை எனக்கு ஆண்டவன் தந்தால், நான் குடிக்கத் தயார், பரத்தை வீடு செல்லத் தயார். இவையெல்லாம் தனிமனிதனுடைய உடல்பற்றிய குறைகளே தவிர, அவனுடைய மனத்திட்பத்திற்கு இவை பகை அல்ல. இந்தச் சிறு குற்றங்கள் கவிஞனின் உடம்பு மாயும்பொழுது உடன் மறைந்துவிடும். ஆனால், அவன் படைப்பு தமிழ் உள்ள வரை நின்று நிலவும்' என்ற முறையில் பேசிக்கொண்டே போனேன்.

இவற்றைக் கேட்டுவிட்டு நண்பர் நா.பா. கோபமாக எழுந்து சென்றுவிட்டார்.

அன்றிரவு ஒரு மணி இருக்கும். தொலைபேசி மணி ஒலித்தது. யாரோ வெளிநாட்டுக்காரர்கள் நேரம் தெரியாமல் அழைக்கிறார்கள் என்று நினைத்துக் கொண்டு, தொலைபேசியைக் காதில் வைத்தேன்.

எதிர்ப்புறம் ஒரு அழுகுரல், எனக்கு ஒன்றும் புரியவில்லை. அழுகையினூடே, 'அ.ச. தெரியவில்லையா என்னை? நாபாதான் பேசுகிறேன். ஒரு மாபெரும் கவிஞனை இனம் கண்டுகொள்ளாமல் இதுவரை இருந்தது ஒரு தவறு. இரங்கல் கூட்டத்தில் தாறுமாறாகப் பேசியது மற்றொரு தவறு. கவிஞர் என்னை மன்னிப்பாராக' என்றார். கவிஞர் பாரதிதாசன் ஒரு மாமனிதர் என்பதை 1942 இலேயே கண்டுகொண்டேன். இதுவரை நான் பழகி வந்த நா.பார்த்தசாரதி என்ற மனிதருள் ஒரு மாமனிதர் இருப்பதையும் இப்பொழுது அவர் வெளிப்பட்டதையும் கண்டுகொள்ள முடிந்தது. அமரராகிவிட்ட இந்த இரண்டு மாமனிதர்களும் தமிழ் இலக்கியத்திற்குச் செய்த சேவை போற்றுதற்குரியதாகும்.

19

தமிழ்த்தென்றல் திரு.வி.க.

பத்தொன்பதாம் நூற்றாண்டின் இறுதியிலும், இருபதாம் நூற்றாண்டின் தொடக்கத்திலும் தமிழகத்தின் நிலை ஒரு விதமாக இருந்தது. மூன்று பெரும் பிரிவுகள் ஒன்றிற்கொன்று தொடர்பில்லாமல் தமிழகத்தில் இயங்கி வந்தன. முதலாவது பிரிவு சமயவாதிகள் கூட்டம். இப்பிரிவில் சைவர், வைணவர் ஆகிய இரு பிரிவினரும் தத்தம் மதங்களே அமைவதாக அரற்றியதுடன் பல சமயங்களில் கைகலப்பிலும் ஈடுபட்டனர். இந்த இரண்டு சமயவாதிகள் கூட்டத்திலும் கற்றறிருந்த பெரியவர்கள் நிரம்ப இருந்தாரேயினும் அவர்கள் அனைவரும் தங்கள் எல்லையை விட்டு வெளியே செல்லவில்லை. தங்கள் சமயஞ் சார்ந்த இலக்கியங்களைத் தவிர, ஏனைச் சமய இலக்கியங்களையோ தமிழ் இலக்கியங்களையோ இவர்கள் கண்ணெடுத்துப் பார்த்ததில்லை. இந்தப் போராட்ட நிலைக்கு இரண்டு உதாரணங்கள் கூறலாம். சைவ சமய இலக்கியங்களில் தோய்ந்து நின்றதுடன் வடமொழி ஆங்கிலம் என்ற இரு மொழிகளிலும் வல்லுநராக இருந்த மறைமலை அடிகளார்கூட ஆழ்வார்களைப் பற்றியோ, அவர்கள் இயற்றிய திவ்யப் பிரபந்தப் பாடல்கள் பற்றியோ அறிந்ததும் இல்லை; அறிய முற்பட்டதும் இல்லை; மறைமலை அடிகளின் ஆசிரியர் சூளை சோமசுந்தர நாயக்கரும் இதே நிலையில்தான் இருந்தார். பெருந்தலைவர்களே இப்படி என்றால், தொண்டர்களைப் பற்றிப் பேசத் தேவையில்லை. வைணவர்கள் நிலையும் இதற்குச் சற்றும் குறைந்ததன்று. பிரதிவாதி பயங்கரம் அண்ணங்கராச்சாரியாரும் தேவாரம், என்ற சொல் காதில்

விழுவதைக்கூட விரும்பவில்லை. பன்னிரு திருமுறைகளையும் ஏடு பார்த்து, ஒப்பு நோக்கி, அற்புதமான நிலையில் வெளியிட்ட ம.பாலசுப்பிரமணிய முதலியார் அவர்கள் சைவ சித்தாந்த மகா சமாஜத்தின் தூணாக விளங்கினார். அந்நூல்களை வெளியிடுகின்றவரை அவரைத் தலையில் வைத்துப் போற்றிய சைவ அன்பர்கள் நாலாயிரத் திவ்வியப் பிரபந்தத்தை அவர் வெளியிட முனைந்தவுடன் அவரைக் கீழே போட்டுவிட்டார்கள். மனந்தளராத முதலியாரவர்கள் தம்முடைய பெயரையே மாற்றி 'மயிலை மாதவதாசன்' என்ற புனைபெயரில் நாலாயிரத்தையும் திருப்பாவை வியாக்கியானத்தையும் வெளியிட்டார். சுருங்கக் கூறினால், முதல் பிரிவினராகிய சமயவாதிகளின் நிலை 20ஆம் நூற்றாண்டின் தொடக்கத்தில் இப்படித்தான் இருந்தது.

அடுத்த பிரிவினர் அரசியல்வாதிகள். பேச்சுத் தமிழைக்கூட நன்கு அறியாத இவர்கள், அரசியல் மேடைகளில் ஆங்கிலத்தில் பிளந்து கட்டிக் கொண்டிருந்தனர். இவர்கள் பேச்சைக் கேட்கும் சபையோர்களில் நூற்றுக்குத் தொண்ணூறு பேர்கள் ஆங்கிலம் தெரியாதவர்கள். திரு. சத்தியமூர்த்தி அவர்கள் தான் முதலிலும் அடுத்தபடியாக ராஜாஜியும் அரசியல் கூட்டங்களில் தமிழில் பேசத் தொடங்கினார்கள். ஆனாலும், அரசியல் சொற்கள் தமிழில் இன்மையால் இடையிடையே ஆங்கிலம் கலந்த மணிப்பிரவாளமாகவே இவர்கள் பேச்சுக்கள் அமைந்தன. இது அன்றைய அரசியல் நிலை.

மூன்றாவது பிரிவினர் தமிழ்ப் புலவர்கள் என்று பட்டம் சூட்டிக் கொண்டவர்கள். இவர்களுக்குரிய தனிச்சிறப்பு என்னவென்றால் ஒவ்வொருவரும் தம் ஒருவரைத் தவிர ஏனையோர் எல்லாரும் தமிழ் அறியாப் போலிகள் என்று கருதிக்கொண்டு தங்களுக்குள் சண்டையில் புகுந்தனர். இந்த அணியில் இலக்கணத்தைமட்டும் கற்றவர் ஒருபுறம். இலக்கியத்தை மட்டும் கற்றவர் ஒருபுறம் இவ்விருசாராருக்குமிடையே கனத்த போராட்டம். ஒருவர் ஏதேனும் ஒரு நூலை நன்கு கற்றிருந்தால் மறந்துகூட மற்றொருவருக்கு அதைச் சொல்லித் தர மாட்டார். இலக்கியம் கற்றவர்களின் நிலை இதுதான். அக்காலகட்டத்தில் மூன்றாவது பிரிவினராகிய புலவர்கள் நிலைமை இதுதான். இந்த மூன்று பிரிவினரும் ஒரு நாளும் ஒன்றுசேர்வதோ கருத்துக்களைப் பரிமாறிக்கொள்வதோ கனவிலும் நடவாத காரியம்.

இத்தகைய ஒரு காலகட்டத்தில் 19ஆம் நூற்றாண்டின் இறுதிப் பகுதியில் ஒரு கதிரவன் தோன்றினான். அந்தக் கதிரவனுக்குக்

கல்யாணசுந்தரம் என்ற பெயரைச் சூட்டினர் பெற்றோர். யாழ்ப்பாணம் கதிரவேல் பிள்ளை அவர்களிடம் தமிழ் பயின்ற திரு.வி.க. இராயப்பேட்டை வெஸ்லி பள்ளியில் படித்து வந்தார். பத்தாவது வகுப்பு ஆண்டுத் தேர்வு எழுதவேண்டிய அன்றைக்கு அவருடைய குருநாதர் கதிரவேல் பிள்ளை யமனாகத் தோன்றினார். பிள்ளைமேல் தொடரப்பட்ட வழக்கில் அவருக்காகச் சாட்சியம் அளிக்கப் போய்விட்டார் திரு.வி.க. அவருடைய பள்ளிப் படிப்பு அன்றோடு முடிந்தது. இறைவன் திருவிளையாடலைப் புரிந்துகொள்வது நம்போன்ற மனிதருக்கு இயலாத காரியம். திரு.வி.க.வின் பள்ளிக் கல்வி அத்துடன் முடிந்தது என்று அவர் உள்பட பலர் வருந்தியிருக்கலாம். ஆனால், அவர்மூலம் சமரசத்தையும் சன்மார்க்கத்தையும் தமிழ்த்தென்றலையும் தமிழ் நாட்டில் உலவவிட வேண்டும் என்று கூத்தப்பெருமான் முடிவு செய்திருந்தான். ஆதலின் பள்ளிப் படிப்பு அத்தோடு முடிந்தது. ஒருவேளை அது தொடர்ந்திருக்குமாயின் அவர் ஒரு பட்டதாரியாகி வெள்ளையரரசில் ஓர் உயர்பதவியில் இருந்திருப்பார். அப்படி ஆகியிருப்பின் தமிழகம் ஈடு இணையற்ற ஒரு சன்மார்க்கியையும் தமிழ்த் தென்றலையும் இழந்திருக்கும். திருவாசகம் வெளிவர, திருவாதவூரரின் அமைச்சுப் பதவியைப் போக்கிய தில்லைக் கூத்தன் திரு.வி.க.வின் பள்ளிப் படிப்பையும் போக்கினான்.

1920களில் தமிழகம் இருந்த நிலையை முன்னர்க் குறிப்பிட்டுள்ளோம். ஒன்றுக்கொன்று ஒரு சிறிதும் தொடர்பில்லாதது என்று கருதப்பட்டதும் முன்னர்க் குறிப்பிட்டதுமாகிய இந்த மூன்றையும் ஒன்றாக இணைக்கவே திருவிகவைப் படைத்தான் தில்லைக்கூத்தன். அப்பெருமான் இன்னும் ஒரு காரியத்தையும் செய்தான். மணவாழ்க்கையில் ஈடுபட்டிருந்த திரு.வி.க.வுக்கு மனைவியும் மகனும் இருந்தனர். அவருடைய அரிய பணியில் ஒரு பகுதியில் அவர்களுக்காகச் செலவிட வேண்டிய சூழ்நிலை உருவாகாமல் இருக்கவும் அவருடைய முழுப்பணியும் மேலே கூறிய மூன்றிற்கும் தரப்படவேண்டும் என்று முடிவு செய்த கூத்தன், மிகக் குறுகிய காலத்தில் அவருடைய மனைவி மகன் இருவரையும் அழைத்துக்கொண்டான்.

சைவசமயத்தைச் சார்ந்த தோத்திரம், சாத்திரம் ஆகியவற்றைத் தெளிவாகக் கற்றார் திரு.வி.க. அடுத்தபடியாக அவருடைய மனத்தைக் கவர்ந்தது அன்றைய அரசியல். மகாத்மா காந்தியின் கொள்கைகளால் ஈர்க்கப்பெற்ற திருவி.க. முழுநேர அரசியல்வாதியாக மாறினார். இதில் வியப்பு என்னவென்றால், மகாத்மா காந்தியால்

அ.ச. ஞானசம்பந்தன் ❧ 105

இழுக்கப்பெற்ற அதே திரு.வி.க. பொதுவுடைமைத் தத்துவம் பேசிய காரல் மார்க்ஸாலும் ஈர்க்கப்பெற்றார். மாபெரும் சொல்வன்மை உடையவராகிய இவர் அரசியல் மேடைகளில் புறநானூற்றையும் குறுந்தொகையையும் விளையாட விடுவார்.

இது ஒரு புறமிருக்க, அன்றைய பழைமை விரும்பிச் சைவர்களிடையே ஏகவின் தத்துவங்கள், நபிகள் நாயகத்தின் தத்துவங்கள், நம்மாழ்வாரின் தெய்விகப் பாடல்கள் ஆகியவை பெருக்கெடுத்தோடப் பேசினார்.

சைவப்பெருமக்களுக்கு இக்கட்டான நிலை. ஓகோ என்று வளர்ந்துவிட்ட திரு.வி.கவை விடவும் முடியவில்லை. நாயன்மார்கள் தவிரப் பிற சமயவாதிகளின் பெயர்களைச் சொல்வதுகூட மன்னிக்க முடியாத குற்றம் என்று கருதிய அக்கால நிலையில் திரு.வி.க.வின் பேச்சு இவை அனைத்தையும் ஒன்றாக்கி, சமரச சன்மார்க்கம் என்ற பெயரில் வழங்கிற்று. இவை அனைத்தும் போதாவென்று திரு. வி.க.வும் தோழர் வாடியாவும் தொழிலாளர் சங்கத்தை நிறுவினர். சென்னை பி.அண்ட்.சி. ஆலையில் ஒரு மிகப் பெரிய வேலைநிறுத்தத்தை உருவாக்கி, அன்று ஆட்சியிலிருந்த நீதிக்கட்சிக்குப் பெரும் தலைவலியை உண்டாக்கியவர் திரு.வி.க.

1932ல் திருவதிகை வீரட்டானத்தில் சைவசித்தாந்த மகாசமாஜத்தின் ஆண்டு விழா மூன்று நாளும் திருப்பாதிரிப்புலியூர் ஞானியார் முன்னிலையில் தினம் ஒருவர் தலைமை ஏற்றனர். இரண்டாம் நாள் மாலை நிகழ்ச்சிக்குத் திரு.வி.க தலைவர். பன்மொழிப் புலவர் பல்கலைச் செல்வர் தெ.பொ.மீ.க்கும் எனக்கும் பேசும் நிகழ்ச்சி அமைக்கப்பட்டிருந்தது. காலையிலேயே பிரச்சினை தொடங்கிவிட்டது. அதற்கு முன்னர், தூத்துக்குடி சைவ சித்தாந்த சபையில் மெய்ப்பொருள் நாயனாரையும் ஏசுநாதரையும் ஒப்பிட்டுப் பேசிவிட்டேன் நான். அக்கூட்டத்திற்கு வந்திருந்து நான் பேசியதைப் பொறாத சைவப் பெருமக்கள் சிலர் சமாஜத்தின் காரியதரிசியாக இருந்த ம.பா. அவர்களை அணுகி என்னைப் பேசவைப்பது சைவத்துக்கே ஒடு பெரிய இழுக்கு என்று பற்றவைத்துவிட்டனர்.

திரு. ம.பா. என்னை அழைத்து நீ அவ்வாறு பேசியது சரியன்று. சைவத்தின்மேல் சமயம் வேறில்லை என்பது உனக்குத் தெரியாதா? இன்று நீ பேசும்பொழுது இப்படிப்பட்ட குழப்பங்கள் வராமல் பார்த்துக்கொள்' என்றார்கள். அவ்வாறு செய்ய முடியாது. நான் பேசுவதை விரும்பவில்லையென்றால் என் பெயரை எடுத்துவிடுங்கள். விட்டால் என் விருப்பம்போல்தான்

பேசுவேன்' என்று கூறிவிட்டேன். பிரச்சினை பெரிதாகிவிடவே, என் 6 தந்தையார் முதல் பலரையும் ம.பா. கண்டு பேசினார். என்னைத் திருத்த முடியாது என்று எல்லோரும் முடிவு செய்த நிலையில், 'திரு.வி.க. சொன்னால் நான் கேட்பேன்' என்று யாரோ கூறிவிட்டனர். மகிழ்ச்சியடைந்த ம.பா. திரு.வி.க.விடம் சென்று நடந்தவற்றையெல்லாம் கூறிவிட்டு, என்னையும் வரவழைத்து அவர் எதிரே நிறுத்தி, 'இப்பொழுது நீங்கள் சொல்லுங்கள் என்று வேண்டிக் கொண்டார். 'நீங்கள் கவலைப்படாமல் போங்கள்; நான் பார்த்துக்கொள்கிறேன்' என்றார். திரு.வி.க. ம.பா. திருப்தியுடன் திரும்பிவிட்டார். சில நிமிடங்கள் கழித்து, 'சம்பந்தா, வா கெடிலத்தில் போய்க் குளித்துவிட்டு வரலாம்' என்றார். சில நிமிடங்கள் கழித்து அவருடைய உலர்ந்த துணிகள் என்னுடைய துணிகள் ஆகியவற்றை ஒரு பையில் போட்டு எடுத்துக்கொண்டு அவர் பின்னர்ச் சென்றேன். சிறிது தூரம் சென்ற பிறகு, 'அடே முட்டாள், அவர்கள் எதையாவது கேட்டால், சரி சரி அப்படியே செய்கிறேன்' என்று சொல்லிவிடுவதுதானே? மேடையில் நீ பேசத் தொடங்கிவிட்டால் அப்புறம் உன்னை அவர்கள் என்ன செய்ய முடியும்? இவர்களுக்கெல்லாம் அப்படித்தான் பாடம் கற்பிக்க வேண்டும். நான்தான் தலைவன். நீ உன் விருப்பம்போல் பேசு' என்று கூறிவிட்டார். நாங்கள் குளித்து முடித்து விட்டு வந்தவுடன் ம. பா. 'என்ன திருந்திவிட்டாயா?' என்றார். 'ஆகா, நன்றாகத் திருந்தி விட்டேன்' என்றேன். அன்றைய பேச்சு சைவத்தின் உயிர்நாடியே அன்பு என்று தொடங்கி, 'அன்பும் சிவமும்' இரண்டுமே ஒன்றுதான் என்று திருமூலரின் பாடலைச் சொல்லிவிட்டு, யார் யார் உயிர் வாழ்க்கையில் உயர்ந்த குறிக்கோள் அன்பு என்று சொல்கிறார்களோ அவர்கள் அனைவரும் சைவர்களே. 'ஆட்டுக்குட்டிக்குப் பதிலாக என்னையே பலியிடலாம் என்று சொன்ன புத்த தேவனும், காணா உயிர்க்கும் அன்பு செலுத்த வேண்டும் என்று சொன்ன சமணமத ஸ்தாபகராகிய ரிஷப தேவரும், பிறர் செய்த தீமைகளைப் பொறுத்து அன்பு செய் என்று சொன்ன ஏசுநாதரும் சைவர்களே. வெவ்வேறு பெயர்களில் இருப்பினும் இவர்கள் அனைவரும் சைவத்தின் முன்னோடிகள்' என்ற முறையில் என் பேச்சுத் தொடர்ந்தது. புத்தரைப்பற்றிச் சொல்ல ஆரம்பித்தவுடனேயே எல்லையற்ற சினத்துடன் திருப்பாதிரிப்புலியூர் ஞானியார் எழுந்து போய்விட்டார். சச்சிதானந்தம் பிள்ளை போன்ற அவர்களுடைய சீடர்கள் சிலரும் எழுந்து போய்விட்டனர். இதைப் பார்த்த நான், 'மாறுபட்ட கருத்துக்களைக் கேட்டுச் சகிக்க முடியாத இவர்கள் அன்பின் வழி

நின்றவர்கள் அல்லர்! போலிச் சைவர்கள்' என்று கூறி முடித்தேன். அங்கங்கே சிறுசிறு பரபரப்புத் தோன்றினாலும் பெரிதாக ஒன்றும் நடந்துவிட இல்லை.

என்னை அடுத்துத் தெ.பொ.மீ. அவர்கள் பேசத் தொடங்கினார். கழுத்தில் போட்ட மாலையை கழட்டாமலேயே பேசும் வழக்கம் உடையவர் அவர். அன்று அவருக்குக் கொடுக்கப்பட்ட தலைப்பை விட்டுவிட்டு, என் பேச்சை அப்படியே தொடர்ந்தார். சைவத்தின் உயிர்நாடி கண்ணப்பர் என்றும், கண்ணப்பன் என்ற சொல்லும், சிவம் என்ற சொல்லும், அன்பு என்ற சொல்லும் ஒரே பொருளையுடையன என்ற முறையில் தொடங்கி, பல்கலைச் செல்வர் அவருக்கே உரிய பாணியில் முக்கால் மணிநேரம் பொழிந்து தள்ளினார். எங்கள் இருவர் பேச்சையும் அடுத்து, தலைவர் முடிவுரை என்று போட்டிருந்ததால், எங்கள் இருவர் பேச்சையும் உளப்படுத்தி, திரு.வி.க. அவர்கள் ஓர் அற்புதமான உரையாற்றினார். 'அன்பெனும் பிடியுள் அகப்படும் மலையே அன்பெனும் குடில்புகும் அரசே' என்று வள்ளலாரும், 'பக்தி வலையில் படுவோன் காண்க' என்று மணிவாசகப் பெருமானும் கூறினார்கள். ஆனால் இந்த இருவருமே யாருடைய அன்பு, யார் வைத்த வலை என்று சொல்லவில்லை. சைவர்களைமட்டும் இவர்கள் குறித்திருந்தால் சைவர்களின் அன்பு சைவர்களின் வலை என்று குறிப்பிட்டிருக்க வேண்டும். அப்படிச் சொல்லாமையால், அன்பு செய்பவர்கள் யாராக இருப்பினும் இறைவன் அவர்கள் விரித்த வலைக்குள் அகப்படுவான் என்றுதானே கூறியுள்ளார்கள் என்ற முறையில் பேசி முடித்தார். இதன் பிறகு, பல ஆண்டுகள் சமாஜத்தார் என்னை அழைக்கவேயில்லை. என்னைப் பொறுத்தவரை என் சமாஜ உறவு திருவதிகையோடு முடிந்துவிட்டது. அப்பொழுது எனக்கு வயது 16. கைதட்டலுக்காகவோ, பிறருடைய போற்றுதலுக்காகவோ சொற்பொழிவு செய்யாமல், மனத்தில் தோன்றிய கருத்தை அப்படியே சொல்வதுதான் சொற்பொழிவுக்கு இலக்கணம் என்பதை அந்த வயதில் எனக்குக் கற்பித்தவர்கள் தமிழ்த் தென்றல் அவர்களும் பல்கலைச் செல்வர் அவர்களுமே ஆவர். அவர்களுக்கு முன்னரும்கூட இரண்டு மூன்று கூட்டங்களில், திரு.வி.க. பேசிய மேடையில் நானும் பேசியுள்ளேன் என்றாலும் எங்கள் உறவு வலுவாகக் கால் கொள்ளத் தொடங்கியது திருவதிகையில்தான். தெ.பொ.மீ அவர்களை இங்குத்தான் முதன்முதலில் சந்தித்தேன். அது பற்றிப் பின்னர் விரிவாக எழுதுகிறேன். 1932லிருந்து திரு.வி.க.வுடன் நெருங்கி, மகன் முறையில் பழகினேன். 1940ல் சென்னைக்கு வந்த பிறகு ஏறத்தாழப் பெரும்பகுதி நேரம்

அவருடைய வீட்டிலேயே கழித்தேன். அப்போது நிகழ்ந்த நிகழ்ச்சிகள் சிலவற்றை, என் நினைவிலிருந்து மறையாத சிலவற்றை இங்கே குறித்துள்ளேன்.

ஈ.வே.ரா. பெரியார் அவர்கள் திரு.வி.க.விடம் மிக நெருங்கிப் பழகிப் பேரன்பு பூண்டிருந்தார். எனக்குப் பெரியாரை நேரடியாகத் தெரியாது. என்னுடைய கலப்பு மணம் பற்றிக் குடியரசு பத்திரிகையில் எழுதி சிவபூசை செய்கின்ற என் தந்தையாரைப் பற்றிச் சற்றுத் தாழ்வாக எழுதியிருந்தமையின் பெரியார் பற்றிய வெறுப்பு என்னுள் வளர்ந்து வந்தது. இராயப்பேட்டையிலுள்ள தம்முடைய வீட்டின் முன்னர் உள்ள தாழ்வாரத்தில் ஒரு சாய்வு நாற்காலியில் திரு.வி.க. (சின்னையா) அமர்ந்திருந்தார். அவருக்கு எதிரே சில நாற்காலிகளும் வலப்புறம் ஒரு நீண்ட விசிப்பலகை (bench) போடப்பட்டிருக்கும், அந்தப் பலகையில் நான் அமர்ந்திருப்பேன். அந்தப் பலகைக்குப் பின்னர் ஒரு ஜன்னல் உண்டு. உள்ளே சென்று அந்த ஜன்னல் அருகில் அமர்ந்துவிட்டால் வெளியே பேசிக்கொள்ளும் அனைத்தையும் கேட்க முடியும். இப்பொழுது நான் எழுதப் போவது பெரியார் தொண்டர்களுக்கு அதிர்ச்சியைத் தரலாம். ஆனால் இந்த உரையாடல் நடந்தது உண்மை. இது நடைபெறுகின்ற காலத்தில் பிள்ளையார் சிலையை உடைக்கும் செயல் தமிழகத்தில் பெரிதாக நடந்துகொண்டிருந்தது. பெரியாரைக் கண்ட திரு.வி.க. 'ஐயா நீங்கள் செய்வது சரியே இல்லை. வினாயகர் சிலையின் தத்துவம் என்ன என்பதைத் தெரியாமல் உடைப்பது எப்படி நியாயம்?' என்று உணர்ச்சிப் பெருக்குடன் கேட்டார். இப்போது பெரியாரின் விடை எனக்கும்' ஏன் சின்னையாவுக்கும்கூட ஓர் அதிர்ச்சியைத் தந்தது. 'டேய், கல்யாணசுந்தரம், என்ன பயித்தியக்காரன்போல் பேசுகிறாய்? நீ சொல்லும் கோயில் வினாயகரையோ, அரச மரத்தடியில் வைத்து ஜனங்கள் வழிபடும் வினாயகரையோ தொடக்கூடாது என்று உத்தரவிட்டிருக்கிறேன். அவனவன் மண்ணிலோ மாக்கல்லிலோ பிள்ளையார் சிலை செய்துகொண்டுவந்து அதை உடைக்கவேண்டு மென்றுதான் உத்தரவு இட்டிருக்கிறேன். மருந்து சார்த்தி பூசனை பண்ணப்படும் பிள்ளையாரைத் தொட்டால் கையை முறித்துவிடுவேன் என்பது என் கடுமையான உத்தரவு. அவனவன் பண்ணிக் கொண்டு வந்து உடைக்கட்டுமே? இதைப் பண்ணித் தருகிறவனுக்குக் கொஞ்சம் காசு சேருமல்லவா?' என்று சொல்லிவிட்டுச் சிரித்தார். பெரியார் என்ற மாமனிதரின் ஒரு பக்கம் இது.

திரு.வி.க. அவர்கள் பெரம்பூர் தொழிலாளர் சங்கத்தின் தலைவராகவும், இயக்குநராகவும் கடமை யாற்றியவர். 1943 என்று நினைக்கிறேன். தொழிற்சங்கத்தில் ஏதோ சில பதவிகளுக்காகத் தேர்தல் நடைபெறவேண்டிய நாள். இரண்டு கட்சியினராகப் பிரிந்து தேர்தல் நடைபெறுவதற்குப் பதிலாக சொற்போரில் தொடங்கி மற்போர்வரை சென்று விட்டது. அவசரமாகப் புறப்பட்டு வரும்படி திரு.வி.க.விற்கு வேண்டுகோள். அப்பொழுது அங்கிருந்த என்னைப் பார்த்த சின்னையா "சம்பந்தா! எஸ்.சீனிவாசஐயங்கார் வீடு தெரியுமா?" என்றார். நன்றாகத் தெரியும் என்றேன். "வேகமாக அவர் வீட்டுக்குச் சென்று, அவருடைய காரை நான் கேட்பதாகச் சொல்லி, இரவல் வாங்கிவா" என்று பணித்தார். புறப்படத் தயாரான என்னை "சம்பந்தா! மிகப் பெரிய மனிதர் அவர், எங்கேயாவது புறப்பட்டுக் கொண்டிருந்தால் பேசாமல் திரும்பி வந்துவிடு" என்று சொல்லி அனுப்பினார்.

மிகக் கடுமையான பெட்ரோல் பஞ்சக் காலம் அது. எவ்வளவு பெரிய மனிதருக்கும் மாதத்தில் 100 காலன் பெட்ரோலுக்குரிய கூப்பன்தான் தருவார்கள். எனவே, கார் கொடுக்கக்கூடியவர்கள் கூடக் கூப்பன் தர மாட்டார்கள். அதனால்தான் எஸ். சீனிவாச ஐயங்காரிடம் சின்னையா என்னை அனுப்பினார். லஸ் சர்ச் ரோட்டில் இருந்த அவரது பெரிய பங்களாவை அடைந்தேன். மெள்ள அந்தப் பங்களாவினுள் நுழைந்தேன். படகுபோன்ற 'பியூக்' கார் புறப்படத் தயாராக நின்றுகொண்டிருந்தது. ஐயங்கார் அவர்கள் பின் கதவைத் திறந்து ஒரு காலையும் உள்ளே வைத்துவிட்டார்; அந்த நேரத்தில் என்னைப் பார்த்து விட்டார். வழக்கமான அவருடைய ஆவேசக்குரலில் 'யார் நீ' என்று ஒரு ஐந்து ஆறுமுறை விடாமல் தொடர்ந்து கேட்டுவிட்டார். வேறு வழியில்லாமல் நடந்தவற்றைக் கூறினேன். "அந்தக் கம்மனாட்டி கார் கேட்டானா? உள்ளே வா" என்றார். உள்ளே சென்றதும் என்னை யார் என்று விசாரித்ததுடன், திரு.வி.க. எங்கே போக வேண்டும் என்பதையெல்லாம் கேட்டார். இவ்வளவுதூரம் வந்த பிறகு எதையும் மறைக்க முடியாமல், நடந்தவற்றையெல்லாம் கூறிவிட்டேன். என்னுடன் பேசிக்கொண்டேயிருந்த அவர், எப்படி, யாரிடம் உத்தரவிட்டாரென்று தெரியவில்லை. ஆனால் ஒரு வெள்ளித் தட்டில் நெய் வழிந்து ஓடஓட வெண்பொங்கலும், கத்திரிக்காய்க் கொச்சும் வந்து சேர்ந்தன. என்னை உண்ணுமாறு பணித்தார். நான் உண்டுகொண்டு இருக்கும்போதே ஓட்டுநரை அழைத்தார். "மானேஜரிடம் கேட்டு ஒரு பத்துக் கூப்பன் வாங்கிக் கொள்; அதற்குரிய பணத்தையும் வாங்கிக் கொள்; இந்தப்

பிள்ளையாண்டான் கூடப் போ, கல்யாணசுந்தரம் வருவான். அவனையும் ஏற்றிக் கொண்டு, எங்கே போகவேண்டுமோ போ, அங்கே போய் இறங்கிக்கொண்டு உன்னை வீட்டுக்குப் போ என்று சொல்வான். அப்படி நீ வந்தால் உன் வேலை போய்விடும். எவ்வளவு நாழியானாலும் பரவாயில்லை. எல்லா வேலையையும் முடித்துக்கொண்டு திரும்பி, அவனை வீட்டில் கொண்டு வந்து இறக்கி விட்டுவிட்டு, அப்புறம் தான் நீ இங்கு வரவேண்டும்" என்று ஆணையிட்டார். என் பக்கம் திரும்பி "நான் வண்டியில் ஏறிப் புறப்படத் தயாராக இருந்தேன் என்பதைமட்டும் அவனிடம் சொல்லாதே; சொன்னால் வண்டியைத் திருப்பி அனுப்பி விடுவான். என்ன, நான் சொல்றது புரியுதா? போ" என்றார்.

அவர் வண்டியில் ஏறிக்கொண்டு புறப்பட்டேன். இப்படி ஒரு மாமனிதரை அதற்குமுன் நான் சந்தித்ததேயில்லை. சின்னையாவின் வீட்டுக்கு வந்ததும் அவரையும் ஏற்றிக்கொண்டு பெரம்பூர் சென்று, தொழிற்சங்கக் கட்டடத்திற்கு 100 கஜம் முன்னரே வண்டியை நிறுத்திவிட்டோம். காரணம் சாலையின் இரண்டு பக்கமும் பெருங்கூட்டம் நின்றிருந்தது. மலைப் பிஞ்சுகள் (கற்கள்) இங்குமங்குமாகப் பறந்து கொண்டிருந்தன. இவ்வளவு பெரிய வண்டி வந்து நின்றுவிட்டதைப்பற்றி யாரும் கவலைப்பட்டதாகத் தெரியவில்லை. இந்த நிலையில் பின்னிருக்கையிலிருந்த சின்னையா மெல்ல இறங்கினார். காரின் முன்புறம் சென்றார். அதிசயம் நிகழ்ந்தது. சரமாரியாக இங்குமங்கும் பறந்துகொண்டிருந்த கற்கள் திடீரென்று நின்றுவிட்டன. 'தலைவர் வந்துவிட்டார்; தலைவர் வந்துவிட்டார்' என்று ஒரே கூக்குரல். இறங்கிய அந்த மாமனிதர், நடந்த கூத்துக்கள் அத்தனையையும் கண்ணால் பார்த்துக் கொண்டேதான் இருந்தார்.

தம் எதிரேயும், சுற்றியும் வந்து வளைத்துக் கொண்ட கூட்டத்தினரை, என்ன ஏது என்று ஒரு வார்த்தைகூடக் கேட்காமல் 'எல்லாரும் உள்ளே வாங்க' என்றார். கருடனைக் கண்ட நாகம்போல ஒரு இரைச்சலும் இல்லாமல் இரண்டு கூட்டத்தாரும் ஒன்றாக உள்ளே நுழைந்து அமர்ந்தனர். ஒரேயொரு மேசை, நாற்காலிதான் இருந்தது. சின்னையா அதில் அமர்ந்தார். வெள்ளைத் தாளையும் ஒரு பென்சிலையும் கொண்டு வரச் சொல்லி, மேசையில் வைத்துக்கொண்டார். "கூச்சலில்லாமல் ஒவ்வொரு பதவிக்கும் ஒருவரைச் சொல்லுங்கள்" என்று சொல்லி விட்டு எழுதிக்கொள்ளத் தயாரானார். தலைவர், துணைத்தலைவர், செயலாளர், உறுப்பினர்கள் என்ற முறையில் மடமடவென்று

பெயர்கள் கூறப்பெற்றன. அவற்றைத் தம் கையால் எழுதி, இவர்கள் ஏகமனதாகத் தேர்ந்தெடுக்கப் பெற்றார்கள் என்று அடியில் எழுதிக் கையொப்பமிட்டுவிட்டு அதைப் படித்தும் காட்டினார். எந்தக் கட்சிக்காரரும் வாய் திறக்கவில்லை "ஏற்றுக் கொண்டீர்களா?" என்று சின்னையா கேட்டதும், அனைவரும் கைதட்டி ஆமோதித்தனர்.

சின்னையா செல்வதற்குமுன் குருக்ஷேத்திரமாக விளங்கிய அந்த இடம், அமைதிப் பூங்காவாக மாறிற்று. 'போய் வருகிறேன்' என்று சொல்லிவிட்டு இருவரும் காரை நோக்கிப் புறப்பட்டோம். இந்த நிலையில் இரு கட்சிக்காரரும் ஓடி வந்து "தலைவரையா நீங்க இங்கேயே இருங்க. வண்டியை இங்குக் கொண்டு வருகிறோம்" என்று சொல்லிவிட்டு, ஓடிச் சென்று வண்டியைக் கொண்டு வந்தனர். குருக்ஷேத்திரம் பூங்காவாக மாறுவதற்கு அரை மணிதான் தேவைப்பட்டது.

சின்னையாவின் வீட்டில் இறக்கிவிட்டவுடன் "சம்பந்தா! நீ இந்தக் கார்கூடவே போய், சீனிவாச ஐயங்காரிடம் என் சார்பாக நன்றி பாராட்டிவிட்டு வா" என்று அனுப்பினார். வண்டி பங்களாவுக்குள் நுழைந்ததும் யாருக்கும் தலை வணங்காத அந்தப் பெருமகனார் தாமே வெளியே வந்து "உள்ளே வா" என்று என்னை அழைத்துச் சென்றார். முழுவதையும் கேட்ட பிறகு, தமக்குத் தாமே பேசிக் கொள்வதுபோல, உரத்த குரலில் ஏதேதோ சொன்னார். அந்த நேரத்தில் அவர் சொல்லியது எதுவும் எனக்கு விளங்கவில்லை. "கம்மனாட்டி, கம்மனாட்டி எல்லாத்தையும் இந்த நாட்டுக்காகத் தொலைச்சான். ஒரு சின்ன அச்சாபீஸ் வாங்கித் தருகிறேன் என்று தலையாலை அடிச்சிக்கிட்டன். கேட்டானா? எங்கெங்கையோ கடன் வாங்கி ஒரு சின்ன அச்சாபீஸ் வைத்திருக்கிறான். அதையாவது கொடுக்கிறேன் என்றால், அதையும் வாங்கிக் கொள்ள மாட்டேன் என்கிறான். இப்படி ஒருத்தன் இந்தக் காலத்தில் இருக்கிறான். யாரும் ஒன்றும் பண்ண முடியாது. சரி போய் வா' என்று வழியனுப்பி வைத்தார். சின்னையாவிடம் வந்து நடந்தவற்றையெல்லாம் சொல்லி, கடைசியில் பேசியதன் விளக்கத்தைக் கேட்டேன். "எனக்கு ஏதாவது உதவி செய்யவேண்டும் என்ற நினைவில் பலமுறை வற்புறுத்தினார். ஆனால் நான் அதற்கு இணங்கவில்லை" என்று விளக்கம் கூறினார்.

இரண்டு மாமனிதர்களை அன்று காண முடிந்தது. தியாகத்தின் திருவுருவம் ஒரு மாமனிதர். அள்ளிக் கொடுக்கும் வள்ளலின் திருவுருவம் மற்றொரு மனிதர். இந்த இரண்டு மாமனிதர்களும்

ஒருவர்மேல் ஒருவர் எவ்வளவு அன்பு வைத்திருந்தார்கள் என்பதை நேரே கண்டேன். இவர்களோடு இந்த மாமனித வர்க்கம் அழிந்து விட்டது போலும்.

எஸ்.சீனிவாச ஐயங்காரின் வள்ளன்மையைக் கூட அன்போடு மறுதலிக்கும் திரு.வி.கவின் மற்றொரு புறத்தை இப்பொழுது காணலாம்.

சென்னையை அடுத்துள்ளது வெட்டுவானம் என்ற ஊர். பலி நிறுத்தம் தொடர்பாகச் சைனர் ஸ்ரீபால் அவர்களுடன் சின்னையாவும் நானும் சென்றிருந்தோம். காலைக் கூட்டம் முடிந்தது. நடுத்தர வர்க்கத்தைச் சேர்ந்த ஒரு செங்குந்த முதலியார், தம்முடைய வீட்டிற்கு விருந்துக்கு வருமாறு சின்னையாவை அழைத்தார். இருவரும் சென்றோம். இரண்டு இலைகள்; பக்கத்தில் இரண்டு கண்ணாடித் தம்ளர்களில் மோர், இலையில் உட்கார்ந்தாலும் சின்னையாவும் முதலியாரும் பேசிக்கொண்டேயிருந்தனர். மோர் வைத்திருக்கும் கண்ணாடித் தம்ளருள் பச்சை நிறம் காணப்பட்டது. எடுத்துக் குடித்துப் பார்த்தேன். பச்சை மிளகாயை நன்றாக அரைத்து மோரில் கலந்திருந்தனர். காரத்தை மிகுதியாகச் சாப்பிடும் எனக்கே அந்த மோரைக் குடிக்க முடியவில்லை. மிளகாய் என்று பெயர் சொன்னாலே சின்னையாவுக்கு அலர்ஜி வந்துவிடும். இந்தத் தம்ளர் மோரிலுள்ள பச்சை மிளகாய் மூன்று ஜென்மங்களுக்குப் போதுமானது. விருந்து படைக்கும் முதலியார் எதிரே இருக்கிறார். ஆகவே சின்னையாவைப் பார்த்து 'முதலியார் அன்பு முழுவதும் இந்த மோரில் கரைக்கப்பட்டிருக்கிறது. ஆகவே இது உங்களுக்கு வேண்டாம்' என்றேன். இதைக் கேட்டுக் கொண்டிருந்த முதலியார் எழுந்துவிட்டார். "ஐயாவுக்கு மோர் என்றால் உயிர். அது தெரிந்துதானே ஏற்பாடு செய்திருக்கிறேன். அவரைக் குடிக்க வேண்டாமென்று சொல்கிறீர்களே, அது நியாயமா?" என்றார். இனி ஒளித்துப் பேசுவதில் பயனில்லை என்று நினைத்த நான், "ஐயா இதில் நிரம்ப மிளகாய் கலந்திருக்கிறது. சின்னையாவின் உடலுக்கு இது ஆகவே ஆகாது. தயைகூர்ந்து விட்டுவிடுங்கள்" என்றேன். "ஐயா அவர்களுக்கு மிகப் பிரியமான இந்த மோரைக் குடித்தாலொழிய எனக்குத் திருப்தி ஏற்படாது" என்றார் அந்தப் புண்ணியவான். எனக்குக் கோபம் தலைக்கு மேல் ஏறிவிட்டது. இலையிலிருந்து எழுந்திருக்க முயன்ற என்னை, சின்னையா கையைப் பிடித்து உட்காரச் செய்துவிட்டார். "நீ சும்மாயிருடா" என்று சொல்லியும் அந்தப் புண்ணியவான் விடவில்லை. "ஐயா எப்படியாவது மோரைக் குடியுங்கள்" என்று அழாக்குறையாய் வேண்டினார்.

திரு.வி.க என்ற மாமன்னிதரின் மற்றொரு பக்கம் இந்த விநாடி வெளிப்பட்டது. திரு.வி.க.. அவர்கள் என் கையைப் பிடித்த பிடியை விடவேயில்லை. விட்டிருந்தால் அந்தக் கண்ணாடித் தம்ளரையும் மோரையும் விசிறி அடித்திருப்பேன். என்னை ஒரு கையால் பிடித்தபடியே மற்றொரு கையால் மிளகாய் கலந்த அந்த மோரை, இல்லை மோர் கலந்த மிளகாயை, ஒரே மூச்சில் குடித்துவிட்டுத் தம்ளரை வைத்துவிட்டார். விருந்து உபசரணை செய்த அந்த முதலியாரின் அறியாமையும், முட்டாள்தனமும் நிரம்பிய அன்பு, சின்னையாவை மூன்று மாதங்கள் படுக்கையில் கிடத்தியது. சின்னையாவின் பணி நாட்டிற்கு இன்னும் தேவை என்று தில்லைக்கூத்தன் அவரைப் பிழைக்குமாறு செய்தான்.

திரு.வி.க.வின் அறுபதாம் ஆண்டு நிறைவு விழாவைக் கொண்டாடுவதென்று முடிவு செய்யப்பெற்றது. குருதேவர் தெ.பொ.மீ. அவர்கள் விழாக்குழுவின் செயலாளர். நான் துணைச் செயலாளர். பெரிய கூட்டங்கள் இரண்டு மூன்றிற்கு ஏற்பாடு செய்தோம். ஆனால், அறுபது ஆண்டு நிரம்பிய அந்த நன்னாளில் (1941) திருப்போரூர் சென்று முருகப்பெருமானுக்கு அபிடேக ஆராதனைகள் செய்து, அன்று மதியம் அங்கேயே உணவு உண்ண வேண்டும் என்பது சின்னையாவின் விருப்பம். அதைத் தெரிந்து கொண்ட ம.பாலசுப்பிரமணிய முதலியார், கீ.தெய்வசிகாமணி முதலியார் ஆகியோர் அவ்வாறே செய்யலாம் என்று ஏற்றுக்கொண்டனர். எவ்வாறு அங்கே செல்வது என்று சிந்தித்த போது, சின்னையா அவர்கள் ஒரு புதிய யோசனையை வெளியிட்டார். அங்கே செல்வதற்கென்று அறுபது நபர்கள் தயாராக இருந்தனர். எனவே, இரண்டு படகுகளை அமர்த்தி முப்பது முப்பது பேராக அதிலே ஏறிக்கொண்டு பக்கிங்ஹாம் கால்வாய் வழியாகத் திருப்போரூர் செல்வது என்று முடிவு செய்யப்பட்டது. கால்வாயிற் தண்ணீர் அதிகமில்லை யாதலால் படகின் நுனியில் கயிற்றைக் கட்டி ஆற்றின் இரு கரைகளிலும் ஆட்கள் நின்றுகொண்டு படகை இழுத்துச் சென்றார்கள். இரு படகுகளும் திருப்போரூர் சென்றடைந்தன. அபிடேக ஆராதனைகள் சிறப்பாக நடந்தேறின. ம.பா. அவர்கள் முதல் விழாக் கூட்டத்தை அங்கேயே தொடங்கிவிட வேண்டும் என்று ஆசைப்பட்டார். யார்யாரைப் பேசச் சொல்வது என்றெல்லாம் சிந்தித்து ஒரு பத்துப் பேரைப் பட்டிய லிட்டுக்கொண்டார். அந்தப் பட்டியலை எடுத்துச் சென்று ஒரு ஓரத்தில் அமைதியாக உட்கார்ந்திருந்த திரு.வி.க. அவர்களிடம் காட்டினார். "ஒரு கூட்டமும் நடத்த வேண்டாம் போ" என்று கூறிவிட்டார் சின்னையா. அதன்

கருத்தைப் புரிந்தகொண்ட ம.பா. மேல் வேட்டியை இடுப்பில் கட்டிக்கொண்டு, அவரை வணங்கி, "முருகன் சந்நிதானத்தில் முதற் கூட்டம் நடைபெறவேண்டும். நீங்கள் யார்யாரைப் பேசவேண்டும் என்று நினைக்கிறீர்களோ அவர்கள்மட்டும் பேசட்டும்" என்றார். அதன்படியே ஒரு பத்துப் பேரை ஏற்பாடு செய்தார் ம.பா. அங்கிருந்தவர் களிலெல்லாம் கீ. தெய்வசிகாமணி முதலியார்தான் வயதில் மூத்தவர். எனவே, அவரைத்தான் தலைவராகச் சின்னையா இருக்கச் சொல்வார் என்று நினைத்த ம.பா., சின்னையாவிடம் சென்று தலைவராக யாரைப் போடுவது என்று விநயமாகக் கேட்டார். "நான் சொல்பவரைப் போடவா போகின்றீர்கள்? உங்கள் இஷ்டம் போல் யாரை வேண்டுமானாலும் போட்டு நடத்திக் கொள்ளுங்கள்" என்று சீறினார். ம.பா. அவர்கள் "முருகன் திருமுன்னர் நடைபெறும் இந்த விழாவில் தாங்கள் எது விரும்பினாலும் அதையே செய்வது என்று முடிவு செய்து விட்டோம். யார் தலைவரென்று நீங்கள் சொல்கிறீர்களோ அவரையே வைத்து நடத்துகிறோம்" என்றார். கீ.தெய்வ சிகாமணி, தெ.பொ. மீனாட்சிசுந்தரனார், தி.கி.நாராயன சாமி நாயுடு, க.சச்சிதானந்தம் பிள்ளை, நான் உள்பட அனைவரும் நின்றுகொண்டிருக்கிறோம். சின்னையா என்ன சொல்லப்போகிறாரோ என்று ஆவலுடன் பார்த்துக் கொண்டிருக்கிறோம். ம. பா. அவர்கள் மறுபடியும் "தங்கள் கருத்துத்தான் முடிவானது. ஆகவே, தங்கள் கருத்தைச் சொல்லலாம்" என்றவுடன், சின்னையா, "இராசம்மாள்தான் இதற்குத் தலைமை வகிக்க வேண்டும். யார்யார் அவள் தலைமையின் கீழ்ப் பேச ஒத்துக்கொள்கிறீர்களோ, அவர்கள்மட்டும் பேசினாற் போதும்" என்று கூறி முடித்தார்.

இந்தக் கூட்டத்தில் இந்தப் பெயருடையவர் யாரென்று தெ.பொ.மீ.யையும் என்னையும்தவிர வேறு எவரும் அறியார். அது யாரென்று ம.பா. அவர்கள் கேட்க, திரு.வி.க. அவர்கள் சிரித்துக்கொண்டே 'சம்பந்தனின் மனைவி' என்றார். அக்கட்டத்தில் வயதில் மிகக் குறைந்தவள் அவள்தான். இப்பெயரைக் கேட்டவுடன் பலர் திகைப்படைந்திருக்கலாம். அடுத்துத் திரு.வி.க. அவர்களே "அப்பெண்ணின் தலைமையில் யார்யார் பேச ஒப்புக்கொள்கிறீர்களோ அவர்கள்மட்டும் பேசினால் போதும்" என்றார். இது பொதுவாகச் சொல்லப் பட்டதேனும், திரு.வி.க. அவர்கள் தெய்வசிகாமணி முதலியாரைப் பார்த்துத்தான் இதனைச் சென்னார். ஒரு விநாடிகூடத் தாமதிக்காமல் "அப்பெண்ணின் தலைமையில் நானே முதலில் பேசுகிறேன்" என்றார் தெய்வசிகாமணி முதலியார்.

அடுத்துச் சச்சிதானந்தம் பிள்ளை, தெ.பொ.மீ., ம.பா., நாராயணசாமி நாயுடு ஆகிய அனைவரும் பேச ஒப்புக் கொண்டனர். தெய்வசிகாமணி முதலியார் என்னைப் பார்த்து "என்னப்பா இந்தப் பட்டியலில் கடைசியாகப் பேசவேண்டியவன்" என்றார். இக்காலத்தில் இதிலொன்றும் புதுமையில்லாமல் இருக்கலாம். ஆனால் அறுபது ஆண்டுகளுக்கு முன்னர் மாபெரும் பதவியிலிருந்து ஓய்வுபெற்றவரும், எண்பது வயதானவரும் ஆகிய தெய்வசிகாமணி முதலியார் போன்றவர்கள் இருபத்து நான்கே வயது நிரம்பிய ஒரு பெண்ணின் தலைமையில் பேச ஒப்புக்கொண்டது வியப்பினும் வியப்பேயாகும். 'பெண்ணின் பெருமை' என்ற நூலை எழுதிய திரு. வி. க. விற்குக் கிடைத்த வெற்றியாகும் இது.

சின்னையா அவர்கள் விரும்பியபடியே அன்றைய கூட்டம் இனிதாக முடிந்தது. இந்த இடத்தில் தெய்வசிகாமணி முதலியார்பற்றி ஒரு நிகழ்ச்சியைச் சொல்ல வேண்டும். 1940 செப்டம்பர் 15இல் என் திருமணம் மிக எளிய முறையில் நடைபெற்றது. இரண்டு மாதம் கழித்து திரு.வி.க.வின் வீட்டில், எட்டயபுரம் சமஸ்தான ஜோசியர் ஒருவரும், அவர் போன்ற மற்றொரு ஜோசியரும் ஏதோ பஞ்சாங்கத்தைப் புரட்டிக்கொண்டு நாள் பார்த்துக் கொண்டிருந்தனர். திரு.வி.க.வும் தெய்வசிகாமணி முதலியாரும் உடனிருந்தனர். பட்சி அரசில் இருக்கும் நேரம்தான் திருமணத்திற்கு உகந்த நேரம். ஜோசியர்கள், காலை ஐந்து மணி முதல் எட்டு மணிக்குள், பட்சி அரசிலிருக்கும் நாளைத் தேடிக்கொண்டிருந்தனர். அப்பொழுது அங்கே சென்ற நான் இதை வேடிக்கை பார்த்துக்கொண்டிருந்தேன். தெய்வசிகாமணி முதலியார் தம்முடைய மகன் நச்சினார்க்கினியனின் திருமணத்திற்கு நாள் பார்த்துக் கொண்டிருந்தார் என்பது தெரிந்தது. முதலியார் அவர்கள் என்னைப் பார்த்து "ஏம்பா! செப்டம்பர் 15இல் திருமணம் செய்து கொண்டாயே? பட்சி அரசிலிருந்த நேரமா அது?" என்றார். எனக்குச் சிரிப்பு வந்துவிட்டது. "ஐயா! திருமணம் செய்து கொண்டது நான். நான் மணஞ் செய்து கொண்டது ஒரு பெண்ணையே தவிர, பட்சியை அன்று. அது கூட்டுள் இருந்தாலும், வெளி வந்தாலும், அரசில் வீற்றிருந்தாலும் எனக்கு அதுபற்றிக் கவலையில்லை. நான் பஞ்சாங்கத்தையோ நாளையோ பார்த்துத் திருமணம் செய்து கொள்ளவில்லை" என்று கூறி முடித்தேன். தெய்வசிகாமணி முதலியார் ஜோசியர்களைப் பார்த்து "இவன் திமிரைப் பார்த்தீங்களா? ஒரு மாதத்திற்கு முன்னர்த்

திருமணம் செய்துகொண்ட இவன், திருமணம் செய்த நேரத்தில் பட்சி எப்படி இருந்தது என்று பாருங்கள்" என்றார். அவர்களும் பஞ்சாங்கத்தைப் புரட்ட ஆரம்பித்தனர். அந்த விநாடியில் திருவி.க என்ற மாமனிதரின் மற்றொரு பக்கம் வெளிப்பட்டது. எழுந்து நின்று கையின் சுண்டு விரலை மட்டும் நீட்டிக் கொண்டு "முதலியார்! இதை நான் அனுமதிக்க மாட்டேன். இவன் தகப்பனார் பெரிய கோபக்காரர். அவருக்குப் பயந்து கொண்டுதான் இவன் கலியாணத்திற்கே நான் போகவில்லை. இவன் தலையை வைத்துப் பந்தயம் ஆடியிருக்கிறான். சரவண முதலியார் என்ன செய்வாரோ என்று தெரியவில்லை. இந்த நேரத்தில் பட்சி பறவையென்று எதையாவது சொல்லி அவன் மனத்தைக் குழப்பிவிடாதீர்கள். உங்களை ரொம்ப வேண்டிக் கேட்டுக் கொள்ளுகிறேன். தயவுசெய்து அதுபற்றிப் பார்க்க வேண்டாம்" என்றார். ஆனால் தெய்வசிகாமணி முதலியார் விடுவதாக இல்லை. பார்த்தே ஆகவேண்டும் என்கிறார். சின்னையாவோ வேண்டாமென்கிறார். இந்தப் போராட்டம் முற்றிய நிலையில் அதுவரை சும்மாயிருந்த நான் தயவு செய்து எதை வேண்டுமானலும் பாருங்கள். கோளறு பதிகம் பதினொரு பாடல்களையும் பாடச் சொல்லி, அது முடிந்த பிறகு 'மண்ணின் நல்ல வண்ணம்' பதிகம் பாடும்போதுதான் தாலி கட்டினேன் என்றேன். இதற்குமேல் எந்தப் பட்சி சாஸ்திரமும் என்னை ஒன்றும் பண்ணமுடியாது. சின்னையா! அவர்கள் திருப்திக்குப் பார்த்துக் கொள்வதில் எனக்கொன்றும் தடையில்லை. அதில் என்ன வந்தாலும் நான் அதைப் பொருட்படுத்தவோ சட்டை செய்யவோ மாட்டேன்' என்று கூறியவுடன் முதலியார் மறுபடியும் அவர்களைத் தூண்டிச் செப்டம்பர் 15 அன்று காலை எட்டுமணிக்குப் பட்சியின் நிலை என்ன" என்று கேட்டார். ஜோசியர்கள் பார்த்து விட்டு "அது பட்சி அரசிலிருந்த நேரம்" என்று ஆச்சரியத்துடன் சொன்னார்கள். வியப்படைந்த முதலியார் திருமண அழைப்பிதழ் அச்சடிக்காமல் இருபத்தைந்து பேரை மட்டும் வைத்துக் கொண்டு திருமணம் செய்து கொண்ட எனக்கு, என் திருமணத்தையொட்டி விருந்து வைப்பதாக ஒரு பத்திரிகை அடித்து, இருநூறுக்கும் மேற்பட்டவர்களை வரவழைத்து ராயப்பேட்டை பாலசுப்பிரமணிய பக்த ஜன சபை'யில் ஒரு விருந்துக்கு ஏற்பாடு செய்து நடத்தினார். சின்னையா அவர்களும் சினம் தணிந்து மகிழ்ச்சியடைந்தார்கள்.

என் திருமணத்திற்குப் பிறகு சின்னையா அவர்களே என்னை இராயப்பேட்டையில் குடியமர்த்தினார்கள். அடிக்கடி வீட்டுக்கு

வந்து எங்களிடம் பேசி, தேவையான அறிவுரைகளையும் வழங்கினார்கள். என் வீட்டின் எதிரேயிருந்த தியாகராஜ முதலியார் என்பவரை எங்களுக்கு அறிமுகம் செய்துவைத்து, எப்பொழுது தேவைப்பட்டாலும், எவ்வளவு பணம் வேண்டுமானாலும் கொடுத்து உதவுமாறு தியாகராஜ முதலியாரைப் பணித்தார்கள்.

1925இல் தொடங்கிய என்னுடைய பேச்சுப்பணி மிகப் பெரிதாக வளர்ந்துவிட்டது. பச்சையப்பன் கல்லூரியில் பணிபுரியும் போதுகூட எல்லாச் சனி ஞாயிறுகளிலும் சொற்பொழிவுக்காக வெளியூர் சென்று வந்தேன். இப்போக்குச் சரியானதன்று எனக் கருதிய இறைவன் என் கண்முன்னர் ஒரு நிகழ்ச்சியை நடத்திக் காட்டினான். ஒருமுறை சின்னையாவின் வீட்டில் நான் அமர்ந்திருக்கும்போது பெரியார் ஈ.வெ.ரா அவர்கள் திரு.வி.க.வைப் பார்க்க வந்தார். சமய எதிர்ப்பை மிக விரிவாகப் பெரியாரும் அவர் தொண்டர்களும் நடத்திக் கொண்டிருந்தார்கள். சைவ சமயப் பெரியோர்கள் அனைவரும் வாயை மூடிக்கொண்டு இருந்து விட்டார்கள். தப்பித் தவறி அவர்கள் ஏதாவது விழா நடத்தினாலும் திரு.வி.க.வை அதற்கு அழைப்பதில்லை. அடிக்கடி ஈ.வெ.ரா, திரு.வி.க. வீட்டிற்கு வருகிறார் என்றும் அவரிடம் பேசிக்கொண்டிருக்கிறார் என்றும், அவரைத் தம் கூட்டத்திற்கு அழைக்கிறார் என்றும் அறிந்த இச்சைவப் பெருமக்கள் திரு.வி.க.வை ஒதுக்கியே வைத்துவிட்டார்கள். அன்றியும் சமரச சன்மார்க்கம் பேசுகின்ற திரு.வி.க. பழைமை விரும்பிச் சைவர்களுக்கு ஏற்புடையவராக இல்லை. பகுத்தறிவுவாதிகள், விஞ்ஞானம் என்ற சொல்லைக்கூட நன்கு சொல்லத் தெரியாதவர்கள் கம்ப இராமாயணத்தையோ, பெரிய புராணத்தையோ ஒருமுறை கூடப் படித்துப் பாராதவர்கள் சமயங்களை இழித்தும், பழித்தும் பேசினர். இவர்களுக்கு எதிராகச் சமயத்தை விஞ்ஞான அடிப்படையில் நின்று பேசியதாலும், அறிவுக் கொள்கையை ஏற்றுக்கொண்டு, ஆனால் அது தவறான வழியில் செல்கிறது என்று பேசியதாலும் பல மேடைகளில் பேசும் வாய்ப்பு எனக்கு இருந்து வந்தது.

இப்பொழுது சின்னையாவிற்குக் கண் பார்வை பெரிதும் குன்றிவிட்டது. அந்த நிலையில்தான் தம்முடைய மேடையில் பேசவருமாறு பெரியார் இவரை அழைத்தார். சின்னயாவும் அதற்கு ஒப்புக்கொண்டார். ஜன்னலுக்குப் பின்புறம் இதனைக் கேட்டுக்கொண்டிருந்த நான், பெரியார் சென்றதும் வெளியே வந்து சத்தம் போட்டேன். 'பெரியார் கூட்டத்திற்கு போகுமளவிற்கு உங்கள் நிலை இறங்கிவிட்டதா? இது என்ன நியாயம்?' என்று

கேட்டேன். அப்பொழுது அந்த மகான் சொன்ன வார்த்தைகள் என் வாழ்க்கையின் பிற்காலத்தில் பெரிதும் பயன்பட்டன. "சம்பந்தா! என் மனத்தில் புதிய புதிய சிந்தனைகள் தோன்றிக்கொண்டே இருக்கின்றன. உடனுக்குடன் எழுதவோ வாய்ப்பு வசதி இல்லை. மேடையில்பேச வேண்டும். இக்கருத்துக்களை மக்களிடம் கொண்டுசெல்ல வேண்டும் என்ற வெறி என்னுள் பொங்கிக்கொண்டே இருக்கிறது. சைவப் பெருமக்களோ என்னை அழைப்பதில்லை. இந்த நிலையில் பெரியார்தான் என்னை அழைத்தார். என் பேச்சு வெறி தணிய அவர்தான் இதற்கு ஒரு வடிகால், இந்த நேரத்தில் உனக்கொன்று சொல்கிறேன். என்னைப் போலவே நீயும் பேசிக்கொண்டே இருக்கிறாய். ஆனால் இந்த வெறி அடங்கப் போவதில்லை. வயது ஏறஏறப் புதியவர்கள் வர வர உலகம் உன்னை ஒதுக்கிவிடும். அப்படிப்பட்ட காலம் வரும்வரை காத்திராமல் இப்பொழுது தொடங்கியே மேடைப் பேச்சைக் குறைத்துக் கொள். நாளாவட்டத்தில் மேடையில் பேசுவதையே விட்டுவிடு. அத்தகைய காலத்தில் தோன்றும் புதிய சிந்தனைகளுக்கு எழுத்து வடிவம் கொடு. இப்பொழுது நான் கூறியதில் மிகக் கவனமாக இரு" என்று அறிவுரை வழங்கினார்கள். அந்த அறிவுரை *1995* முதல் என்னால் கடைப்பிடிக்கப்படுகிறது. மகான்களின் அறிவுரையைக் கடைப்பிடிக்கத் தொடங்கினால் என்ன என்ன நன்மைகள் பெருகும் என்பதை நன்கு உணர்கின்றேன்.

திருவிகவின் வாழ்க்கை முடிவதற்குச் சில மாதங்களுக்கு முன்னர், அவர் படுக்கையில் இருந்தபோது அவருடன் பேசிக் கொண்டிருந்தேன். "சம்பந்தா! என்னுடைய வாழ்வு முடிந்தபிறகு எனக்குக் கொள்ளி வைக்கும் பணியை உனக்கு விட்டுவிடுகிறேன். அனைவரிடமும் கூறிவிட்டேன். அதை நிறைவேற்றி விடு" என்றார். அதன் பிறகு சில நாட்கள் கழித்து அவரைப் பார்க்கச் சென்ற மு.வரதராசனிடம் என்னிடம் கூறியதையே எடுத்துக்கூறி "நீ ஊரிலிருந்தால் நீயும் அவனுடன் சேர்ந்து கொள்ளி வைக்கும் பணியைச் செய்க" என்று கூறினாராம்.

ஒரு வகையாக தமிழ்த் தென்றலின் மூச்சு நின்றது. பெருங்கூட்டம் கூடிற்று. மரியாதை செய்யவேண்டும் என்று சொல்லித் தொழிற்சங்கத்தார் அவருடைய பூதவுடலைப் பெரம்பூருக்கு எடுத்துச் சென்றுவிட்டனர். போகிற போக்கில் அன்று மதியம் ஜெமினிவரை தாங்கள் உடலைக் கொண்டுவருவதாகவும் அதன்பிறகு உடலைப் பெற்று மேற்கொண்டு காரியங்களைச் செய்யலாம் என்றும் கூறிச் சென்றனர். எனவே, மதியத்தில்

திரு.வி.க.வின் சகோதரர் உலகநாத முதலியாரின் இரண்டு மருமகன்களும், மு.வரதராசன், நான் ஆகியோரும் ஜெமினியில் நின்று கொண்டிருந்தோம். பெரியார் ஈ.வே.ரா. அவர்களும், மிகப் பெரிய அவரது தொண்டர் படையணியும் நின்று கொண்டிருந்தது. வண்டியில் சடலம் வந்தது. எல்லோருமாகச் சேர்ந்து ஐ.ஜி. அலுவலகத்தை அடுத்துள்ள சுடுகாட்டிற்கு வந்தோம். சிதையில் உடலம் வைக்கப்பட்டது. பெரியாரின் தொண்டர்கள் பத்துப் பேர் கொள்ளி வைப்பதற்குரிய சிறு சிறு பந்தங்களை வைத்துக் கொண்டு சுற்றி நின்றனர். பெரியார் அவர்களும் தடியை ஊன்றிக்கொண்டு நின்றார். எனக்கு என்ன செய்வதென்று தெரியவில்லை. கூடியிருந்த கூட்டம் முழுவதும் ஈ.வெ.ரா. பெரியாரின் தொண்டர் கூட்டம். சைவப்பெருமக்கள் யாருமோ, தமிழ்ப் புலவர்கள் யாருமோ ஒருவர் இருவர் தவிர சுடுகாட்டிற்கு வரவில்லை. என்னசெய்வதென்று தெரியாமலிருந்த என்னைப் 'பெரியாரிடம் சென்று நாமிருவரும்தான் கொள்ளி வைக்க வேண்டும் இதுதான் ஐயாவின் விருப்பம்' என்று சொல்லுமாறு வேண்டினார் மு. வரதராஜன். எனவே நானே பெரியாரிடம் சென்று "ஐயா! நானும் வரதராஜனும் கொள்ளி வைக்க வேண்டும்மென்பதே சின்னையாவின் விருப்பம். அப்படித்தான் மரிப்பதற்குச் சில நாட்களுக்கு முன்னர் என்னிடம் கூறினார்" என்று கூறி நிறுத்தினேன். இப்பொழுது பெரியாரின் பெருமை வெளிப்பட்டு நின்றது. "அப்படியா சொன்னான் கலியாணசுந்தரம்! அப்படீன்னா நீங்களே செய்யுங்க" என்று சொல்லிவிட்டு, தீப்பந்தங்களோடு சிதையைச் சுற்றி நின்ற தம் தோழர்களை மீண்டு வந்துவிடுமாறு பணித்தார். ஆனால் அவர்களோ வருவதாக இல்லை உடனே பெரியாருக்குச் சினம் வந்தது. 'டேய்! சொல்றனே காதில் விழலை, தீப்பந்தங்களை ஓரமா வெச்சிட்டு வாங்கப்பா' என்று கர்ஜித்தார். பக்கத்தில் நின்று கொண்டிருந்த என்னைப் பார்த்து "தம்பி! நீங்க எப்பிடிச் செய்வீங்க இதை" என்று கேட்டார். "ஐயா! சின்னய்யா அவர்களுக்கு மிகவும் பிடித்த திருவாசகத்தில், சிவபுராணத்தைச் சொல்லிச் சிதைக்குத் தீ மூட்டுவோம்" என்றேன். 'அப்படியே செய்யுங்க தம்பி' என்று சொல்லிய பெரியார் அவ்விடத்தை விட்டுப் புறப்படாமல் அங்கே நின்றார். நானும் வரதராஜனும் தலைமாட்டில் அமர்ந்து சிவபுராணத்தைத் தொடங்கினோம். *17* வரிகள் பாடுகின்றவரையில் இருந்து கேட்டுக்கொண்டிருந்த பெரியார் ஆகிய அப்பெரியார், தம்முடைய அருமை நண்பருக்கு இறுதியாக ஒரு கும்பிடு போட்டுவிட்டுத், தொண்டர் படை சூழப் புறப்பட்டுப் போய்விட்டார்.

தேசத்தொண்டு, தமிழ்த்தொண்டு, சைவசமயத் தொண்டு ஆகியவற்றிற்காக வாழ்நாள் முழுவதையும் அர்ப்பணித்த அம்மகானின் இறுதி ஊர்வலத்தில் தேசபக்தித் தொண்டர்கள், தமிழ்ப் புலவர்கள், தம்மைச் சைவர்கள் என்று சொல்லிக்கொள்கிறவர்கள் யாரும் வரவில்லை. எதிர்க்கட்சியினர் என்று குறிக்கப்பெற்ற பெரியார் ஈ.வெ.ரா.வும் அவர்களுடைய தொண்டர்கள் நூற்றுக்கணக்கானவர்களும் இறுதி வரை நின்று இறுதி வணக்கம் செய்துபோயினர். தமிழகம் தனக்கும் மொழிக்கும் இறுதிவரைத் தொண்டாற்றிய திரு.வி.க. போன்ற பெருமக்களுக்கு எப்படி நன்றி பாராட்டுகிறது என்பதை அன்று கண்கூடாகக் காண முடிந்தது.

20
பெரியார் ஈ.வே.ரா.

*தொ*டக்கத்தில் பெரியார் அவர்களைப்பற்றியும் அவர் பண்பாடுபற்றியும் அறிந்துகொள்ள நான் முயலவில்லை. அன்றியும் பிள்ளையார் சிலை உடைப்பு, இராமாயண எதிர்ப்பு முதலியவற்றால் என் மனம் பெரிதும் வெறுப்புக் கொண்டிருந்தமையின் அவரைப்பற்றி நல்லமுறையில் சிந்திக்க எனக்கு வாய்ப்பே இல்லை. ஆனால், பெரியார் திரு.வி.க.விடம் வந்துபோன பொழுதெல்லாம் சின்னையா அவர்கள் அவருடைய பண்பாடுபற்றிப் பெரிதாகப் பேசுவார். அவருடைய கொள்கைகளை விட்டுவிட்டு மனிதர் என்ற முறையில் பார்த்தால் அக்காலத்தில் அவருக்கு ஈடிணையான பண்பாளரைக் காண்பது கடினம் என்று அடிக்கடி சின்னையா சொல்வார்கள். அன்றியும் பல்கலைச்செல்வர் தெ.பொ.மீனாட்சிசுந்தரனார் அவர்களும் பெரியாரின் பண்பு நலன்களைப் பலமுறை எடுத்துப் பேசியது என்னைச் சற்று மாற்றியது. சென்னைப் பல்கலைக் கழகத்தில் தொடர் சொற்பொழிவு செய்ய ஏற்றுக் கொண்ட பல்கலைச் செல்வர், பெரியாரின் கொள்கைகளில் சிறப்பானவற்றைத் தனியே எடுத்துச் சொல்லி அச்சொற்பொழிவின் முடிவில் பெரியாரின் பண்பு நலன்களையும் மிக அற்புதமாக எடுத்துப் பேசினார். அதனைக் கேட்ட பிறகு என் மனத்தின் பெரும்பகுதி மாறிவிட்டது. ஆனாலும் பெரியார் அவர்களை நேரிற்கண்டு பேச வாய்ப்பு ஏற்படவில்லை. இந்த நிலையில் தமிழ்த்தென்றலின் இறுதி ஊர்வலத்தில் பெரியார் அவர்கள் நடந்துகொண்ட முறையை நேரிற் கண்ட பின்னர் அப்பெருமகனார் பற்றித் திரு.வி.க.

அவர்களும், தெ.பொ.மீ. அவர்களும் சொல்லியது எவ்வளவு உண்மையானது என்பது தெற்றென விளங்கிற்று.

இந்த நிலையில் சில ஆண்டுகள் ஓடி மறைந்தன. ஒருமுறை திரு. கி.வீரமணி தொலைபேசியில் என்னை அழைத்துப் "பெரியாரின் எழுத்துச் சீர்திருத்தம் பற்றி உங்கள் கருத்தென்ன?" என்று கேட்டார். 'நான் முழுவதுமாக ஆதரிக்கிறேன். இன்னும் சில ஆண்டுகளுக்கு முன்பே இது வந்திருந்தால் நன்மையாக இருந்திருக்கும்' என்று கூறினேன். உடனே வீரமணி ஒரு தேதியைச் சொல்லி அந்த நாளில் "பெரியார் தலைமையில் நடைபெறும் கூட்டத்திற்கு வந்து பேசமுடியுமா?" என்று கேட்டார். "தாராளமாக வருகிறேன்' என்று ஒத்துக் கொண்டேன்.

கூட்டம் நடைபெறும் நாளன்று என் மனைவியும் நானும் அக்கூட்டத்திற்கு சென்றோம். உயரமான ஒரு மேடையில் சம்மணம் கூட்டி ஐயா அவர்கள் அமர்ந்திருந்தார்கள், கூட்டம் நிரம்பி வழிந்தது. நான் அருகே வந்ததும், திரு. வீரமணி அவர்கள் ஐயா அவர்களிடம் சென்று "அ.ச. இதோ வந்துவிட்டார்" என்று கூறினார். பண்பில் மேம்பட்ட அப்பெரியார் வெகுபாடு பட்டு உடனே எழுந்து நின்றுவிட்டார். தடிக்கம்பை ஊன்றிக்கொண்டு "தம்பி வாங்க வாங்க நல்லா இருக்கீங்களா? அம்மாவைக் கூட்டிக்கொண்டு வரலையா?" என்று கேட்டார். பக்கத்தில் நின்று கொண்டிருந்த என் மனைவியைச் சுட்டிக் காட்டி 'ஐயா இதோ இருக்கிறாள்' என்றேன். வைணவக் குடும்பத்தில் பிறந்த என்மனைவி உடனே குனிந்து பெரியாரின் கால்களைத் தொட்டு வணங்கினாள். குனிந்து கொண்டிருக்கும் அவள் தலைமேல் தமது வலக்கையை வைத்துப் பெரியார் அவர்கள், வைணவமுறையில் ஆசீர்வாதம் செய்தார். அண்மையில் நின்றுகொண்டிருந்த திரு. வீரமணி அவர்களுக்கும், அமரர் நெடுஞ்செழியன் அவர்களுக்கும் முகத்தில் எள்ளும்கொள்ளும் வெடித்தது. பகுத்தறிவுத் தந்தையின் காலில் அவர்கள் தொண்டர்களின் கூட்டத்தின் நடுவில் ஒரு பெண் விழுந்து வணங்குவதும், அவள் தலையிற் கைவைத்து அவர் ஆசீர்வாதம் செய்வதும் இந்தப் பகுத்தறிவுப் பக்தர்களுக்குப் பெருஞ் சினத்தை உண்டாக்கியது. ஆனால், ஒன்றும் செய்வதற்கில்லை. காரணம் இதனைச் செய்தவர் பகுத்தறிவுத் தலைவரல்லவா? வேறு வழியில்லாமல் வாயை மூடிக் கொண்டு இருந்துவிட்டனர். இதன் பிறகு நடந்தது பெரியார் என்ற மாமனிதரின் மற்றொரு பக்கத்தை எனக்கு அறிவித்தது.

வணங்கியெழுந்த என் மனைவியைப் பார்த்து "அம்மா! ரொம்ப கோவக்காரராச்சே இவர், எப்படியம்மா இவரோடு காலந்தள்ளுறிங்க?" என்று கேட்டுவிட்டார். ஒரு கனங்கூடத் தாமதியாமல் என் மனைவி "ஐயா நீங்க சொல்றது அந்தக் காலம், அவர் ரொம்ப மாறிவிட்டார்" என்று விடை கூறினாள். சரியான இக்கட்டிலிருந்து என் மனைவி என்னைக் காப்பாற்றிவிட்டாள் என்ற மகிழ்ச்சியோடு ஐயா அவர்களைப் பார்த்தேன். அந்தப் பொல்லாத கிழவன் அடுத்துக் கூறியது என்னை வெட்கமடையச் செய்தது. "தம்பி அம்மா மாதிரி பொம்பளைங்க வீட்டிலை இருக்கிறதனாலைத்தான் நாம கௌரவமா வெளியில வந்து வாழ முடியுது" என்றார். பெண்மையைப் போற்றுவதில் திரு.வி.க. எவ்வளவு சிறந்தவரோ அவ்வளவு சிறந்தவர் அவருடைய நண்பர் அமரர் பெரியார் அவர்கள். இந்த உரையாடல் அண்மையில் நின்ற நாலைந்து பேருக்குமட்டுமே கேட்டிருக்கும். ஆதலால் இத்தனை ஆண்டுகள் கழித்து இதனைக் கூறுவதன் மூலம் பெரியார் என்ற மாமனிதருள் மறைந்து நின்ற ஒரு பகுதியை வெளிக்காட்ட முடிகிறது.

21

குருதேவர் தெ. பொ. மீனாட்சிசுந்தரனார்

பல்கலைச்செல்வர், பன்மொழிப் புலவர், தென்பட்டினம் பொன்னுசாமி மீனாட்சி சுந்தரனார் அவர்களை முதன்முதலில் பார்ப்பவர்கள், இந்த அடைமொழிகளுக்கெல்லாம் அவர் பொருத்தமானவரா என்று ஐயுறுவர். இருபத்தாறு வயதில் சேக்கிழாரும் திருக்கண்ணப்பரும் என்ற 480 பக்கமுள்ள ஓர் ஆராய்ச்சி நூலை எழுதியவர் இவர்தான் என்று சொன்னால் யாரும் நம்பமாட்டார்கள். என்ன காரணத்தாலோ அந்த அறிவுக் கடலின் பிரதிபலிப்பு முகத்தில் காணப்பட்டதேயில்லை.

1901இல் பிறந்த இப்பெருமகனாரை 1932இல் திரு.வி.க. அவர்களுடன் முதன்முதலில் காணநேர்ந்தது. "சம்பந்தா! இவர்தான் பல்கலைச்செல்வர் தெ.பொ.மீனாட்சிசுந்தரனார். இவரை நீ தெரிந்துகொள்ள வேண்டும்" என்று அறிமுகம் செய்துவைத்தார் திரு.வி.க. அத்தோடு அவர் நிறுத்தவில்லை. "நம்ம அ.மு.சரவண முதலியாரின் மகன் இவன்; நல்லாப் பேசுவான். இன்று மாலை நீங்க ரெண்டு பேரும் பேசப்போறீங்க" என்றும் அறிமுகம் செய்துவைத்தார். இத்தனைக்கும் தெ.பொ.மீ. என்ற அந்தப் புண்ணியவான் வாய்திறந்து ஒரு வார்த்தை பேசவும் இல்லை; சின்னய்யா சொன்னதைக் காதில் வாங்கிக்கொண்டதாகவும் தெரியவில்லை. வேடிக்கை என்னவென்றால், தெ.பொ.மீ. அவர்களின் கண்கள் என்மேல்தான் பதிந்திருந்தன. ஆனால் அவர் இந்த உலகத்தில் இல்லை. அந்த நேரத்தில் 'சின்னையா இவ்வளவு சொல்லியும் இவர் என்னை ஒரு பொருட்டாக மதித்துச் சட்டை

செய்யவில்லையே! இப்படியும் ஒரு மனிதரா?' என்ற எண்ணம் என் மனத்தில் நிரம்பியிருந்தது உண்மைதான். ஆனால் அன்று மாலை என் பேச்சைக் கேட்கச் சகிக்காத திருப்பாதிரிப்புலியூர் ஞானியார் எழுந்துபோய்விட்ட நிலையில், கேட்டுக்கொண்டிருந்த மெய்யன்பர்களிடையே சிறுசிறு சலசலப்புத் தோன்றிய நிலையில், எனக்குப் பிறகு பேச எழுந்தார் பல்கலைச் செல்வர். "அவன் பேச்சில் என்ன தவற்றைக் கண்டீர்கள்" என்று தொடங்கி என் பேச்சுக்கு முடிவுரை கூறுவதைப் போல அவர் பேசியதையும் கேட்டேன். அறிமுகம் செய்துவைக்கும்போது கண்டுகொள்ளாமல் இருந்த இந்த மனிதரா நம்மை இப்படித் தாங்கிப் பேசுகிறார் என்ற வியப்பு என் மனத்தில்மட்டுமல்ல' பலருடைய மனத்திலும் நிறைந்திருக்க வேண்டும். அதற்கொரு காரணமுண்டு. திரு.வி.க. அவர்கள்தான் கூட்டத்தின் தலைவரே தவிரத் தெ.பொ.மீ அவர்கள் அல்லர். அவரும் என்னைப்போல் ஒரு பேச்சாளிதான். அப்படியிருந்தும் வயதில் சிறியவனும், பள்ளிக்கூட மாணவனும் ஆகிய என்னைத் தாங்கிப் பேசுவதற்காகத் தம்முடைய தலைப்பையும் விட்டுவிட்டு இப்படிப் பேசினார் என்றால் இவர் ஏனைய சராசரி மனிதர்களைப் போன்றவர் அல்லர்; இவர் ஓர் அசாதாரணமான மனிதர் என்ற எண்ணம் என் மனத்தில் தோன்றியது. அவர் பேசி முடித்தவுடன் தலைவர் திரு.வி.க. அவர்கள் நாங்கள் பேசியதையே தொடர்ந்து மேலும் அதற்கு மெருகூட்டினார். பழைமை விரும்பிச் சைவர்கள் சிலர் தவிர ஏனையோர் தெ.பொ.மீ. அவர்களின் பேச்சையும், திரு.வி.க. அவர்களின் பேச்சையும் அப்படியே ஏற்றுக்கொண்டனர்.

எல்லாம் முடிந்ததும் தெ.பொ.மீ. அவர்களைப் பார்த்துக் "குருதேவா! உங்கள் தலைப்பை விட்டுவிட்டு, எனக்கு ஆதரவாகப் பேசினர்களே! இது சற்றுப் புதுமையானது" என்றேன். அப்போது திரு.வி.க. அவர்களும் பக்கத்தில் இருந்தார்கள். தெ.பொ.மீ என்ற மாமனிதரின் ஒருபுறத்தை அப்பொழுது காணநேர்ந்தது. "ஏப்பா! நீ என்னாப்பா சொல்றே? நான் உன்னைத் தாங்கிப் பேசினனா?" என்று புதுமையாகக் கேட்டார். பல்கலைச் செல்வரை நன்கு அறிந்திருந்த திரு.வி.க. அவர்கள் உடனே பேச்சை மாற்றிவிட்டார்கள்.

சாதாரணமாக ஒரு தலைப்பைத் தந்து பல்கலைச் செல்வரைப் பேசச் செய்தால் அது சராசரி மனிதருடைய சாதாரணப் பேச்சுப் போலவே இருக்கும். தெ.பொ.மீ. என்ற புற. மனிதர் பேசுவது இப்படித்தான் இருக்கும். தெ.பொ.மீ. என்ற அகமனிதரைச்

சுண்டியிழுத்து வெளியே கொண்டு வந்து பேசுமாறு செய்தால், அது அவர்தான் பேசுகிறாரா என்று ஐயப்பட வைக்கும்.

இந்த உரையாடலின்போதுதான் முதன் முதலில் 'குருதேவா' என்று அவரை விளித்தேன். காரண காரியங்களை ஆராய்ந்து நான் இவ்வாறு அழைக்கவில்லை. என்னையும் அறியாமல் வெளிவந்த சொல்லாகும் அது. என் உள்நின்று ஏதோ ஒரு தூண்டுதலால் குருதேவா என்ற வார்த்தை வெளிப்பட்டதாகலின் அவரின் இறுதிக் காலம்வரை இந்தச் சொல்லாலேயே அவரை விளித்துப் பேசினேன். இதிலும் ஒரு வியப்பு உண்டு. திடீரென்று ஒரு மனிதரை, அதுவும் முதன்முதலில் சந்திக்கும் ஒரு மனிதரைக் குருதேவா என்று அழைத்தால், ஏன் இப்படி அழைக்கிறோம் என்று அவர் நினைக்கமாட்டாரா? புதுவிதமான இந்த அழைப்பிற்கு என்ன காரணம் என்று கேட்கமாட்டாரா? அப்படிக் கேட்டிருந்தால், தெ.பொ.மீ. என்பவர் சராசரி மனிதரில் ஒருவர் என்று நினைத்திருப்போம். ஆனால், இந்த மனிதர் இப்படி ஒரு புதுப்பெயரை இட்டு அழைத்ததில் எவ்வித மாற்றத்தையோ, வியப்பையோ, முகத்திலோ, பேச்சிலோ காட்டவில்லை. அதுதான் தெ.பொ.மீ.

1940 வரை சில மேடைகளில் குருதேவருடன் பேசும் வாய்ப்பு இருந்தது. *1940*இல் நான் சென்னைக்குக் குடி வந்துவிட்டேன். குருதேவரை அடிக்கடி சந்திக்கும் வாய்ப்பும், சிந்தாதிரிப்பேட்டையில் அவருடைய வீட்டுக்குச் சென்று பேசும் வாய்ப்பும் நிரம்பக் கிடைத்தன. எந்த நேரத்திலும், எந்தச் சூழ்நிலையிலும், எதைப்பற்றிப் பேசினாலும் தமக்குரிய இயல்பு மாறாமல், எவ்வித உணர்ச்சியையும் முகத்திலோ பேச்சிலோ காட்டாமல் உரையாடலில் பங்குகொள்ளும் ஓர் ஒப்பற்ற மனிதர் பல்கலைச் செல்வர்.

அவருடைய ஜாதகத்தில் ஒரு தனிச்சிறப்பு உண்டென்று கருதுகிறேன். தொடக்க காலத்திலிருந்தே யார் யாருக்கு அவர் உபகாரம் செய்தாரோ அவர்கள் அத்தனை பேரும் ஒருவர்கூட விடாமல் அவருக்குப் பகையாக மாறினர். ஆங்கிலம் தெரியாத எத்தனை பேருக்குப் பிஎச்.டி பட்டம் பெற அவர் ஆங்கிலத்தில் எழுதி உதவினார் என்பதையும் நான் அறிவேன். பட்டம் வாங்கிய அத்தனை புண்ணியவான்களும் அவருக்குப் பகைவராக மாறியது மட்டுமல்ல; 'தமிழ்த் துரோகி' என்றும் ஏசினர்.

தம்மால் உபகாரம் பெற்ற இத்துணைப் பேரும் எப்பொழுது பகைவராக மாறி ஏசினரோ, அப்பொழுதாவது உபகாரம் செய்வதை

நிறுத்திக் கொண்டாரா என்றால், அதுதான் இல்லை. உண்மையைத் தெரிந்துகொள்ளாமலேயேகூட என்னெதிரே மலேசியாவில் அவரைத் தரக்குறைவாகப் பேசிய ஒரு பேராசிரியரைச் சில நிரூபணங்களைக் காட்டி என்னால் முடிந்தவரை அவரைத் திருப்தி செய்ய முயன்றேன். சென்னைக்கு வந்ததும் குருதேவரிடம், ஆங்கிலமே தெரியாத அவருக்கு பிஎச். டி பட்டம் பெற உதவியமைக்காகக் குருதேவரைச் சாடினேன். "போப்பா, இதையெல்லாம் பெரிசுபடுத்தாதே, என்னமோ அந்த நேரத்தில் பேசிட்டான். அதையெல்லாம் மனத்தில் வைத்திருக்காதே" என்று எனக்கு உபதேசம் செய்தார். ஏசினவர் ஒருவர், ஏசப்பட்டவர் குருதேவர். உபதேசம் எனக்கு, இதைவிட வியப்பு ஒன்றும் உண்டு. நாலுபேர் மத்தியில் மிகக் கேவலமாகத் தம்மை எந்தப் பேராசிரியர் பேசினாரோ, அவரையே அழைத்து, மதுரைப் பல்கலைக்கழகத்தில் வேலையும் போட்டுத் தந்தார் குருதேவர். தெ.பொ.மீ என்ற மாமனிதரின் ஒரு பக்கம் இது.

மதுரைப் பல்கலைக்கழகத்திற்கு முதல் துணை வேந்தராகச் சென்றவர் குருதேவர். ஒரு நாள் ஆட்சிக்குழு (syndicate) கூட்டம் நடைபெற்றுக்கொண்டிருந்தது. மதுரை அழகர் கோயிற் சாலையிலுள்ள ஒரு சிறிய கட்டிடத்தில்தான் 'துணைவேந்தர் அலுவலகம் இருந்தது. திடீரென்று கீழே பெரும், கூச்சலும் குழப்பமும், ஒரு முந்நூறு, நானூறு மாணவர்கள் துணைவேந்தர் ஒழிக; தெ.பொ.மீ ஒழிக' எனறு பெருங்கூச்சலிட்டுக்கொண்டு கீழே கூடிவிட்டனர். இதைக் கண்ட ஆட்சிக்குழு உறுப்பினர்களில் மிக முக்கியமான ஒருவர் "ஐயா! மாணவர் குழப்பம். நீங்கள் உள்ளேயே இருங்கள், வெளியே வரவேண்டாம். நான் போய்ப் பார்த்து வருகிறேன்" என்று சொல்லிவிட்டு மாடியிலிருந்து இறங்கினார். பாவம் அந்த உறுப்பினர் தெ. பொ. மீ என்ற மனிதரை அறிவாரே தவிர அந்த மனிதருள் மறைந்திருக்கும் தெ. பொ. மீ என்ற ஒரு மாமனிதரை அறியமாட்டார். ஆனால், நடந்தது என்ன? அறைக்குள் இருந்த தெ. பொ. மீ. அவர்கள் மிக வேகமாக இறங்கிவந்தார். எதிரே நின்ற காரின் கூரையின்மேல் ஏறி நின்றார். 'ஒழிக' சப்தம் மிகுதியாயிற்று. "ஏப்பா ஒழிக ஒழிக. என்று சொல்றீங்களே நாந்தாப்பா அது. தெ. பொ. மீ என்று சொல்றதும் என்னைத்தான்)" என்றார். இப்படி அவர் கூறியவுடன் கூட்டத்தில் அமைதி நிலவிற்று. உடனே தெ. பொ. மீ. "ஒண்னு சொல்றேன் கேளுங்க! எனக்கு வயதாயிடிச்சு. நான் ஒழியத் தயாராய் இருக்கிறேன். நான் ஒழிஞ்சிட்டா உங்களில் யாராவது ஒருத்தருக்கு நன்மை ஏற்படும் என்று நீங்கள் உறுதியா நம்பினா, தயவுசெய்து விவரமாச் சொல்லுங்க, இந்த விநாடியே

நான் ஒழியறேன். நல்லா யோசனை பண்ணி யாருக்கு என்ன நன்மை அதனாலே கிடைக்கும்னு நம்புறீங்களோ அதை எடுத்துச் சொல்லுங்க, அந்த விநாடியே நான் ஒழிஞ்சுடுறேன்" என்று நிறுத்தினார். ஒரு விநாடி நிசப்தம்; அடுத்த விநாடி "தெ.பொ.மீ. வாழ்க, துணைவேந்தர் வாழ்க' என்ற சப்தம் முன்பிருந்த 'ஒழிக' சப்தத்தைவிட அதிகமாக எழுந்தது. அத்துணைப் பேரும் ஒரு பெரிய கும்பிடு போட்டுவிட்டுத் திரும்பிப் போய்விட்டனர். மாடியேறிச் சென்ற குருதேவர், வியப்பில் ஆழ்ந்து, தம்மை மறந்து நின்ற ஆட்சிக்குழு உறுப்பினர்களையெல்லாம் மேலே வரச்சொல்லிக் கூட்டத்தை விட்ட இடத்திலிருந்து தொடங்கிவிட்டார். அந்த உறுப்பினர்களுள் ஒருவர், சில ஆண்டுகளுக்குப் பிறகு இந்த நிகழ்ச்சியை என்னிடம் சொல்லி வியந்தார். அப்பொழுது அந்த நண்பர் சொல்லியது: "அ. ச.! நடந்ததெல்லாம் ஒரு கனவுபோல எங்கள் மனத்தில் பதிந்துவிட்டது. ஆனால் அதைவிட ஆச்சரியம் ஒன்று. இரண்டாம் முறை ஆட்சிக்குழுக் கூட்டம் கூடியவுடன், நடந்தவைகளைப் பற்றித் துணைவேந்தர் ஏதாவது சொல்லுவார் என்று எதிர்பார்தோம். ஒரு வார்த்தைகூட அவர் வாயிலிருந்து வெளிவரவில்லை. எங்களில் ஒருவர் இதுபற்றிப் பேச முனைந்தவுடன் "விட்டுத்தள்ளுங்க, சின்னப் பிள்ளைங்க, யாரோ தூரண்டிவிடுறாங்க. புள்ளைங்க உணர்ச்சிவசப்படுறாங்க. இதுக்கு நாம ஏன் மண்டையை உடைச்சுக்கணும்" என்று முற்றுப்புள்ளி வைத்துவிட்டுக் கூட்டத்தைத் தொடர்ந்தார். அந்த மாமனிதரின் வேறொரு பகுதி இது.

ராஜாஜி தமிழகத்தின் முதன்மந்திரியாக இருந்த சமயம், மாபெரும் கல்விக்கடலான தெ.பொ.மீயின் கல்வி, மாணவர்களுக்குப் பயன்பட வேண்டும் என்று நினைத்தார். நன்கு சிந்தித்துப் பார்த்து அவருடன் நேரே பேசாமல் திரு.வி.க.விடம் வந்தார். தமது விருப்பத்தைக் கூறி, "மாநிலக் கல்லூரியில் தமிழ்த் துறைத் தலைவராக எப்படியாவது தெ.பொ.மீ.யை வர ஏற்பாடு செய்யுங்கள்" என்று கூறிவிட்டுச் சென்றார்.

1920களிலிருந்தே பெருஞ் செல்வராக விளங்கிய தெ.பொ.மீ.யின் தந்தையார் பொன்னுசாமி அவர்கள், தம்முடைய பிள்ளைகள் எங்கும் போய்ச் சம்பளம் வாங்கிக்கொண்டு பணிபுரிவதை விரும்பவேயில்லை. இதை நன்கறிந்த திரு.வி.க. அவர்கள், தந்தையார் பொன்னுசாமி அவர்களைச் சந்தித்து, தெ.பொ.மீ.யின் கல்வி மாணவர்களுக்குப் பயன்படவேண்டும் என்பதை விரிவாக எடுத்துச் சொல்லி, அவர் அந்தப் பணியை ஏற்றுக்கொள்ள

நீங்கள் எப்படியாவது உத்தரவு தர வேண்டும்” என்று வேண்டிக் கொண்டார். அப்பொழுது பெரியவர் பொன்னுச்சாமி கூறியது இன்னும் காதில் ஒலிக்கிறது. “பண்ற தப்பையெல்லாம் பண்ணிட்டு, இப்ப தமிழையே விக்கப் புறப்பட்டுட்டீங்களா? மாத ஊதியம் பெற்றுக்கொண்டு மாணவர்களுக்குச் சொல்லிக் கொடுத்தால் அது தமிழை விக்கிறதாகாதா?” என்று கூறி முடித்தார். இறுதியாகத் திரு.வி.க. அவர்கள் பெரிதும் மன்றாடி அவரிடம் உத்தரவு வாங்கிவிட்டார். அது கிடைத்தவுடன் அரசாங்கத்தில் அவரை நியமனம் செய்வதற்குரிய கோப்புகள் சுழலத் தொடங்கி விட்டன.

இந்த நிலையில் அரசு மாறிவிட்டது. காமராசர் தமிழகத்தின் முதல்வராக ஆகிவிட்டார். தெ.பொ.மீ. பணியில் சேர்வதற்கு முன்பே தமிழாசிரியர்கள், தமிழ்ப்புலவர்கள் என்று தம்மைக் கூறிக்கொள்ளும் கூட்டம் திரண்டு எழுந்தது. மூட்டை மூட்டையாகக் குறைகூறும் மனுக்கள் தலைமைச் செயலகத்தில் குவிந்தன. எல்லாக் கடிதங்களிலும் ஒரே பல்லவிதான். ‘தெ. பொ. மீ என்பவர் தமிழ் வித்துவான் பரீட்சையில் தேறியிருக்கிறாரே தவிர, தமிழ் எம்.ஏ. (M.A.) பரீட்சைக்குச் செல்லவில்லை. தமிழில் எம்.ஏ. என்ற அடிப்படைத் தகுதி இல்லாத இவரை எப்படித் தமிழ்த்துறைத் தலைவராக ஆக்கினீர்கள்? இது அடாத செயல்’ என்பதுதான் இக்கடிதங்களில் கண்ட செய்தியாகும்.

காமராஜர் அவர்களோ ஆட்சிக்குப் புதியவர். மனுக்களின் எண்ணிக்கையைக் கண்டு மனம் தளர்ந்துபோன அவர், தெ.பொ.மீ. இந்தப் பதவிக்கு வரக் காரணமாக இருந்தவர் இராஜாஜி, ஆதலால் அவருக்கு நிலைமையை எடுத்துச் சொல்லி ஒரு கடிதமெழுதினார். அக்கடிதத்திற்கு அந்தச் சாணக்கியர் எழுதிய ஆங்கிலக் கடிதத்தின் சாராம்சம்: “அன்புள்ள காமராஜ்! தங்கள் கடிதம் கிடைத்தது. தெ.பொ.மீ.க்குத் தமிழில் எம்.ஏ. பட்டம் என்ற அடிப்படைத் தகுதி இல்லை என்பது உண்மைதான். திருவள்ளுவர், இளங்கோவடிகள், சாத்தனார், கம்பர், திருத்தக்க தேவர் என்ற இவர்கள் அனைவருக்கும் தமிழில் அடிப்படைத் தகுதி இல்லைதான். அதனால் என்ன?” என்று கடிதத்தை முடித்துவிட்டார். இக்கடிதத்தைக் கண்ட காமராஜர் பெரிதும் மகிழ்ச்சியடைந்து மனு மூட்டைகளை அவை செல்ல வேண்டிய இடத்திற்கு (குப்பைத் தொட்டி) அனுப்பி விட்டார். குருதேவர் என்ற மாமனிதருக்கு பகை வெளியேயிருந்து வரவில்லை. தமிழ்ப்புலவர்கள், தமிழ் ஆசிரியர்கள் என்பவர்களிடம் இருந்துதான் இது தோன்றி வளர்ந்தது.

இந்த மாமனிதர் படித்துள்ள நூல்களைக் கணக்கிட்டுச் சொல்லுதல் இயலாத காரியம். இப்பெருமகனார் நூல்களைப் படிப்பதைப் பார்ப்பதே ஒரு வேடிக்கையாக இருக்கும். அக்காலத்தில், ஆண்டுத் தொடக்கத்தில் அந்த வகுப்பிற்குரிய புத்தகங்களைப் பெற்றோர்கள் வாங்கித் தந்தவுடன் மிக அவசரமாக ஒவ்வொரு பக்கமாகப் பிரித்து, புதுப் புத்தகத்திற்குரிய மணம் வீசுவதை நாங்கள் அனுபவித்தது உண்டு. எவ்வளவு பெரிய புத்தகத்தையும் ஒவ்வொரு பக்கமாகப் புரட்டிப் பார்த்து, அந்த வாசனையைப் பிடித்துக் கொள்வோம். அதேபோல, குருதேவர் அவர்களுக்கு எத்துறையைச் சேர்ந்த எந்த நூலாக இருப்பினும், அது எந்த மொழியிலிருப்பினும் ஒன்றுதான். அந்த நூலை எடுத்து, சில மணி நேரத்தில் பக்கங்களைப் புரட்டி விட்டுப் படித்து முடித்ததாக நூலைக் கீழே வைத்துவிடுவார். அவரோடு நெருங்கிப் பழகிய அவருடைய வழிமுறைகளை நன்கு அறிந்தவர்களுக்கு மட்டும் இந்த உண்மை விளங்கும். 'ஏக சந்தகிராகி' ஆகிய அவர் ஒரு முறை ஒரு நூலைப் புரட்டிவிட்டால், அப்புறம் அதில் சொல்லப்பட்டவை எல்லாம் அவருக்குச் சொந்தமாகிவிடுகின்றன. இந்த இந்த நூலின் இன்ன இன்ன பக்கத்தில் என்ன விஷயம் சொல்லப்பட்டிருக்கிறது என்று அவர் குறிப்பிட்டால், அது அப்படியே இருத்தலை நான் பல சமயங்களில் கண்டதுண்டு. 1920இல் குருதேவருக்கு வயது 25. பொருளியல் பாடத்தில் அவர்கள் எம்.ஏ. படித்து விட்டுச் சட்டக் கல்லூரியில் பி.எல். பட்டப் படிப்பு முடித்து விட்டு வெளியே வந்தபொழுது அவருக்கு 24 அல்லது 25 வயது இருந்திருக்கும். தம்முடைய நேரம் முழுவதையும் கல்லூரிப் படிப்பில் செலவு செய்துவிட்டமையின் இவருக்குத் தமிழ் நூல்களைக் கற்கவோ ஆராயவோ நேரம் இருந்திருக்க முடியாது. தமது 26வது வயதில் 'சேக்கிழாரும் திருக்கண்ணப்பரும்' என்று தொடர்க் கட்டுரையாக வந்த நூலை இவர் வெளியிட்டார். அச்சில் 480 பக்கங்களுக்கு மேற்பட்டுள்ள இந்த நூலை ஒரே நேரத்தில் படித்து முடிப்பது என்பது யாருக்கும் இயலாத காரியம். ஒவ்வொரு பக்கத்திலும், அவர் சொல்லியுள்ள கருத்துக்களை மனத்தில் பதித்துக்கொள்ள வேண்டுமென்றால் இரண்டு மூன்று முறைக்கு மேல் அதில் கவனம் செலுத்த வேண்டும். ஒவ்வொரு பக்கத்திலும் அவ்வளவு விஷயங்கள் திணிக்கப்பட்டிருத்தலின் அதைப் படித்துப் புரிந்துகொள்வது இன்றும் சற்றுக் கடினமாகவே உள்ளது.

மதுரைப் பல்கலைக்கழகத்தின் துணைவேந்தராக இருந்த தெ.பொ.மீ. அலுவல் நிமித்தமாகப் பிரான்ஸ் நாட்டிற்குச் சென்றிருந்தார். பிரெஞ்சு அரசாங்கத்தின் கல்வித்துறை

அமைச்சரைச் சந்திக்க வேண்டிய சூழ்நிலை உருவாயிற்று. அமைச்சரிடம் அழகான பிரெஞ்சு மொழியில் பேசினார் தெ.பொ.மீ. அமைச்சரின் வியப்பிற்கு அளவேயில்லை. உங்களுக்கு என்ன செய்யவேண்டும்? என்று விருப்புடன் கேட்டார் அமைச்சர். மதுரைப் பல்கலைக்கழகத்தில் பிரெஞ்சு மொழிப் பட்டப் படிப்பு வைக்க விருப்பம், ஆனால் எங்கள் பொருளாதாரம் இடந்தரவில்லை என்றார் தெ.பொ.மீ. ஒரு பெருந் தொகையை முன்முதலீடாகத் தந்து, பிரெஞ்சு பயிற்றுவிக்கும் பேராசிரியர், அவருக்குரிய மாத ஊதியம், பிரெஞ்சு மொழி நூலகம் ஆகிய அனைத்தையும் உடனே ஏற்பாடுசெய்து, மதுரைப் பல்கலைக்கழகத்தில் பிரெஞ்சு மொழித் துறையையும் நடைபெற ஏற்பாடு செய்தார் அமைச்சர். இரண்டாம் நபருக்குத் தெரியாமல் தெ.பொ.மீ. பல்கலைக்கழகத்திற்குச் செய்த மாபெரும் தொண்டாகும் இது.

கல்வி, கேள்வி, மொழியறிவு ஆகியவற்றில் ஈடுஇணையில்லாத புலமை மிக்கவர் என்பது பலரும் அறிந்த ஒன்று. ஆனால், அவருக்குத் தெரிந்தோ தெரியாமலோ, அந்தத் தொடக்க காலத்திலிருந்தே அவருள் ஒன்று வளரத் தொடங்கி மிகப் பெரிதாக வளர்ந்து நின்றது. இந்த வளர்ச்சியைப் பலர் அறியாவிடினும் ஒரு சிலர் அறிந்து பயன்பெற்றனர் என்பதையும் நான் அறிவேன்.

குருதேவர் அண்ணாமலைப் பல்கலைக்கழகத்தில் தமிழ்த் துறைத் தலைவராக இருந்த காலத்தில் 'பி.சா.சு' என்று செல்லமாக அழைக்கப்பட்ட பி. எஸ். சுப்பிரமணிய சாஸ்திரியார் வடமொழித் துறையில் தலைவராக இருந்தார். வடமொழி அல்லாமல் தமிழிலும் தமக்குப் பெருந்தகுதி உண்டு என்ற நினைவில் வாழ்ந்த அவர் தெ.பொ.மீ போன்றவர்களை மதிப்பதில்லை. மதியாதது மட்டுமன்று; சந்தர்ப்பங்களில் தரக் குறைவாகவும் பேசி விடுவார். ஒரு முறை சாஸ்திரி ஹாலில் கூடியிருந்த பெருங் கூட்டத்திடை சுப்பிரமணிய சாஸ்திரியார் பின்வருமாறு பேசினார்: "வக்கீல் படித்துவிட்டுக் கோர்ட்டுக்குப் போய், பொடிக்கு அல்லது புகையிலைக்குக்கூடச் சம்பாதிக்க வழியில்லாதவர்கள் தமிழ்ப் பேராசிரியர்கள் என்று வெளிவருவது வருந்தத் தக்க விஷயம்" என்று பேசினார். வேடிக்கை என்னவென்றால், குருதேவர் இந்தக் கூட்டத்தில் இருந்தார். சாஸ்திரியார் சொன்னதைக் கேட்டு இவரும் சிரித்தார். சாஸ்திரியார் சுட்டிப் பேசியது தம்மைத்தான் என்ற உண்மை குருதேவர் மூளையில் ஏறவேயில்லை. ஆனால், பி.சா.சு.வின் இந்தத் தரக் குறைவான பேச்சு குருதேவரைப்

பற்றியதுதான் என்பதை அறிந்துகொண்ட நண்பர்கள் குருதேவரை உசுப்பிவிட்டார்கள். சாஸ்திரியாரை ஒட்டி வெளியே வந்த குருதேவர் சாலையில் நின்றுகொண்டு "பிசாசு வருவதை எதிர்பார்த்து நின்றார். சாஸ்திரியாரைக் கண்டவுடன் "டே சுப்பிரமணியா, நீ என்னமோ சொன்னாயாமே. உனக்கோ தமிழும் தெரியாது; சமஸ்கிருதமும் தெரியாது. ஆனாலும் உன்னைத் தாங்குகின்றவர்கள் இருக்கத்தான் செய்கிறார்கள். மகாராஜனாக இரு. ஆனால், பிறத்தியாரைப்பற்றி ஏன் இப்படிப் பேசுகிறாய்? நீ வடமொழி வல்லவன் என்று சொல்லிக்கொள்கிறாய். நானோ வக்கீல். தமிழும் தெரியாது; வடமொழியும் தெரியாது என்கிறாய். இப்போது ரிக்வேதத்தை ஒலி பிறழாமல் நான் சொல்கிறேன். உன்னால் முடியுமா?" என்று சொல்லவும், கூட்டம் கூடிச் சாஸ்திரியாரை மெள்ள அழைத்துச் சென்றுவிட்டார்கள். அன்று, சாஸ்திரியாரின் மகனுக்கு டைபாய்ட் ஜுரம் பீடித்த 13வது நாள். நிலைமை மோசமாகி விட, டாக்டர் "நான் ஒன்றும் செய்யமுடியாது; பார்க்கலாம்" என்று சொல்லிவிட்டார். இந்த நிலையில் ஒரு சிலர் சென்று, சாஸ்திரியாரிடம் 'ஏனய்யா, இப்படிப் பாவம் பண்ணிவிட்டாய்? பக்கத்து வீட்டில் இருக்கும் மீனாட்சி சுந்தரம் நவாவர்ணப் பூசை செய்யும் சக்தி உபாசகர். அவர் வாயில் விழுந்துவிட்டாய். போ, எப்படியாவது அவர் காலில் கையில் விழுந்து, அவரைக் கூட்டி வந்து விபூதி போடச் சொல்' என்று சொல்லிவிட்டனர்.

இரவு நேரம் செல்லச் செல்ல, நோயாளியின் நிலை மோசமாகிக் கொண்டே வந்தது. சாஸ்திரியாரின் பதட்டம் அதிகரித்துக் கொண்டேயிருந்தது. அவருக்கு அடுத்த வீட்டில்தான் தெ.பொ.மீ குடியிருந்தார். அவருடைய குடும்பம் சென்னையில் இருக்க வேண்டி நேரிட்டதால், ஒரு சமையற்காரனை வைத்துக்கொண்டு தாம்மட்டும் தனியே குடியிருந்தார். இரவு பன்னிரண்டு மணிக்கு மேல் சாஸ்திரியார் வெறிபிடித்தவர் போல் தெ.பொ.மீ. வீட்டுக் கதவைத் தடதடவென்று தட்டினார். யார் என்று அறியாத சமையற்காரன் கதவைத் திறந்து பக்கத்து வீட்டுக்காரரைப் பார்த்ததும் அசந்து போனான். மொட்டை மாடியில் ஒரு பாயை விரித்து ஒரு துண்டை இடுப்பில் கட்டிக் கொண்டு அமர்ந்திருந்தார் குருநாதர். அவர் காலில் விழுந்த சாஸ்திரியார் நடந்தவையெல்லாம் சொல்லி எப்படியாவது குருதேவர் வந்து திருநீறு போட்டுக் குணப்படுத்த வேண்டும் என்று மன்றாடினார். தமக்கு ஒன்றுமே தெரியாது என்றும் விபூதி போட்டு யாரையும் குணப்படுத்தியதில்லை என்று எவ்வளவு கூறியும் சாஸ்திரியார்

விடுவதாக இல்லை. வேறு வழியில்லாமல் குருதேவர் வருவதாக ஒப்புக்கொண்டார்.

சாஸ்திரியார் போனபிறகு அந்த நடு ஜாமத்தில் கேணியில் நீர் இறைத்து தலை முழுகிவிட்டு அடுத்த வீட்டிற்குச் சென்று நோயாளிக்குத் திருநீறிட்டார். சிறிது நேரம் அமைதியாக நின்றுவிட்டு, வீட்டுக்கு வந்து விட்டார். நோயாளி பிழைத்துவிட்டான் என்ற செய்தி எங்கும் பரவவே பலருடைய மதிப்பில் குருதேவர் உயர்ந்து விட்டார். இந்நிகழ்ச்சி அவர் தம்மையும் அறியாமல் ஈடுபட்ட ஒரு செயலாகும். தம்மையும் அறியாமல் தம்முள் ஒரு சக்தி ஓங்கி வளர்ந்துவருவதை அவர் தெரிந்து கொண்டாரோ என்னவோ, தெரியாது. ஆனால், என்னைப் போன்று நெருங்கிப் பழகியவர்கள் அதனை உணராமல் இருக்க முடியாது.

தந்தை திரு.பொன்னுசாமி அவர்களும், அவருடைய மகனார் தெ.பொ.மீ. அவர்களும் சக்தி உபாசகர்கள். சக்தி வழிபாட்டில் நவாவர்ண பூசை என்பதும் ஒன்றாகும். சாதாரணமாக இப்பூசை முடிய இரண்டு அல்லது இரண்டரை மணி நேரமாகும். இப்பூசை முடிந்து தெ.பொ.மீ. அவர்கள், வெளியில் வரும்போது அவரின் முகத்தைப் பார்ப்பதற்குக் கொடுத்துவைத்திருக்க வேண்டும். ஒரு பதினைந்து இருபது நிமிடங்களுக்கு அவர் வேறு ஓர் உலகில் சஞ்சரித்துக்கொண்டிருப்பார். எதிரேயுள்ளவர்கள் என்ன பேசினாலும் அவர் காதில் ஏறாது, தாடையைத் தடவிக்கொண்டே 'ம்..ம்..” என்று சொல்லுவார். ஆனால் நாம் சொல்லியது எதுவும் அவர் காதில் ஏறவில்லை என்பதை நெருங்கிப் பழகியவர்களே அறிவர். இதுபற்றிய ஒரு சுவையான சம்பவம் இன்னும் என் நினைவில் உள்ளது.

1943 என்று நினைக்கின்றேன். வெள்ளைக்காரர் ஆட்சியில் ஆலோசகர்கள் (அட்வைசர்ஸ்–Advisers) என்பவர்களின் துணைகொண்டு கவர்னரின் ஆட்சி நடைபெற்ற காலம். அக்காலத்தில் மிகப் பெரிய பதவியிலிருந்து ஓய்வுபெற்றவர் கீ.தெய்வசிகாமணி முதலியார் ஆவார். அவர் திரு.வி.க.விடம் நிறைந்த அன்பு கொண்டு ஒவ்வொரு நாள் மாலையும் அவரைப் பார்க்க வருவார். திரு.வி.க.வின் கூடவே இருந்த காரணத்தால் அவர் வரும்போது பல சமயங்களில் நானும் கூடவே இருந்ததுண்டு. ஒரு நாள் திரு.வி.க. அவர்களைப் பார்த்து 'தெ.பொ.மீ. என்று பலரும் சொல்லுகிறார்களே, அவரைப் பார்க்கவேண்டும்; நாளை அல்லது மறுநாள் வருகிறேன்; என்னை அழைத்துக் கொண்டு போங்கள்' என்றார். வெள்ளைக்காரப் பாணியில் அதிகம்

பழகிய முதலியாரை நன்கு அறிவார் திரு.வி.க. நவாவர்ணப் பூசை செய்யும் தெ.பொ.மீ.யையும் நன்கறிந்த திரு.வி.க. இவர்கள் இருவரும் சந்தித்தால் ஒத்துப்போவது கடினம் என்பதை உணர்ந்துகொண்டார். ஆதலின் ஏதேதோ சொல்லித் தட்டிக்கழிக்கப் பார்த்தார். ஆனால் முதலியார் விடுவதாக இல்லை. 'சனிக்கிழமை காலை காருடன் வருகிறேன்; நாம் அனைவரும் போகலாம்' என்று கூறிவிட்டுப் போய்விட்டார். அவர் போன பிறகு திரு.வி.க. அவர்களுக்கு ஒரே குழப்பம், அதுவும் காலை நேரத்தில் அவர் பூசை முடிந்தவுடன் இருக்கும் நிலைமையைத் திரு. முதலியார் அவர்களிடம் சொல்லிவிடலாம் என்று நான் கூறியதை, திரு.வி.க. அவர்கள் ஏற்றுக் கொள்ளவில்லை. வேறு வழியில்லாமல் சனிக்கிழமை காலை மூவரும் சிந்தாதிரிப்பேட்டைக்குப் போய்ச் சேர்ந்தோம்.

வீட்டில் உள்ளவர்கள் 'தெ.பொ.மீ. அவர்கள் இன்னும் பூசை முடிக்கவில்லை; நீங்கள் அமருங்கள்' என்று கூறியதால், வீட்டின் திண்ணையில் அமர்ந்தோம். பதினைந்து, இருபது நிமிடங்களில் வழக்கம்போல் தாடையைத் தடவிக் கொண்டே தெ.பொ.மீ. வெளியே வந்தார். உடனே திரு.வி.க., 'மீனாட்சிசுந்தரம்! இது யாரென்று பார், இவர்தான் கீ. தெய்வசிகாமணி முதலியார்; பத்திரப்பதிவுத் துறையில் ஐ.ஜி. (I.G.of Registration) பதவியில் இருந்து ஓய்வு பெற்றவர்; உன்னைப் பார்க்கவேண்டுமென்று பெரிதும் விரும்பினார் என்று ஏதேதோ கூறினார். வழக்கம்போல் தெ.பொ.மீ.யின் காதுகளில் எதுவும் ஏறவில்லை. தாடையைத் தடவிக் கொண்டே, எங்கேயோ பார்த்தவண்ணம் நின்று கொண்டிருந்தார். தெ.பொ.மீ. தம்மை அவமானப்படுத்தி விட்டதாக நினைத்த முதலியார் 'கல்யாண சுந்தரம் புறப்படு போகலாம், இந்த மனிதனை நாடிவந்ததே பெரிய தப்பு' என்று கூறி, எழுந்து காருக்குச் சென்றுவிட்டார். வேறு வழியின்றித் திரு.வி.க.வும் காரில் ஏறி அவர் பக்கத்தில் அமர்ந்துகொண்டார். ஓட்டுநர் பக்கத்தில் அமர்வதற்காக நான் காரினைச் சுற்றிச் சென்று கதவைத் திறக்கும்போது,. ஓர் அதிசயம் நிகழ்ந்தது! தெ.பொ.மீ. இந்த உலகத்திற்கு இறங்கி வந்துவிட்டார். திரு.வி.க.வையும் என்னையும் தெரியுமாதலால் விழுந்தடித்துக்கொண்டு வெளியே வந்து, 'வாங்க வாங்க, எப்ப வந்தீங்க, இவங்க யாரு புதிசா இருக்கு? யாரென்று சொல்லவில்லையே எனக்கு. வாங்க வாங்க இறங்கி வாங்க' என்றார். நிலைமையை ஓரளவு புரிந்துகொண்ட முதலியார், காரிலிருந்து இறங்கிவர, மூவரும் உள்ளே சென்று அமர்ந்தோம். ஒரு மணி நேரம் உரையாடல் நடந்தது. இச்சந்திப்பின் முற்பகுதியில்

அ.ச. ஞானசம்பந்தன் 135

கண்ணெதிரே நிகழ்ந்த நிகழ்ச்சியில் ஒருபகுதிகூடத் தெ.பொ.மீயின் மூளையில் படவில்லை என்பதை அறிந்துகொண்ட முதலியார், அன்று முதல் தெ.பொ.மீ. அவர்களிடம் பெரிதும் அன்புகாட்டிப் பழகினார்.

சிவ பூசை, சக்தி பூசை முதலிய பல பூசைகள் செய்பவர்களை நெடுங்காலமாகக் கண்டுள்ளேன். 'நாற்பது வருடங்களாகப் பூசனை செய்கிறேன்' என்று பெருமையடித்துக் கொள்பவர்களை நான் கண்டுள்ளேன். நாற்பது வருடங்களுக்கு முன் அரிச்சுவடி படிக்கத் தொடங்கியவர்கள், நாற்பது வருட முடிவில் அதே அரிச்சுவடியைப் பெருமையோடு படித்துக் கொண்டிருப்பதற்குச் சமமாகும், இவர்கள் பெருமையடித்துக் கொள்ளும் செயல். புறத்தே செய்யப்படுகின்ற இப்பூசை மன வளர்ச்சியும், ஆன்ம வளர்ச்சியும் பெருகப் பெருக, புளியம்பழத்தின் ஓடுபோல நீங்கிவிடவேண்டும் என்பதை ஏனோ இவர்கள் அறிவதில்லை; இதை யாரேனும் எடுத்துச் சொன்னாலும் இவர்களுக்குக் கோபம்தான் பொத்துக்கொண்டு வருமே தவிர, சொல்பவர்கள் கூற்றின் உண்மையைப் புரிந்துகொள்வதில்லை.

இதிலேயே பழகிவந்த எனக்கு, தெ.பொ.மீ.யின் வாழ்க்கை, ஒரு சிலிர்ப்பைத் தந்தது. நாற்பத்து மூன்று, நாற்பத்தைந்துகளில் இவ்வளவு பெரிய நவாவர்ண பூசை செய்த தெ.பொ.மீ. அவர்கள், படிப்படியாக அதனை விட்டுவிட்டார். 1960 முதல் மணிக்கணக்கில் தியானத்தில் அமர்ந்துவிடுவார். ஒருசில காலம் என்னுடைய வீட்டிலேயே அவர் இருக்கும் பேற்றைப் பெற்றேன். அப்பொழுது அவர் தியானத்தில் தொடங்கிச் சமாதிக்குச் சென்றுவிடுதலை நானும் என் மனைவியும் கண்டுள்ளோம்.

இந்த அகவளர்ச்சி அந்த மனிதரை எந்த அளவிற்கு மாற்றிற்று என்பதற்கு ஓர் உதாரணத்தைக் கூற விரும்புகிறேன்.

மந்தைவெளியில் நான் குடியிருந்தபொழுது நிகழ்ந்த ஒரு நிகழ்ச்சி இது. பிரபலமான ஒரு மாத இதழ் ஆசிரியர் எனக்கு மிக்க நண்பராயினும் ஏதோ ஒரு காரணத்தால், என்மேல் சினங்கொண்டு, என்னைவைத்து ஒரு சிறுகதை எழுதிவிட்டார். என்னுடைய பெயரையே குறிப்பிட்டு, ஒரு துறவியிடம் நான் நெருங்கிப் பழகி, பிறகு அவரை விட்டுவிட்டதற்கு ஒரு காரணத்தை எழுதியிருந்தார். நண்பர்கள் பலரும் இதைப் படித்துவிட்டு, தொலைபேசி மூலம் எனக்குக் கூறினர். உடனிருந்த தெ.பொ.மீ.யிடம் நான் இதனைக் கூறவில்லை. அதே நேரத்தில் கம்பன் விழாவிற்காக, அதனை நடத்துபவர்

ஒருவர் என்னை அழைக்க வந்தார். 'அண்ணா! இன்னாரைத் தலைவராகப் போட்டுள்ளேன், உங்களைப் பேசும்படியாக ஏற்பாடு செய்துள்ளேன்' என்றார் அவர். உடனே நான் 'சந்தோஷமான செய்தி; அவனைக் கிழித்துத் தோரணம் கட்டவேண்டுமென்று விரும்பியிருந்தேன்; நல்ல சந்தர்ப்பம் கொடுத்தீர்கள்' என்றேன். விழாக்காரர் பதறிப்போய் 'அப்படியெல்லாம் செய்துவிடாதீர்கள். எங்கள் விழா நன்கு நடைபெறவேண்டும்' என்று கெஞ்சினார். இந்தக் கூத்து முழுவதையும் வாய்பேசாமல் பார்த்துக்கொண்டு, என்னையே முறைத்துப் பார்த்துக்கொண்டிருந்தார் தெ.பொ.மீ. ஆத்திரம் அடங்காத நான் அவரைப் பார்த்து 'என்ன குருதேவா என்ன முறைக்கிறீர்கள்?' என்றேன். கொஞ்சம்கூட அதிர்ச்சியடையாமல் "அப்பா.....! 1932 இலிருந்து உன்னைப் பார்த்துக்கொண்டிருக்கிறேன். உன்னைத் திருத்தவே முடியாது என்றுதான் நம்பியிருந்தேன். இப்பொழுது சிலகாலமாக, நீகூடத் திருந்திவிடுவாய் என்ற எண்ணம் என்னுள் தோன்றி வளர்ந்தது. இப்பொழுது தெரிந்துகொண்டேன்; நாய்வாலை நிமிர்த்தினாலும் நிமிர்த்தலாம், அ.ச. என்பவனைத் திருத்தவே முடியாது. அப்பனே! மனத்தினாலும் பிறரை ஏசியதில்லை நான்; தீங்கு நினைத்ததுமில்லை. ஆனாலும், என்மேல் சினங்கொண்டு என்னை ஏசுகிறவர்கள், என்னைக் கேவலப்படுத்தித் துண்டுப் பிரசுரம் போடுகிறவர்கள் ஆகியவர்களை நீ கண்டதில்லையா? இவர்களை எதிர்த்து நான் ஒரு வார்த்தை பேசியதுண்டா? அவர்கள்மேல் சினங்கொண்டது உண்டா? ஆனால் நீயோ முன்கோபக்காரன். மேடையில்கூடப் பிறரை ஏசுபவன், உனக்கு விரோதிகள் இருப்பதில் வியப்பொன்றுமில்லை. ஆனால் நீ வளர்ந்தாயா?" என்று அவர் கூறியவுடன் என்னையும் அறியாமல் வழிந்த கண்ணீருடன் எழுந்து அவர்களுடைய திருவடிகளில் விழுந்து வணங்கி "இந்த விநாடிமுதல் என்னுடைய வாழ்க்கையை மாற்றிக்கொள்கிறேன்; தாங்கள் இட்ட கட்டளையை நிறைவேற்றுகிறேன்" என்று சபதம் செய்தேன்.

உடனே விழாக்காரரைப் பார்த்து, 'நீங்கள் சொன்னபடியே ஏற்பாடு செய்யுங்கள். இவன் அந்தக் கதையை எழுதிய இதழாசிரியருடன் வருவான்; அவருடனேயே தங்கியிருப்பான்; அவர் தலைமையில் பேசுவான்; எக்காரணம் கொண்டும் பழைய அ.ச. தலைநீட்ட மாட்டான்' என்று கூறினார்.

அவர் சொன்னபடியே அந்த விநாடி முதல் இன்று வரை நடந்துவருகிறேன்.

என்னுடைய இந்த மாற்றத்தின் பயனாகக் குருதேவர் தம் பூத உடல் மறைந்த பிறகும், இன்றுவரை, என்னுடைய ஆன்ம வளர்ச்சிக்கு வழிகாட்டியாக நின்று, தேவைப்படும்போதெல்லாம், என்ன செய்யவேண்டும் என்பதை அறிவுறுத்தி வருகின்றார்.

என்றுமே நோய் என்று பெரிதாகச் சொல்லிக் கொண்டு ஆஸ்பத்திரியிலேயோ வீட்டிலேயோ படுக்கும் நிலை என்றுமே அவருக்கு வந்ததாக எனக்கு நினைவே இல்லை. 1975வாக்கில் எதிர்பாராதவிதமாக அமரர் கி.மு. அழகர்சாமி, தெ.பொ.மீ, நான் ஆகிய மூவரும் மேல்மருவத்துருக்குச் செல்ல நேரிட்டது. அங்கு என்ன என்ன நடக்கிறது என்று எதுவும் எங்களுக்குத் தெரியாது. நாங்கள் சென்ற அந்த நேரத்தில் திரு. பங்காரு அடிகளார் மேல் ஏதோ ஓர் தெய்வம் வந்து பரகாயப் பிரவேசம் செய்ததுபோல் ஏதோ ஒன்று நடந்துகொண்டிருந்தது. பிள்ளையார் கோயிலைப் போன்ற மிகச் சிறிய கோயில், அதைச் சுற்றிப் பெரிய திறந்த வெளி. கோயிலின் எதிரே சென்னை விழுப்புரம் நெடுஞ்சாலை, அருள் வந்த நிலையில் உடனிருந்த அனைவரும் 'ஓம்சக்தி, ஓம்சக்தி' என்றே பேசினர். எங்களுக்கு எதுவும் எடுபடவும் இல்லை. புரியவும் இல்லை. கூட்டத்தோடு நாங்களும் நின்று கொண்டிருந்தோம். அப்போது அடிகளார் கையிலிருந்த வேப்பிலைக் கொத்தை பிலுவிலுவென்று உலுப்பினார். அதினுள்ளிலிருந்து, தங்கத் தகடுகள் தரையில் விழுந்து, விழுந்த க்ஷணத்திலேயே ஒவ்வொரு தகடும் ஒரு திருமங்கிலியமாக மாறிவிட்டது. உடனிருந்த பக்த கோடிகளின் ஆனந்தத்திற்கு அளவே இல்லை. 'ஓம் சக்தி ஓம் சக்தி' என்ற பெருங் குரலெடுத்துக் கூவினர். இந்தப் பொன்னைப் பார்த்ததும், குருதேவர், அழகர்சாமி, நான் ஆகிய மூவரும் அந்தக் கூட்டத்திலிருந்து பிரிந்து தூரத்தில் போய் நின்றுவிட்டோம். உடனிருந்த பக்தர்களில் ஒருவரை அழைத்து, "தனியே போய் நின்றுகொண்டிருக்கும் அந்த மூவரையும் என் அருகில் அழைத்து வா" என்று அம்மா ஆணையிட, நாங்கள் அருகில் சென்றதும் குருதேவரை விளித்துப் பேசினாள் அன்னை. "மகனே, இந்தத் தங்கத்தைக் கண்டு, என்மேலேயே வெறுப்படைந்து தூரத்தில் போய் நின்றுவிட்டாய். நான் தங்கம் வரவழைப்பது இதுதான் முதல் தடவை, இந்தத் தங்கம் கீழே வீழ்கின்றவரை, "ஓம்சக்தி ஓம்சக்தி" என்று கூவிக்கொண்டிருப்பதையும் தங்கம் விழுந்த பிறகு ஓம் சக்தி' என்று கூறுவதையும் கேட்டாயல்லவா? தங்கத்தைப் பார்க்குமுன் இவர்கள் ஓம்சக்தி உதட்டளவில்தான் நின்றது. தங்கத்தைப் பார்த்தபின் இந்த 'ஓம் சக்தி' குரல் அடிவயிற்றிலிருந்து வருவதைப் பார்த்தாயல்லவா? இதனை உனக்காகச் செய்யவில்லை" என்று

'அம்மா' பேசினார். பின்னர் என்னையும் அழகர்சாமியையும் சுட்டிக்காட்டி 'நீங்கள் இருவரும் இங்கே வந்து மிகப் பெரிய பணிகளைச் செய்ய வேண்டியுள்ளது. இப்பொழுது போய்விட்டு மீண்டும் வாருங்கள்' என்று கூறிவிட்டார்.

இதன்பிறகு அடிக்கடி மருவத்தூர் செல்லத் தொடங்கி பெரும்பாலும் அங்கே தங்கும் நிலை ஏற்பட்டுவிட்டது. வெற்றிடங்கள் எல்லாம் கட்டிடங்களாக உருவெடுக்கத் தொடங்கி விட்டன. வாரத்தில் மூன்று அல்லது நான்கு நாட்கள் அன்னை அருள் வாக்குச் சொல்வாள். எனவே பெரிதாக வளர்ந்தாலும் குருதேவரோ நானோ நாங்களாக உள்ளே சென்று கேட்டதில்லை. தேவை ஏற்படும்போதெல்லாம், எங்களை அழைத்து, இன்ன இன்ன காரியங்களைச் செய்ய வேண்டும் என்று அன்னை ஆணையிடுவாள்.

ஒருமுறை அன்று அறநிலையத்துறையில் துணை ஆணையராக இருந்த நண்பர் அர்ஜுனன் அவர்கள் மருவத்துரர் செல்ல வேண்டுமென்று எங்களை அழைத்தார். அவருடைய காரிலேயே புறப்பட்டோம். வண்டியின் முன்னிருக்கையில் ஓட்டுநர் அருகே குருதேவர் அமர்ந்திருந்தார். பின்னிருக்கையில் நானும் திரு. அர்ஜுனனும் அவருடைய மனைவியும் அமர்ந்திருந்தோம். திடீரென்று அர்ஜுனன் குருதேவரைப் பார்த்து இந்த மருவத்தூரைப்பற்றி நீங்கள் என்ன நினைக்கிறீர்கள்' என்று கேட்டார். 'எனக்கு என்னப்பா தெரியும்?' என்று விடை கூறிவிட்டார், குருதேவர்.

அடுத்தபடியாக அர்ஜுனன் 'பங்காரு அடிகளார் மேல் ஒரு பெண் சித்தர் பரகாயப் பிரவேசம் செய்து அருள்வாக்குச் சொல்லச் சொல்கிறாளா? அதுபற்றி நீங்கள் என்ன நினைக்கிறீர்கள்' என்றார். உடனே குருதேவர் "எனக்கு என்னப்பா தெரியும்? எனக்கு ஒன்றுமே தெரியாது' என்றார். நண்பர் அர்ஜுனன் மந்திர சாஸ்திரங்களில் ஓரளவு வல்லவர். அவர், என் காதருகே நெருங்கி, 'என்ன, அ.ச. குருதேவர் பெரிய அறிஞர்; பன்மொழிப் புலவர்; என்பதெல்லாம் சரி. ஆனால் ஆன்மிகத் துறையில் பூஜ்யம், பெரிய பூஜ்யம் (a big spiritual zero) போலத் தெரிகிறதே! என்றார். நான் ஒன்றும் பதில் சொல்லவில்லை. சிரித்துக்கொண்டே இருந்துவிட்டேன். கோயிலில் 'அருள் வாக்குத் தொடரும் நேரம். அருள்வாக்குக் கேட்கப் பெயர் கொடுத்தவர்கள் எல்லாம் வரிசையாக நின்றுகொண்டிருக்கிறார்கள். அருள்வாக்குச் சொல்லும் அறையில் இருந்து திடீரென்று ஒரு பெரிய குரல். 'யாரடா அங்கே? கோயில் வேலை செய்யும்

பயலை இங்கு வரச் சொல்' என்ற சத்தம் வந்தவுடன் நாங்கள் பேசாமல் நின்றுவிட்டோம், அண்மையில் நின்ற திரு. ஜோசப், அர்ஜுனனிடம் வந்து 'உங்களைத்தான் அம்மா அழைக்கிறாள், போங்க' என்றார். பயந்து நடுங்கியபடியே உள்ளே சென்று அவர் கும்பிட்டார். பலத்த குரலில் 'அடே தாடிக்காரனைப் பற்றி (தெ.பொ.மீ) நீ என்னடா சொன்னே என்று கர்ஜித்தது. பாவம் அர்ஜுனன் நடுங்கிவிட்டார். "நான் ஒன்றும் சொல்லவில்லை?" என்றார். 'காரில் வரும்போது, தலைவனுடைய (அ.ச.ஞா) காதில் என்ன சொன்னாய்? தாடிக்காரன் பெரிய 'Spiritual Zero' என்று சொன்னாயல்லவா? "நான் யார் என்று கேட்டாயில்லையா? அவன் தெரியாது' என்றான். அதுதான் அவன் பெருமை. நீ எது கேட்டாலும் அவன் தெரியாது என்பான். இந்தப் பகுதியில் என்னை ஓரளவு தெரிந்துகொண்ட ஒரே ஓர் ஆள் தாடிக்காரன்தான். அட்டமாசித்திகள் எல்லாம் செய்வானடா அவன். நானே ஒரு தடவை இந்தச் சித்திகளெல்லாம் உனக்கு வரும். நீ செய்யடா' என்றேன். அவன் என்ன சொன்னான் தெரியுமா?, 'ஏம்மா, வேறு வேலையில்லையா? அதைச் செய்வதற்காகவா நான் உன்னிடம் வந்தேன்?' என்று சொல்லி உதறிவிட்டான். அப்படிப்பட்டவனை நீ என்ன சொன்னே? ஆன்மிகப் பூஜ்யமா? போடா போ அவனைவிட ஆன்மிக வளர்ச்சியடைந்தவனை நீ எங்குத் தேடினாலும் காண முடியாது' என்று கூறிவிட்டாள் அன்னை அன்னை கூறிய அனைத்துச் சொற்களும் எங்கள் அனைவர் காதிலும் விழுந்தன. எங்கள் பக்கத்திலேயே நிற்கும் குருதேவர் காதில்மட்டும் இந்தச் சொற்கள் எதுவும் விழவில்லை. அவர் எங்கோ மோட்டு வளையைப்பார்த்துக் கொண்டே நின்றுகொண்டிருந்தார். அவர் முகத்தில் எவ்வித மாறுதலும் இல்லை. வெளியே ஓடி வந்த அர்ஜுனன் திடிரென்று அவர் கால்களில் விழுந்தார். 'குருதேவா, என்னை மன்னியுங்கள்' என்று அழாக்குறையாக வேண்டினார். அன்னையின் உரையாடலைக் காதில் வாங்கிக்கொள்ளாததால் குருதேவருக்கு ஒன்றுமே புரியவில்லை. 'என்னாபா? இது என்ன என் காலிலே விழறே எழுந்திருப்பா. நீ என்ன பண்னே? நான் எதுக்கு உன்னை மன்னிக்கணும்?' என்று கூறிவிட்டார் அந்த ஆன்மீகப் பெரியார்.

மேல்மருவத்தூரில் நடைபெறும் பல வேள்விகளைக் குருதேவரைக் கொண்டு தொடங்கச் செய்தாள் அன்னை. நாட்கள் ஓடி மறைந்தன. திடீரென்று மதுரையிலிருந்த குருநாதருக்கு உடல்நிலை மிகவும் கெட்டுவிட்டது. டாக்டர் கபீர் தலைமையில் ஏழு மருத்துவர்கள் கூடி எல்லாச் சோதனைகளும் செய்து பார்த்து, அவரைப்

பீடித்திருப்பது, 'Filarial Fever என்ற முடிவிற்கு வந்தனர். ஓர் அறுவை சிகிச்சை செய்து, குணப்படுத்த முன்வந்தனர். ஆனால் குருதேவர் அதை ஏற்றுக்கொள்ளவில்லை. அன்னையின் உத்தரவு வந்தாலொழிய , மருந்து, மாத்திரை, அறுவை சிகிச்சை எதையும் ஏற்றுக்கொள்ளமாட்டேன் என்று உறுதியாகச் சொல்லிவிட்டார். ஒரு நாள் இரவு ஏழு மணி இருக்கும். மதுரையிலிருந்து தொலைபேசியில் என்னை யாரோ அழைக்கிறார்கள் என்று அறிந்து, தொலைபேசிக்குச் சென்றேன். மறுமுனையில் குருதேவரின் மருமகன் பேராசிரியர் டாக்டர் சண்முகம் பேசினார். நடந்தவற்றையெல்லாம் கூறி, எப்படியாவது அன்னையிடம் உத்தரவு வாங்கி, தொலைபேசியில் சொல்லுங்கள். அதுவரை நான் காத்திருக்கிறேன் என்றார். தொலைபேசி அலுவலரிடம் 'எவ்வளவு நேரம் ஆனாலும் இந்த லைனைத் துண்டிக்காதீர்கள்' என்று சொல்லிவிட்டு விழுந்தடித்து ஓடினேன். நேரே அருள்வாக்கு நடைபெறும் இடத்தில் நான் போய் நின்ற உடனேயே' என்னடா தலைவா, தாடிக்காரனுக்கு உடம்பு சரியில்லையா, அதைக் கேட்க வந்தாயா' என்றாள் அன்னை. சண்முகம் சொன்னதையெல்லாம் கூறிவிட்டு, ஏழு டாக்டர்களும் கூடி எடுத்த ஒருமனதான முடிவு அறுவை சிகிச்சை, உன் உத்தரவு இல்லாமல் அதைச் செய்து கொள்ளமாட்டேன் என்கிறார்' என்றேன். டேய், ஏழு முட்டாள் கூடினால் ஓர் அறிவாளியாய் விடுவானா? அவனுக்கு நான் தந்திருக்கும் நோய் Lymphoma என்னும் வியாதி. வேணுமென்றால் Cancer பார்க்கும் டாக்டரை அழைத்துப் பார்க்கச் சொல்லு' என்றாள் அன்னை. இதனைச் சண்முகத்திடம் நான் சொல்ல, மறுநாள் புற்றுநோய் டாக்டரை அழைத்துப் பார்த்தார்கள். இது Lymphoma நோய்தான் என்று அவர் கூறிவிட்டு ஏதேதோ மருந்து கொடுத்தார்.

நாட்கள் ஓடின. குருதேவரின் உடல்நிலை சரிந்து கொண்டே யிருந்தது. புற்று நோயாதலின் அடையாறில் உள்ள புற்று நோய் மருத்துவமனையில் காட்டலாம் என்று நினைத்து, குருதேவரைச் சென்னைக்கு அழைத்து வந்தனர் அவர் உறவினர். குருதேவரின் பழைய நண்பர்களாகிய சி.கே. துரைவேலன், எம்.பி. சண்முகசுந்தரம், நான் ஆகிய மூவரும் ஏற்கனவே கோமா நிலையை அடைந்துவிட்ட குருதேவரைக் கொண்டுசென்று அடையாறு புற்றுநோய் மருத்துவமனையில் சேர்க்க முற்பட்டோம். நோயாளி கோமா நிலையில் ஒரு ஸ்டிரெச்சரில் கிடக்கிறார். அவரைச் சோதித்த டாக்டர் 'இன்னும் சில மணி நேரம்கூட இருக்காது. இவரைச் சேர்த்து நாங்கள் கெட்ட பெயர் வாங்கிக்கொள்ளத் தயாராக இல்லை. நீங்கள் திரும்பி அழைத்துக்கொண்டு

போய்விடலாம்' என்றார். நண்பருடன் அமர்ந்திருந்த நான் என்னை மறந்த நிலையில் 'டாக்டர் தயவுசெய்து இவரை மருத்துவமனையில் சேர்த்துக்கொள்ளுங்கள். சரியாக ஒரு மாதத்தில் இங்கிருந்து நடத்தியே அழைத்துச் செல்கிறேன்' என்று கூறிவிட்டேன். படு கோபம் அடைந்துவிட்டார் டாக்டர். நல்லவேளையாக அந்த மருத்துவமனையின் தலைவராகிய டாக்டர் சாந்தா அம்மையார் அங்கே வந்தார். நடந்ததையெல்லாம் கூறிய இந்த டாக்டர், நான் பேசியதையும் கூறினார். அந்த அம்மையார் சமாதானம் தெரிவித்தார். ஆனால் அந்த ஆண் மருத்துவர் நான் சொல்ற கண்டிஷனுக்கெல்லாம் உட்பட்டால் இந்தப் பேஷண்ட் இங்கு இருக்கலாம். முதலாவது இங்கு இவர் செத்துவிட்டால் எங்கே செத்துவிட்டார் என்று சொல்லக்கூடாது. இங்கிருந்து யாரையும் டெலிபோனில் கூப்பிட்டு இந்தச் செய்தியையும் சொல்லக்கூடாது. உயிர் போனவுடன் இவரை எடுத்துச்செல்லுங்கள். இந்த ஹாஸ்பிடல் பேரே வரக் கூடாது. மதுரைப் பல்கலைக் கழகத் துணைவேந்தர் இந்த மருத்துவமனையில் உயிர் இழந்தார் என்ற செய்தி எந்தப் பேப்பரிலும் வரக்கூடாது. இதற்கெல்லாம் உட்பட்டால் இவரை இங்கேயே விட்டுப் விட்டுப் போங்கள் என்றார். அத்தனைக்கும் கட்டுப்பட்டு நோயாளியை ஓர் அறையில் சேர்த்துவிட்டு நாங்கள் திரும்பினோம். எனக்கு இருந்த கோபத்தில் நண்பரின் காரை வாங்கிகொண்டு நானே மருவத்தூருக்கு ஓட்டிச் சென்றேன். அருள்வாக்குத் தொடங்குகின்றவரை யாரிடமும் ஒன்றும் பேசவில்லை. ஆஸ்பத்திரியில் நடந்தது யாருக்கும் தெரியாது. அருள் வாக்குத் தொடங்கியவுடன் அன்னை என்னை அழைத்தாள். 'மகனே, ஒரு மாதத்தில் தாடிக்காரனை நடத்திக் கூட்டிக்கிட்டு வரேன் என்று சொன்னாயில்லையா? உன்னைச் சொல்லவைத்ததே நான்தான்டா. அப்படியே நடக்கும் போ' என்றாள், அன்னை. சரியாக ஒரு மாதம் கழித்து நாங்கள் மூவரும் மருத்துவமனைக்குச் சென்றோம். டாக்டர் சாந்தா அம்மையார் இன்முகத்துடன் எங்களை வரவேற்று ஆங்கிலத்தில் பின்வருமாறு கூறினார்: "எங்கள் மருத்துவமுறையில் பார்த்தால் இவர் இறந்து ஒரு மாதம் ஆகியிருக்க வேண்டும். ஓர் அற்புதம் (miracle) நிகழ்ந்துள்ளது. அவர் இப்போது நடக்கத் தயாராக உள்ளார். இன்னும் மூன்று நாட்களுக்கு இங்கேயே இருக்கட்டும். கொஞ்சம் கொஞ்சம் நடை பழகட்டும். பிறகு, நீங்கள் அழைத்துச் செல்லலாம் என்றார். மூன்று நாட்கள் கழித்து, நாங்களே சென்று குருதேவரைக் கார் வரை நடத்திக் காரில் அழைத்து வந்து விட்டோம். குருதேவரின் உடல்நிலை நாளுக்கு நாள் முன்னேறியது.

ஒரு நாள் அன்னை என்னை அழைத்து 'ஒரு பெரிய விழா நடத்தி, ஒரு பெரிய வெள்ளித்தட்டு வாங்கி, என் சார்பாக தாடிக்காரனிடம் கொடுத்துவிடு' என்று அன்னை கட்டளையிட்டாள். பல்வேறு காரணங்களால் ஒரு சிறிய வெள்ளித்தட்டு வாங்கி, சிறிய விழாவை நடத்தி, குருதேவருக்கு அதைத் தந்தோம். பிறகு அவரை மதுரைக்கு அனுப்பிவிட்டோம். உடல்நிலை நன்றாகத் தேறி ஓரளவு நடையுடை மேற்கொண்டு மகள் வீட்டில் மதுரையில் இருந்தார் குருதேவர்.

ஒரு பெரிய கண்டத்தைத் தாண்டிவிட்டோம் என்று மன மகிழ்ச்சியோடு இருந்த என்னை ஒரு நாள் அன்னை அழைத்தாள். 'மகனே, இன்ன தேதியில், இத்தனை மணிக்குத் தாடிக்காரன் என்னிடம் வரப்போகிறான். அந்தச் செய்தி உனக்கு வரும்பொழுது மதுரை செல்வதற்கு எந்த இரயிலும் இராது. முதல் நாளே நீயும் லோகநாதனும் கோயிலில்லிருந்து ஒரு குத்துவிளக்கை எடுத்துவைத்துக் கொண்டு தயாராக இருங்கள். யாரிடமும் இதுபற்றிப் பேசவேண்டாம். உனக்குச் செய்தி வந்ததும் நீயும் லோகநாதனும் விமானம் மூலமாவது மதுரை சென்று இந்த விளக்கை அவன் தலைமாட்டில் ஏற்றிவையுங்கள். பிறகு எல்லாக் காரியங்களையும் முடித்துக்கொண்டு வா' என்று கூறினாள் அன்னை சொல்லியபடியே அனைத்தும் நடந்தேறின.

குருதேவர் நோயால் மிகவும் அவதிப்படும்போது அன்னையிடம் ஒரு வேண்டுகோள் வைத்தேன். அவர் இவ்வளவு துன்பப்பட வேண்டுமா? அவர் துன்பத்தை நீ குறைக்க முடியாதா? அதற்கு அன்னை கூறிய பதில், குருதேவர் எவ்வளவு பெரியவர் என்பதை உணர்த்திற்று. 'இந்த நோயை அவனுக்குக் கொடுத்தவளே நான்தான். ஒரே வினாடியில் அவன் துன்பத்தையெல்லாம் போக்கிவிட முடியும். ஆனால் ஒரு சிக்கல், இனி அவனுக்குப் பிறவி கிடையாது. இந்தத் துன்பத்தை உரிய காலம் முடிய அவன் அனுபவிக்காவிட்டால் இதற்காக ஒரு பிறவி ஏற்க நேரிடும். அவனுக்கே இது நன்றாகத் தெரியும். அவன் என்னிடம் என்ன வேண்டிக் கொண்டான் தெரியுமா? தாயே, கொடுக்கிற துன்பத்தையெல்லாம் கொடுத்திடு. அனுபவித்துக் கணக்கைத் தீர்த்துவிடுகிறேன். இதில் மிச்சம் வைத்து அதற்காக ஒரு பிறவி தேவையில்லை' என்று கூறிவிட்டு, அவனே இதனை ஏற்றுக்கொண்டான். 'நீ கவலைப் படுவதில் பயனில்லை' என்று கூறிவிட்டாள், அன்னை, ஆம் இது கடைசிப் பிறவி என்பதை முன்கூட்டியே உணர்ந்து அனுபவிக்க வேண்டியதையெல்லாம் அனுபவித்து, கணக்கைத் தீர்த்துவிட

வேண்டும் என்று வேண்டிக்கொண்ட மாமனிதர் தெ.பொ.மீ. பண்பாட்டிலும் மாமனிதர். ஆன்மீகத்திலும் மாமனிதர்.

தெ.பொ.மீனாட்சிசுந்தரனாரைப் பன்மொழிப் புலவர் என்றும் பல்கலைச் செல்வர் என்றும் இவ்வுலகம் நன்கு அறியும். ஆனால், இந்தத் தெ.பொ.மீ.க்குள் மற்றொரு தெ.பொ.மீ மலைபோல் வளர்ந்து நின்றதை உலகம் அறியாது. அன்னை அறிந்திருந்தாள், அவள் சொல்ல நானும் கண்டேன்.

22
வள்ளல் ம. வே. ஜெயராமன்

இந்த அன்பரிடம் நான் பழகியது நான்கே ஆண்டுகள்தான். திருப்பனந்தாளை ஒட்டிய சிற்றூரில் பிறந்த இவர், மிக எளிய பிராமணக் குடும்பத்தில் பிறந்தவர். திருப்பனந்தாள் தமிழ்க் கல்லூரியில் வித்துவான் பயின்று பட்டம் பெற்றார். நல்ல இசையறிவும் இசைப் பயிற்சியும் உடையவர். வித்துவான் பட்டம் பெற்றிருந்தும் நண்பருக்குத் தமிழகத்தில் எங்கும் வேலை கிடைக்கவில்லை. ஒரு தமிழாசிரியர் வேலையை நாடிப் பெங்களூர் சென்றார். அங்கு அவருடைய வாழ்க்கை திசை திரும்பியது. பெங்களூரில் தமிழர்கள் சிறுபான்மையராதலால் சிறுபான்மையினருக்குரிய உரிமையில் ஓர் ஆசிரியப் பயிற்சிப் பள்ளியைத் தொடங்கினார். அதிர்ஷ்ட தேவதை முழுவதுமாக அவர் பக்கம் திரும்பினாள். பொறியியல் கல்லூரி முதல் பல்வேறு கல்லூரிகளை நிர்மாணித்த இவர் பெருங் கோடீஸ்வரராக ஆனார். என்றாலும், திருப்பனந்தாளையோ, தாம் பயின்ற கல்லூரியையோ, திருப்பனந்தாள் மடாலய அதிபரையோ இறுதிவரை மறக்கவேயில்லை. தம் உடன் பயின்ற தமிழ் ஆசிரியர்கள் அங்கங்கே ஆசிரியப் பணி செய்து வந்தார்கள் என்பதை அறிந்து, அவர்களைக் காணும்போதெல்லாம் வாரி வாரி வழங்கினார். ஒவ்வோர் ஆண்டும் ஒரு கோடி ரூபாய்க்குமேல் இப்படி வழங்கினார். பல நிறுவனங்கள், பல கல்லூரிகள், பலர் இந்த வள்ளன்மையைப் பயன்படுத்திக் கொண்டனர்.

திருப்பனந்தாள் காசி மடத்திற்கு அடிக்கடி செல்லும் நான் இவற்றைப்பற்றி நிரம்ப அறிந்திருந்தேன். ஆனால், 1988 ஜூலை

மாதம்வரை இவரைப் பார்க்கவோ பழகவோ எனக்கு வாய்ப்பு ஏற்பட்டதேயில்லை.

இந்தக் கால கட்டத்தில், திருப்பனந்தாள் அதிபருக்கும் ம.வே.ஜெயராமனுக்கும் ஏதோ ஒரு கருத்து வேறுபாடு ஏற்பட, ஜெயராமன் மடத்திற்குச் செல்வதையே நிறுத்தி விட்டார். ஆனால், இவருடைய வருகை மடத்திற்கு அதிகம் தேவைப்பட்டது. எனவே, திருப்பனந்தாள் காசி மடத்து அதிபர் ஸ்ரீ முத்துக்குமாரசுவாமித் தம்பிரான் அவர்கள் 1988இல் சென்னைக்கு வந்திருந்தபொழுது என்னைத் தொலைபேசியில் அழைத்தார். ‘என்ன காரணத்தாலோ, ஜெயராமன் மடத்திற்கு வருவதை நிறுத்திவிட்டார். நீ அவருக்கு ஒரு கடிதம் எழுதி அவரை அங்கு வருமாறு செய்’ என்றார். முன்பின் தெரியாத ஒருவருக்கு நான் எப்படிக் கடிதம் எழுதுவது? அதுவும் ‘நீங்கள் மடத்துக்குச் செல்ல வேண்டும்’ என்ற சிபாரிசை முன்பின் தெரியாத ஒருவருக்கு எவ்வாறு செய்வது? என்றேன். மடத்து அதிபர் “அவரைப் பார்த்திராவிட்டாலும், உன்மேல் அளவு கடந்த அன்பும், மரியாதையும் வைத்திருக்கிறார். நீ உடனே எழுது” என்றார். அவ்வாறு எழுதினேன். மறுநாள் என் கடிதம் கிடைத்தவுடன் தொலைபேசியில் என்னை அழைத்து, எல்லையற்ற தம் மகிழ்ச்சியைத் தெரிவித்து விட்டு, ‘இன்று மாலையே விமானம் மூலம் சென்னை வருகிறேன். உங்களைச் சந்திக்கிறேன்’ என்றார். அன்றிரவு விட்டிற்கு வந்தார். நெடுநேரம் பேசிக்கொண்டிருந்தோம். பல ஆண்டுகளாக என்னைச் சந்திக்க அவர் விரும்பியதாகவும் அவர் உடனிருந்த அன்பர்கள் அதற்கு எப்படியெல்லாம் முட்டுக்கட்டை போட்டார்கள் என்பதையெல்லாம் விரிவாகச் சொன்னார். நான் முரடன் என்றும், யாரையும் சட்டை செய்பவன் அல்லன் என்றும் அவர் என்னைச் சந்திப்பது சிறிதும் பொருந்தாது என்றும் கூறித் தடுத்துவிட்டார்களாம்.

அதன் பிறகு, மிக நெருங்கிப் பழகினோம். முதல் சந்திப்பு நிகழ்ந்த இரண்டு மாதங்களில் அவர் என்னைப் பங்களூருக்கு அழைத்திருந்தார். விமானத்தை விட்டு இறங்கியதும் விமான நிலையத்திற்கு வந்திருந்த அவர் மகனார் என்னை இல்லத்திற்கு அழைத்துச் சென்றார். நான் வீட்டிற்குள் நுழைகின்ற நேரத்தில் ஜெயராமன் அவர்கள் உரத்த சத்தத்துடன் யாரையோ கோபித்துக் கொண்டிருந்தார். பல கடினமான வார்த்தைகள் சொல்லி யாரையோ திட்டிக்கொண்டிருந்தார். என்னைக் கண்டவுடன் ‘வாங்க, வாங்க உள்ளே வந்து உட்காருங்கள்’ என்று சொல்லிவிட்டு, அவர் திட்டும் பணியைத் தொடர்ந்தார். என்னையும் அறியாமல் ‘ஜெயராமா, நீங்கள் செய்வது சரியில்லை, தயவுசெய்து உள்ளே

வாருங்கள்' என்று சொல்லிவிட்டு, உள்ளே போய்விட்டேன். திடீரென்று ஓர் அம்மையார் வீட்டினுள்ளே வந்திருந்து எனக்கு வணக்கம் செலுத்தினார். அவர் யார் என்று தெரியாமையால், “தங்களை யார் என்று தெரிந்து கொள்ளவில்லை” என்றேன். அப்போது அந்த அம்மையார் சொல்லிய வார்த்தைகள் இன்னும் என் காதில் ஒலித்துக் கொண்டிருக்கின்றன. “நான் அவருடைய மனைவி. நூற்றுக் கணக்கானவர்கள் தினந்தோறும் இங்கு வருகிறார்கள். இவர் கொடுக்கும் பணத்திற்கு ஆசைப்பட்டு வருபவர்கள் ஆதலால், இவர் என்ன மனநிலையில் இருந்தாலும் ஒரு வார்த்தைகூடப் பேசாமல், தங்கள் காரியத்தை முடித்துச் செல்வார்கள். முதன்முதலாக, எங்கள் வீட்டிற்கு வரும் நீங்கள் என் கணவரைப் பார்த்து ‘ஜயராமா, நீங்கள் செய்வது சரியில்லை என்று சொன்னதைக் கேட்டதும் என் வியப்புத் தாங்கவில்லை” என்று கூறினார். எனக்கும் வியப்பாக இருந்தது. ஜெயராமன் உள்ளே வந்ததும், பின்வருமாறு கூறினேன். ஐயா, உங்களுடன் இரண்டு மாதப் பழக்கம்தான் எனக்கு இங்கே வருபவர்கள் எப்படி நடந்துகொள்வார்கள் என்பதைத் தங்கள் மனைவியார் சொன்னார்கள். அப்படி நடந்துகொள்ள என்னால் முடியாது. தவறு என்று நான் நினைப்பதைச் சுட்டிக் காட்டும் பழக்கம் எனக்குண்டு. இந்த வயதில் இனி என் பழக்கத்தை மாற்றிக்கொள்ள முடியாது. நம்முடைய நட்பு நீடிகக வேண்டுமானால், இப்பொழுதே நான் போய்விடுவதுதான் சரி என்றேன். உணர்ச்சி பொங்கும் குரலில் நண்பர் ஜெயராமன் “இப்படி என்னைத் தட்டிக் கேட்க ஒருவரும் இல்லாமல் போனதுதான் என்னுடைய துரதிருஷ்டம், என்னைவிட மூத்தவராகிய நீங்கள் தாராளமாக அந்தப் பணியைச் செய்யலாம். அதை நான் மகிழ்ச்சியோடு ஏற்றுக்கொள்வேன்” என்றார்.

அன்று முதல் அவருடைய இறுதிநாள்வரை மிக நெருங்கிய நண்பர்களாக இருந்தோம். அவருடைய மனத்தின் ஆழத்தில் புதைந்து கிடந்த பல செய்திகளைச் சந்திக்கும் போதெல்லாம் பேசுவார். எப்போது சென்னைக்கு வந்தாலும் ஒன்று என் வீட்டிற்கு வருவார். இன்றேல் அவர் தங்கியிருக்கும் உட்லண்ட்ஸ் ஹோட்டலில் சென்று நான் அவரைச் சந்திப்பேன்.

1992ல் அமெரிக்கா சென்ற நான் மீண்டு வந்து 1993 பிப்ரவரியில் சேக்கிழார் ஆராய்ச்சி மையம் என்ற ஒரு நிறுவனத்தை ஏற்படுத்தப் பணி செய்துகொண்டிருந்தேன். உயிர்க்காப்பீட்டுக் கழகத்தில் பணிபுரியும் நண்பர் டி.எஸ். தியாகராஜன்தான் இந்த ஆராய்ச்சி

மையத்தைத் தோற்றுவிக்க வேண்டும் என்று அமெரிக்காவிலிருந்த என்னைத் தூண்டியவர். 1993 ஏப்ரல் மாதம் திரு. தியாகராஜன், ஏ.எம்.சுவாமிநாதன், ஆர்.முத்துக்குமாரசுவாமி, கி.மு. அழகர்சாமி ஆகியோருடன் ஜெயராமனை அழைத்து என் வீட்டில் முதல் கூட்டத்தை ஏற்பாடு செய்தேன். அக்கூட்டத்தில், திரு.வி.க.வின் குறிப்புரையுடன் கூடிய பெரிய புராணத்தை அச்சிட்டு வெளியிடுவது, சேக்கிழார் ஆராய்ச்சி மையம் என்ற பெயரில் ஓர் அறக்கட்டளையை நிறுவுவது என்று முடிவு செய்தோம். இவற்றிற்கெல்லாம் நான்கு லட்ச ரூபாய் தேவைப்படும். அதனை எப்படி வசூல் செய்வது என்று பேசிக்கொண்டிருக்கையில் நண்பர் ஜெயராமன் குறுக்கிட்டு 'யாரிடமும் போய் எதையும் கேட்கவேண்டாம். இது ஒரு பெருந்தொகையன்று. நானே போட்டுவிடுகின்றேன்' என்று சொல்லி, அவர் கையிலிருந்த ஒரு லட்சத்து இருபதினாயிரம் ரூபாயை உடனே எடுத்துக் கொடுத்துவிட்டார். 'எப்பொழுது பணம் தேவையோ, அப்பொழுது சொல்லுங்கள். ஒரே நாளில் உங்கள் கையில் வந்து சேர்ந்துவிடும்' என்றார். மிக்க மகிழ்ச்சியோடு கலைந்து சென்றோம்.

1993 மே மாதம் முதல் வாரத்தில் திருக்கோயிலூரில். 'திருகோவலூர் பண்பாட்டுக் கழகம்' என்ற பெயரில் ஆண்டுதோறும் ஒரு மாபெரும் விழாவை நண்பர் தியாகராஜன் நடத்தி வந்தார். ஒவ்வோர் ஆண்டும், 'கபிலர் விருது' என்ற பெயரில் இரண்டு பெருமக்களை அழைத்து விருது தந்து சிறப்புச் செய்வார்கள். 1993 மே மாத விழாவில் நண்பர் ஜெயராமனுக்கு அந்த விருதைத் தருவதாக முடிவு செய்தார். மே 3ஆம் தேதி விருது கொடுக்கும் விழா, நானும் விழாவிற்குச் சென்றிருந்தேன். விழா முடிந்து ஒரே காரில் நண்பர் ஜெயராமன், தண். கி. வேங்கடாசலம், நான் ஆகிய மூவரும் சென்னை திரும்பினோம். மறுநாள் நண்பர் ஜெயராமனும் வேங்கடாசலமும் பங்களூருக்குப் புறப்பட்டனர். தம்முடைய மகளாரையும் ஜெயராமன் உடன் அழைத்துச் சென்றார். காரில் உட்லண்ஸிலிருந்து விமான நிலையம் செல்லும் வழியில் கத்திபாரா பகுதியில் கார் செல்லும்பொழுது பேசிக்கொண்டிருக்கும்பொழுதே எதிர்பாராமல் மரணமடைந்த அந்த மாமனிதரின் ஆசியால் சேக்கிழார் ஆராய்ச்சி மையம் நீதியரசர் எஸ். நடராஜன் அவர்களைத் தலைவராகக் கொண்டு சிறப்பாகப் பணி புரிந்துவருகிறது.

23
எஸ்.எஸ். வாசன்

திறனாய்வுபற்றிக் கட்டுரைகள் எழுதுவதற்கு கி.வா.ஜ. பெரும் தூண்டுதலாக இருந்தார் என்பது உண்மை. திறனாய்வுத் துறையில் அதிகம் ஈடுபட ஈடுபட, அந்தப் புதிய கண்ணோட்டத்தில் பழைய தமிழ் இலக்கியங்களைப் பார்த்து அவைபற்றி எழுதவேண்டுமென்ற நினைவு 1944இல் மெள்ளத் துளிர்க்கலாயிற்று. அப்பொழுது கம்பனில் அதிகம் ஈடுபட்டுப் பயின்றுகொண்டிருந்தமையின் இந்தத் திறனாய்வுக் கண்ணோட்டத்தை முதன் முதலாகக் கம்பனில் செலுத்தினேன். அதன் விளைவுதான் 1947இல் வெளிவந்த 'இராவணன் மாட்சியும் வீழ்ச்சியும்' என்ற நூலாகும். இதுவே என்னுடைய முதல் நூலுமாகும்.

இந்நூல் வெளிவந்தவுடன் ஓகோ என்று போற்றியவர்களும், நான் திராவிடக் கழகத்தில் சேர்ந்துவிட்டேன் அதனாற்றான் இராவணனை உயர்த்தி எழுதியுள்ளேன் என்று தூற்றியவர்களும் இருந்தனர். இந்நூலின் தரம் எப்படியிருந்தாலும், அதன் நடை தமிழ் நடையாக இல்லை என்பதை என் தந்தையார் முதலில் உணர்த்தினார். ஆங்கிலத் திறனாய்வு நூல்களில் எந்நேரமும் மூழ்கியிருந்த காரணத்தால் 'இராவணன் மாட்சியும் வீழ்ச்சியும்' என்ற நூலின் நடை தமிழ் நடையாக இல்லை என்பதை உணரத்தொடங்கினேன். அடுத்தடுத்துக் கம்பநாடன் காப்பியத்திலிருந்து இத்திறனாய்வு நோக்கோடு எழுதப்பட்டவை 'நாடும் மன்னனும்', 'அரசியர் மூவர்' 'தம்பியர் இருவர்' என்ற மூன்று நூல்களுமாகும்.

இந்த மூன்று நூல்களும் அடுத்தடுத்து வருவதற்கு ஒரு காரணமுண்டு. திராவிடக் கழகத்தார் பலர் கம்பனைப் படிக்காமலேயே அதனை எரிக்க வேண்டும் என்று போராடிய காலம் அது. அதன் எதிர்ப்பாகவே இந்த மூன்று நூல்களும் எழுதப்பெற்றன. என்றாலும் என் தமிழ் நடை கடினமானதாகவே இருந்துவந்தது.

இந்த நிலையில் எதிர்பாராத ஒரு நிகழ்ச்சி நடந்தது. அப்பொழுது இராயப்பேட்டையில் பசார் ரோட்டில் உள்ள ஒரு சிறுவீட்டின் மாடியில் குடியிருந்தேன். எதிர்பாராமல் 'ஆனந்த விகடன் ஆசிரியர் திரு.எஸ்.எஸ். வாசன் அவர்கள் வீட்டுக்கு வந்துசேர்ந்தார். அவர் என்னை நாடிவந்த காரணம் புரியவில்லை என்றாலும், அன்புடன் வரவேற்று வந்த காரணத்தை மெள்ள வினவினேன். "திருக்குறளை அடிப்படையாக வைத்துக் கொண்டு ஒரு இருபது அல்லது முப்பது கட்டுரைகள் எழுதித்தர வேண்டும்' என்று கேட்டார். அந்தக் கால கட்டத்தில் 'ஆனந்த விகடனில் வரும் கதைகள் கட்டுரைகள் பெரும்பாலும் பிராமண சமூகத்தினரின் பேச்சு நடையாகவே இருக்கும். அந்த முறையில் என்னால் எழுதமுடியாது என்பதை அவரிடம் பணிவுடன் தெரிவித்துக்கொண்டேன். அவரோ விடுவதாக இல்லை. சொற்பொழிவுக்குப் போகின்ற நான் கூட்டத்தாரின் திறத்திற்கேற்ப எளிய நடையில் பேசுவதை எடுத்துக்காட்டி 'எழுத்து நடையும் அதுபோல் இருக்க வேண்டும்' என்று பிடிவாதமாகச் சொன்ன பிறகு, எழுத ஒருவாறு ஒப்புக் கொண்டேன்.

புறப்பட்ட திரு.வாசன் அவர்கள் வாயிற்படியில் நின்றுகொண்டு சொன்ன வார்த்தைகள் என்னுடைய எழுத்துநடை முழுவதையும் மாற்றிவிட்டது. 1949க்குப் பிறகு எழுத்துநடை முழு மாற்றம் பெற்றது. அதன் பிறகு எழுதப் பெற்ற முப்பதுக்கும் மேற்பட்ட நூல்களில் இந்தப் புதிய நடையே பயன்பட்டுவருகிறது. இந்த மாபெரும் திருப்பத்தை நான் பெற உதவியவர் திரு. எஸ்.எஸ். வாசன் அவர்களே ஆவார். இன்று என்னுடைய நூல்கள் ஆறு ஏழு பதிப்புக்கள் என்று வரும்பொழுது திரு. வாசன் அவர்களை நினைக்காமல் இருக்க முடியவில்லை.

இந்தப் பெருமாற்றத்தைச் செய்ய அவர் என்ன கூறினார் என்பதை இன்றும் நினைவில் வைத்துள்ளேன். வாயிற்படி அருகில் நின்ற அவர். "அ.ச.! ஆனந்த விகடனை யார் அதிகம் படிக்கிறார்கள் என்று தெரியும், உங்களுக்கு. பெரும்பாலும் அதில் வரும் கதைகளை அனைவரும் படிக்கிறார்கள், இலக்கியத்

தொடர்புடைய கட்டுரைகளை ஒருசிலரே படிப்பார்கள். குடும்பத்தலைவிகள் சோறு வெந்தவுடன் கஞ்சியை வடிப்பதற்காகச் சோற்றுப் பானையைச் சரித்து வைத்துவிட்டுக் கஞ்சி வடிகின்ற நேரம் காத்திருக்கும்போது ஆனந்த விகடனைப் படிப்பார்கள். அந்தப் பெண்களுக்குப் புரியும் வகையில் உங்கள் கட்டுரை அமைய வேண்டும். எழுதி அனுப்புங்கள்!", என்று சொல்லிவிட்டுப் போனார். 'குறள் கண்ட வாழ்வு' என்ற தலைப்பில் பல கட்டுரைகள் ஆனந்தவிகடனில் தொடர்ந்து எழுதினேன். பின்னர் அது நூலாகவும் வந்தது. என்னுடைய எழுத்து நடையில் நிகழ்ந்த பெருமாற்றத்திற்குக் காரணமாக அமைந்தவர், திரு. எஸ்.எஸ். வாசன். அவர் வேண்டுகோளின் பயனே 'குறள் கண்ட வாழ்வு' என்பது.

சோம்பித் திரிந்த என்னை எழுதுமாறு பணித்தவர் கி.வா.ஜ. என்றால், கடபுட நடையில் எழுதிக் கொண்டிருந்த என்னை எல்லோருக்கும் புரியும் இலகு நடையில் எழுதுமாறு தூண்டியவர் எஸ்.எஸ்.வாசன் அவர்களே ஆவார்.

24

சர். கந்தையா வைத்தியநாதன் இலங்கை

1938ல் மாணவனாக இருக்கும்பொழுதே நாவலர் ந.மு.வே. நாட்டாருடன் கொழும்பு தமிழ்ச் சங்கக் கூட்டத்திற்குச் சென்றேன். அதன் பிறகு, 1990 வரை 25 முறைகள் இலங்கைக்குச் சென்றுவந்துள்ளேன். நூற்றுக் கணக்கானவருடன் பழகினேன். ஒரு சிலருடன் நெருங்கியும் பழகினேன். ஆனாலும், சர் கந்தையா வைத்தியநாதனைப் போன்ற ஒருவரை இந்தப் பெரிய தீவில் காண்பது கடினம். 1945இல் விமானம் மூலம் கொழும்பு வந்திறங்கினேன். இரட்டை விசிறிகள் உடைய டகோடா விமானம் அது. என்னை அல்லாமல் 10–12 பேர் விமானத்தில் இருந்தார்கள். அந்தக் காலங்களில் நான் புஷ்கோட் என்று சொல்லப்படும் அரைச்சட்டையை அணிவது வழக்கம். ஏனைய பயணிகளோடு நானும் சேர்ந்து இறங்கி, அரசியல் சம்பிரதாயங்களுக்காக நின்று கொண்டிருந்தேன். சர். கந்தையாவின் தலைமையில் என்னை வரவேற்பதற்காகப் பத்துப் பேர் வந்திருந்தார்கள். அரசியல் செல்வாக்குக் காரணமாக, அவர்கள் பத்துப் பேரும் புறத்தே நில்லாமல், நான் இருக்கும் இடத்திற்கே வந்து விட்டனர். நிற்கின்ற பயணிகள் அனைவரையும் ஏற இறங்கப் பார்ப்பதும் 'நீங்கள்தான் ஞானசம்பந்தனோ?' என்று கேட்டுக்கொண்டிருந்தனர். ஆறு ஏழு பேர்களைக் கேட்ட பின்னரும் என்னிடம் யாரும் வருவதாக இல்லை. இந்நிலையில் கூட்டத்திலிருந்த ஒருவர் என்னைச் சுட்டிக்காட்டி 'அவரைக் கேட்கலாமா' என்றார். அதற்குத் தலைவராக இருந்த ஒருவர் 'யாழ்ப்பாணத்திற்குரிய ஒருவன் இந்தியாவுக்குப் படிக்கப் போய்த் திரும்பி வந்திருக்கிறான்.

அவனைப் போய் என்ன கேட்பது?' என்று சொல்லியது என் காதில் விழுந்தது. இந்த உரையாடல் நடந்திராவிடில் நானே அவர்களிடம் சென்று என்னை அறிமுகப்படுத்திக் கொண்டிருப்பேன். ஆனால், இப்போது நிலைமை மிஞ்சிவிட்டது. எங்கேயோ பார்த்துக் கொண்டிருப்பதுபோல வேடிக்கை பார்த்துக் கொண்டிருந்தேன். பயணிகள் அனைவரையும் விசாரித்த பிறகு வேறுவழியின்றி என்னிடம் வந்து 'நீங்கள்தான் அ.சவோ?' என்றனர். 'ஆம். நீங்கள் தேடிக்கொண்டிருக்கும் அச நான்தான்' என்றேன். பிறகு என்னை அழைத்துச் சென்றார்கள். அப்போதுதான் முதன்முறையாகச் சர். கந்தையாவைப் பார்க்க முடிந்தது. இதற்கு முன்னர் யாழ்ப்பாணம்வரை சென்று சொற்பொழிவுகள் செய்துவிட்டுச் சென்னை திரும்பியிருக்கிறேன். கொழும்புவுக்குச் சென்றது இதுதான் இரண்டாவது முறை. 1938இல் நாட்டார் ஐயா அவர்களுடன் சென்றபொழுது இவர்களை யெல்லாம் சந்திக்கவில்லை. பல ஊர்களுக்கும் சென்று திரும்பும் எனக்கு இது ஒரு புதிய அனுபவம். என்னுடைய வடிவம் மட்டுமல்லாமல் நான் அணிந்திருந்த புஷ்கோட்டும் அவர்கள் ஏமாறுவதற்கு உதவியாக இருந்தது.

இதன்பிறகு பலமுறை கொழும்பு சென்று பத்து நாட்கள் சொற்பொழிவுகள் செய்துவிட்டு, மீண்டு வருவது உண்டு. ஆனாலும் 1945 ஆம் ஆண்டு பயணத்தின்போது சில புதிய அனுபவங்கள் கிடைத்தன. சைவ மங்கையர் கழகம் என்ற பெயருடைய பெரிய ஹாலில் கூட்டம் தொடங்கிற்று. முதல் இரண்டு வரிசை நாற்காலிகள் ஏறத்தாழக் காலியாக இருந்தன. கூட்டம் தொடங்குமுன் சிலர் கையில் எரியும் சுருட்டுடன் உள்ளே நுழைந்தனர். முன்னிருந்த நாற்காலிகளில் அமர்ந்துவிட்டனர். ஆனால், பெரியபுராணம் முதலிய சமய இலக்கியங்கள் பேசப்பெறும் இடத்தில் எரியும் சுருட்டைக் கையில் வைத்துக் கொண்டிருந்தது, இந்தியாவிலிருந்து புதிதாகப் போன எனக்குச் சற்றுப் புதுமையையும், மனச் சங்கடத்தையும் உண்டாக்கிற்று. கூட்டம் தொடங்கியவுடன் அவரவர்கள் சுருட்டை அமர்ந்திருக்கும் நாற்காலியின் கை வைக்கும் இடத்தில் வைத்துவிடுவார்கள். கூட்டம் முடிகின்றவரை யாரும் எடுத்துப் பிடிப்பதில்லை. ஆனாலும் எரியும் சுருட்டிலிருந்து மெல்லிய புகை மேல்நோக்கி வந்துகொண்டே இருக்கும். இரண்டு நாட்கள் பேசி முடித்தேன். சர் கந்தையாதான் தலைமை தாங்கினார். ஒவ்வொரு நாளும் திருவாசகம்பற்றி நான் இரண்டு நாட்கள் பேச வேண்டும் என்று கேட்டுக்கொள்வார். கடைசியில் பேசிக்கொள்ளலாம் என்று

தட்டிக் கழித்தேன். காரணம், சுருட்டுப் புகை மண்டலத்தில் திருவாசகம் பேசுவதற்கு என்னவோபோல் இருந்தது. அதை வெளியில் சொல்ல முடியாமல் தட்டிக் கழித்துவந்தேன். மூன்றாம் நாள் சொற்பொழிவு முடிந்தவுடன், சர் கந்தையா அவர்கள் என்னை கேட்காமலேயே அடுத்த இரண்டு நாட்கள் திருவாசகம் பற்றிப் பேசுவேன் என்று விளம்பரம் செய்துவிட்டார்.

வேறு வழியின்றி மறுநாள் திருவாசகம் பேச ஆரம்பித்தேன். என்னுடைய வாழ்நாளில் அதுவரை கண்டிராத அதிசயத்தைக் கண்டேன். மாபெரும் அதிர்ச்சிக்குள்ளாயினேன். தமிழகத்தில் எத்தனையோ இடங்களில் திருவாசகம் பேசியுள்ளேன். பிறர் பேசக் கேட்டும் உள்ளேன். ஆனால், அந்தப் பேச்சுக்கள் பேசும் என்னையோ கேட்பவர்களையோ ஒன்றும் செய்ததில்லை. இந்த அனுபவத்தில் வளர்ந்த நான் சைவ மங்கையர் கழகத்தில் அதிர்ச்சியடைந்ததில் வியப்பொன்றுமில்லை. அதிர்ச்சிக்குக் காரணம் ஒன்றே ஒன்றுதான். எரியும் சுருட்டை வைத்துக்கொண்டிருந்த அந்த முன் வரிசைக்காரர்முதல் கடைசிவரைத் தேம்பி அழும் ஒலி என்னை என்னவோ செய்தது. திருவாசகம் என் வாய் வழியாக வந்ததே தவிர என்னை ஒன்றும் மாற்றி விடவில்லை. ஆனால், கேட்டுக்கொண்டிருந்த அவர்கள் உள்ளத்தில் மிகப் பெரிய ஈடுபாட்டையும் உணர்வையும் எழுப்பிவிட்டதால் ஒரு சிறிதும் கூச்சப்படாமல் அவர்கள் தேம்பி அழுதுகொண்டேயிருந்ததை இறுதிவரை காணமுடிந்தது. அதன் எதிரொலி என்னையும் ஓரளவு தாக்கியது.

மறுநாள் திருவாசகப் பேச்சைத் தொடர்கையில் நானே ஓரளவு மாறிவிட்டேன். அன்றுதான் முன்வரிசையிலிருந்த அனைவரும், நம் ஊர் ஐ.ஏ.எஸ். அதிகாரிகளைப் போல, பட்டம் பெற்ற அரசுச் செயலர்கள், மாவட்டத் தலைவர்கள், என்று தெரிந்து கொண்டேன். என்னையும் அறியாமல் மூன்றாம் நாளும் திருவாசகத்தைத் தொடர்ந்தேன். அப்பொழுதெல்லாம் இன்றுள்ளதுபோல ஒலிநாடாவோ, ஒலிநாடாப் பதிவுக்கருவியோ இல்லை. அதற்குப் பதிலாக, செப்புக்கம்பியில் ஒலிப்பதிவு செய்யும் கருவி என்பதே அபூர்வமாக இருந்தது. அதை நான் பார்த்ததும் இல்லை. எங்கே வைத்து என் பேச்சைப் பதிவு செய்யவைத்தார்கள் என்பதும் தெரியாது.

மூன்று நாள் திருவாசகத்தின் பேச்சு முடிந்தவுடன் அடுத்த நாள் காலை 9மணி அளவில் நான்கு ஐந்து பேர் கூட்டமாக வந்து, அருட்தந்தை கிங்ஸ்பரி என்னைப் பார்க்க வருவதாகக்

கூறினார்கள். அந்தப் பேரைக் கேட்டவுடன் அவர் கிறித்துவப் பாதிரியார் என்பதை அறிந்துகொண்டேன். கிங்ஸ்பரி என்ற பெயராக இருப்பதால் ஒரு வேளை வெள்ளைக்காரராக இருக்கலாம் என்றும் நானே முடிவு செய்துகொண்டேன். வந்தவர்களைப் பார்த்து, 'மாலை கூட்டம் வரை எனக்கு ஒரு பணியும் இல்லை, அவர் எப்பொழுது வேண்டுமானாலும் வரலாம்' என்று கூறினேன். வந்தவர்கள் மிகுந்த விநயத்துடன் 'ஐயா, அவர் மிகவும் வயதானவர். நோய்வாய்ப்பட்டுப் பல காலமாகப் படுக்கையிலே இருக்கிறார். எனவே, நீங்கள்தான் வரவேண்டும்' என்றார்கள். அந்த நேரத்தில் தொலைபேசி மணி ஒலிக்கவே அதில் பேசிய ஒருவர் என்னைப் பார்த்து, "கந்தையா வைத்தியநாதன் உங்களைத்தான் அழைக்கிறார் என்றார். நான் சென்று 'ஐயா என்ன விசேஷம்?' என்று கேட்டவுடன் கந்தையா அவர்கள் 'அருட்தந்தை கிங்ஸ்பரி உங்கள் திருவாசகப் பேச்சைக் கேட்டுவிட்டு மிக மிக ஆவலாக உள்ளார். தயவுசெய்து இன்று மாலை 3 மணிக்கு அவரைச் சென்று காணுங்கள்' என்றார். சரி என்று ஒப்புக்கொண்டேன். ஆனாலும் எனக்கு ஓர் ஐயம். படுக்கையை விட்டு எழ இயலாத ஒருவர், நான் பேசிய பேச்சை எவ்வாறு கேட்டிருக்க முடியும்:

என்றாலும், அன்று மாலை 8 மணியளவில் அவர் தங்கியிருந்த இடத்திற்கே சென்றோம். மிகப் பெரிய ஒரு ஹால். அதன் நடுவில் இருவர் படுக்கும் கட்டில் இரண்டை ஒன்றாகச் சேர்த்துப் போட்டிருந்தார்கள். அதன் மேல் ஒருவர் படுத்துக்கொண்டு மேலே பார்த்துக் கொண்டே யிருந்தார். அவருடைய வடிவத்தை முதன்முதலாகப் பார்த்த எனக்குக் கம்பநாடன் பாடல் ஒன்று நினைவுக்கு வந்தது. கும்பகர்ணனுடைய வடிவம் எவ்வளவு பெரியது என்பதைக் கூறவந்த கம்பன் 'தோளொடு தோள்செலத் தொடர்ந்து நோக்குறின், நாள் பல கழியுமால்' என்பதே அந்தப் பாடல். படுத்திருந்த அவரின் ஒரு கை என் உடம்பின் முழு வடிவத்தைப் போல் இரண்டு பங்கு பெரிதாக இருந்தது.

இந்த வியப்புத் தணியுமுன், அவர் முகத்தின் அருகே என்னைக் கொண்டு அமரவைத்தார்கள். எவ்வித அசைவும் இல்லாத அவர் உடம்பின் மேற்பகுதியில் இருந்த வாயிலிருந்து முதலில் தோன்றிய சொற்கள் 'ஐயா, என்னைத் தெரிகிறதா உங்களுக்கு?' என்பதாம். 'மன்னிக்க வேண்டும், ஐயா, தெரியவில்லை' என்றேன். சரி, ஐயா, 'சி.வை.தாமோதர் பிள்ளை என்றால் தெரியுமோ?' என்றார். 'ஐயா, நான் ஒரு தமிழ் மாணவன். தாமோதரனாரைத்

தெரியாத தமிழன் தமிழனே அல்லன்; அக்காலத்தில் தமிழ்த் தொண்டாற்றிய மாபெரும் தலைவர்களுள் தாமோதரனார் ஒருவராயிற்றே! அவரைப் பற்றிக் கேள்விப்பட்டுள்ளேன். நான் மிகச் சிறு பாலகனாக இருந்த காலத்திலேயே அப்பெரியார் மறைந்துவிட்டார்' என்று கூறியவுடன் கிங்ஸ்பரி (Kingsbury) இன் முகம் மலர்ந்தது. "ஐயா, அவருடைய மகன்தான் நான்" என்று கூறியவுடன் என்னையும் அறியாமல் எழுந்து நின்று அவருடைய திருவடிகளைத் தொட்டு வணங்கினேன். பிறகு அருகில் அமர்ந்து பேசிக்கொண்டிருந்தேன். திடீரென்று ஒரு பெட்டியிலிருந்து என் திருவாசகப் பேச்சு வெளிவந்தது. அந்த ஒலிக்கம்பி பேசிக்கொண்டிருக்கும்பொழுதே கிங்ஸ்பரி அவர்கள் 'உங்கள் ஒவ்வொரு சொற்பொழிவையும் இருமுறை போட்டுக் கேட்பேன். அதனால்தான் உங்களைக் காணப் பிரியப்பட்டேன்' என்றார். அக்காலத்தில் மேலை நாட்டிலிருந்து வந்த ஜியூ போப், இலங்கையைச் சேர்ந்த சி.வை.தாமோதரனார், அருள்தந்தை கிங்ஸ்பரி, தமிழகத்து வேலூரைச் சேர்ந்த, க.ப.சந்தோஷம் ஆகியோர் தீவிரக் கிறித்துவர்கள் ஆயினும் திருவாசகத்தில் தம்மை மறந்தனர். இம்மூவரில் பின்னுள்ள இருவரையும் கண்டு பேசும் வாய்ப்பைப் பெற்றவன் நான். நீண்ட நேரம் பேசிக் கொண்டிருந்துவிட்டு விரைவில் வந்து காணுவதாகச் சொல்லி அவரிடம் பிரியாவிடை பெற்று வந்தேன். ஆனால் ஆண்டவன் வேறுவிதமாக முடிவு செய்துவிட்டான். நான் அந்தப் பெரியாரைத் தரிசித்த நான்காம் நாள் அவர் இறைவனடி சேர்ந்துவிட்டார். கொழும்புவில் நான் கண்ட மாமனிதருள் அவரும் ஒருவர்.

கந்தையாவுடன் கொண்டிருந்த நீண்ட காலப் பழக்கத்தில் இரண்டு நிகழ்ச்சிகள் நினைவில் நிற்கின்றன. 1965 அல்லது 1966 ஆக இருக்கவேண்டும். தலைமைச் செயலகத்தில் தமிழ் வளர்ச்சித் துறையில் இணை இயக்குநகராகப் பணிபுரிந்து கொண்டிருந்தேன். எதிர்பாராமல் கந்தையா அவர்கள் என்னைப் பார்க்க வந்திருந்தார். திடீரென்று தம் பையைத் திறந்து நூறு ரூபாய்க் கட்டு இரண்டை எடுத்து மேஜையின் மேல் வைத்தார். நான் சிரித்துக்கொண்டே "கந்தையா, எங்கள் பழக்கம் உங்களுக்குத் தெரியாது என்று நினைக்கிறேன். இந்தக் கட்டுக்களை மேஜையின்மேல் வைக்கக்கூடாது; மேஜையின் அடிப்புறமாக என்னிடம் தரவேண்டும்" என்று சொல்லிச் சிரித்தேன். அவரும் சிரித்தார். "அ.ச. திருஞானசம்பந்தப்பெருமான் பாடியருளிய மாதோட்ட நன்னகரில் எழுந்தருளியுள்ள திருக்கேதீச்சுரநாதர் திருக்கோயிலுக்குப் பல திருப்பணிகள் செய்யவேண்டி

உள்ளது. எவ்வளவு செலவானாலும் கவலையில்லை. நல்ல ஸ்தபதிகள் இருபது அல்லது முப்பது பேரை எங்கள் ஊருக்கு அனுப்புங்கள். செலவு ஒரு பொருட்டே அல்ல. அவர்களை நன்கு கவனித்துக்கொள்கிறோம். அவர்களுக்கு வேண்டுமான ஊதியம் தருகிறோம். திருப்பணி முடியும்வரை அவர்கள் அங்கேயே இருக்கலாம். அதற்குரிய ஏற்பாடுகளைச் செய்யுங்கள். இவர்களைத் தேர்ந்தெடுத்துப் பாஸ்போர்ட் வாங்கிக் கொடுத்து இலங்கை ஹைகமிஷனில் இந்தப் பாஸ்போர்ட்டுகளை அனுப்பி என்னுடைய விருப்பத்தின்மேல் இவர்கள் அனுப்பப்படுகிறார்கள் என்று ஒரு கடிதம் எழுதி நீங்கள் அனுப்பிவிட்டால் போதும். ஓர் ஆண்டிற்கு விசா தருவார்கள். அதற்குரிய செலவிற்கு இதனை வைத்துக்கொள்ளுங்கள்" என்று கூறிப் போனார்.

இன்று பிரசித்தி பெற்று விளங்கும் கணபதி ஸ்தபதி அவர்களின் சிறிய தந்தையாரைத் தலைவராக ஏற்பாடு செய்து, அவருடன் இருபது ஸ்தபதிகளையும் சேர்த்து அனுப்பி வைத்தேன், திருக்கேதீச்சுரமுடையார் திருக்கோயில் திருப்பணி நன்கு நடைபெற்றுவருவதை அவ்வப்பொழுது கந்தையா அவர்கள் தெரிவிப்பார். மிகச் சீரிய முறையில் திருப்பணி முடிந்து குடமுழுக்கும் நடந்தது. இந்தக் காலகட்டத்தில் இலங்கை அரசின் தலைமைச் செயலராகவும் பின்னர் அமைச்சராகவும் இருந்து ஓய்வு பெற்ற கந்தையா வைத்தியநாதன் அவர்கள் திருக்கேதீச்சரத்தில் தங்கித் திருப்பணி நடைபெறுவதைக் கண்காணித்து வந்தார் என்பதையும் அறிந்தேன்.

ஆண்டுகள் பல ஓடி மறைந்தன. அரசுப் பணியிலிருந்த நான் மயிலாப்பூரில் வாரன் ரோடில் குடியிருந்தேன். ஒரு நாள் திடீரென்று தொலைபேசியில் கந்தையா வைத்தியநாதன் பேசினார். நான் உடனே இலங்கை புறப்பட்டு வரவேண்டும் என்று கூறினார். "மிகப் பல முறை அங்கு வந்து திரும்பிவிட்டேன்; ஓரளவு சலித்தும் விட்டேன். எனவே மன்னித்து விடுங்கள்" என்று சொன்னேன். "மிக முக்கியமான பணி ஒன்று காத்திருக்கிறது. ஒரு வாரம் விடுமுறை எடுத்துக்கொண்டு நீ வா" என்று கூறினார். வேறு வழியில்லாமல் சரி என்று ஒத்துக்கொண்டேன்.

அப்போது அவர் செல்வாக்கு எந்த அளவில் உயர்ந்து நின்றது என்பதற்கு ஓர் உதாரணத்தை மறுநாளே கண்டுவிட்டேன். இலங்கை ஹை கமிஷன் அலுவலகத்தின் கார் என் வீட்டின் முன்னே வந்து நின்றது. இறங்கி வந்த ஒருவர் "சர் கந்தையா தகவல் அனுப்பியிருக்கிறார். உங்கள் பாஸ்போர்ட்டைக் கொடுங்கள்.

பதினைந்து நாளுக்கு வேண்டிய விசா குத்தி நாங்களே தருகிறோம்" என்றார். ஒவ்வொரு முறையும் விசாவுக்குப் போனால் காலை ஒருமுறை சென்று பாஸ்போர்ட்டைக் கொடுத்து, பணத்தையும் கட்டிவிட்டு வந்தால் மாலையில் அதைப் பெற்றுக்கொள்ளலாம். கந்தையாவின் செல்வாக்குக் காரணமாக, ஹை கமிஷன் அலுவலக வண்டி வீடு தேடி வந்து விசா விண்ணப்பத்தைப் பூர்த்தி செய்து விஸாவையும் கொண்டுவந்து கொடுத்துவிட்டது. அலுவலகத்திற்கு ஒரு வாரம் விடுமுறை போட்டுவிட்டுக் கொழும்பு சென்றேன். வழக்கம்போல் விமான நிலையம் வந்திருந்த கந்தையா அவர்கள் அன்று மாலையே புகை வண்டி மூலம் யாழ்ப்பாணம் சென்று, திருக்கேதீச்சுரம் போகலாம் என்றார்கள். சரி என்று ஒத்துக்கொண்டேன். மாலையில் புகைவண்டிப் பயணச்சீட்டு எடுக்கும் இடத்தில் கந்தையா அவர்கள், அவருடைய மனைவியார், நான் ஆகிய மூவரும் நின்றுகொண்டிருந்தோம். கந்தையாவின் செயலாளர் டிக்கட் வாங்குவதற்காக முதலில் மூன்றாம் வகுப்பு டிக்கட் கொடுக்கும் இடத்தில் சென்று நின்றார். எனக்கு ஆச்சரியம். பெருஞ்செல்வரும், மிகப் பெரும் பதவி வகித்தவரும் ஆகிய கந்தையா மூன்றாம் வகுப்பில் பயணம் செய்யத் தொடங்கிவிட்டாரே என்று எனக்குள் வியந்து கொண்டிருந்தேன். அந்த நேரத்தில் அந்தச் செயலர் திடீரென்று முதல் வகுப்பு டிக்கட் கொடுக்கும் இடத்தில் நுழைந்தார். நான் வேகமாக ஓடிச்சென்று அந்தச் செயலரை அழைத்து 'முதலில் அங்கே நின்றீர்கள்; இப்போது இங்கே நிற்கிறீர்களே' என்று கேட்டேன். அதற்கு அவர் தந்த விடை எனக்கு அதிர்ச்சியைத் தந்தது. 'திருக்கேதீச்சுரத் திருப்பணி தொடங்கிய நாளிலிருந்து ஐயா அவர்கள் முதல் வகுப்பில் பயணம் செய்வதில்லை. அவரே அப்படிச் செல்வதால் அம்மா அவர்களும் அவரைப் பின்பற்றத் தொடங்கிவிட்டார்கள். ஆகையால் அவர்கள் இருவருக்குமே மூன்றாம் வகுப்பு டிக்கட் எடுத்துக்கொண்டு, உங்களுக்கு முதல் வகுப்பு டிக்கட் பெற நிற்கின்றேன்' என்றார். அவரை இடைமறித்த நான் "தம்பி, சர் கந்தையா வைத்தியநாதனும் அவர் துணைவியாரும் மூன்றாம் வகுப்பில் செல்வதானால் அ.ச.ஞானசம்பந்தன் ஐந்தாம் வகுப்பில் அல்லவா செல்ல வேண்டும்? இரயிலில் அப்படி ஒரு பாகுபாடு இல்லை, ஆதலால், எனக்கும் மூன்றாம் வகுப்பே வாங்கிவிடுங்கள்" என்றேன். மறுநாள் காலை யாழ்ப்பாணம் சென்று, அன்று மாலை தலைமன்னார் சென்று ஒரு கூட்டத்தில் பேசினேன். பிறகு திருக்கேதீச்சுரம் திரும்பிவிட்டோம். அதற்கடுத்த நாள் நாங்கள் மூவரும் மதிய உணவு உண்டுவிட்டுப் பேசிக்கொண்டிருந்தோம்.

திடீரென்று கந்தையா அவர்கள் ஆவேசம் வந்தது போல மனைவியைப் பார்த்து "ஓ மகளே, இப்போது நாங்கள் சொல்லப் போவதைக் கவனமாக மனத்தில் பதித்து வைத்துக் கொள்ளுங்கள்" என்றார். அந்த அம்மாவுக்கு ஒரு வியப்பு; எனக்கும் வியப்பு. என்ன சொல்லப்போகிறார் என்று காத்திருந்தோம். கந்தையா அவர்கள் பேசத் தொடங்கினார். "மகளே, நான் என்று எப்பொழுது எங்கு இறந்தாலும் இதோ இவன் வந்து கொள்ளி போடுகின்றவரை என் உடம்பைப் பாதுகாத்து வை. என்ன சொல்லுவது புரிந்ததா?" என்று கூறினார். அந்த அம்மையார் ஆடிப்போய்விட்டார். எனக்கும் உடம்பில் ஒரு நடுக்கம் ஏற்பட்டுவிட்டது. "கந்தையா இது என்ன உளறல்? சாவைப் பற்றி இப்போது என்ன கவலை?. என்று அது நடந்தாலும், மலைபோல இரண்டு மகன்கள் இருக்கிறார்கள். அவர்கள் இதனைச் செய்வதுதானே முறை. நண்பன் என்பது தவிர, வேறு எவ்விதத் தொடர்பும் இல்லாத நான் இதனைச் செய்யவேண்டும் என்று கூறுவது படுபயித்தியக்காரத்தனம்" என்றேன். கந்தையா அவர்கள் என் பேச்சைக் காதில் வாங்கிக்கொள்ளவேயில்லை. மனைவியைப் பார்த்துச் "சொன்னது புரிந்ததா? மனத்தில் வைத்துக்கொள். இவன் எங்கிருந்தாலும் அவன் வருகின்றவரை காத்திருக்க வேண்டும்" என்று திருப்பித் திருப்பி அதையே சொன்னார். இதனைச் சொல்லும் பொழுது அவர் அவராக இல்லை. சாமி வந்ததுபோல் பேசினார். திடீரென்று பழைய நினைவுக்கு வந்துவிட்டார். அவருடைய மனைவியாருக்கும் இது புரிந்திருக்க வேண்டும். எனவே, அவர் சாதாரண நிலைக்குத் திரும்பியவுடன் இதைப்பற்றிய பேச்சையே நாங்கள் இருவரும் பேசவில்லை. வேறு திசையில் எங்கள் பேச்சுத் திரும்பியது. மறுநாள் "திருச்செல்வம் அவர்கள் திருக்கேதீச்சுரம் வரப் போகிறார் அவருக்கு விருந்து வைக்க வேண்டும்" என்று கந்தையா அவர்கள் கூறியவுடன், உணவுடன் லட்டு போடலாம் என்று முடிவு செய்தார்கள். உடனே ஒருவரை அழைத்து லட்டு செய்ய ஏற்பாடாயிற்று. பூந்தி தயாரானவுடன் அந்தப் பணியாளர், கந்தையா, அம்மையார், நான் ஆகிய நால்வரும் லட்டுப் பிடிக்கும் பணியில் ஈடுபட்டோம். இரவு 7 மணிக்குள் லட்டுப் பிடிக்கும் பணி முடிந்துவிட்டது. லட்டுப் பிடிக்கும்பொழுதே வேண்டுமான அளவு கந்தையாவும் நானும் அள்ளித் தின்றோம். இரவு படுத்துவிட்டோம்.

அக்காலத்தில் ப்ராஸ்டேட்டால் (Prostate) அவதிப்பட்டேன். ஆதலால் இரவில் இரண்டு முறையாவது சிறுநீர் கழிக்க எழுந்து செல்வேன். விடியற்காலை 4 மணி இருக்கும். தங்கியிருந்த

இடத்திலிருந்து 15 அடி தூரத்தில் இரண்டு கழிப்பறைகள் இருந்தன. நான் செல்லும்பொழுது ஓரடி முன்னால் கந்தையா செல்வது தெரிந்தது. இதில்கூட நம் ஒற்றுமையைப் பார்த்தீர்களா என்று சொல்லிக் கொண்டே ஓர் அறையில் நான் புகுந்தேன். என் பணியை முடித்து நான் வெளியே வந்தபிறகு கந்தையா அவர்கள் கழிப்பறைக் கதவைக்கூட மூடாமல் உள்ளே நின்று கொண்டிருப்பது தெரிந்தது. அவருடைய பண்பை அறிந்த எனக்கு இது ஓர் அதிர்ச்சியைத் தந்தது. "என்ன கந்தையா, இன்னும் நின்றுகொண்டிருக்கிறீர்கள்" என்றேன். பதில் ஒன்றும் வரவில்லை. வேகமாக உள்ளே புகுந்து அவர் இடுப்பில் கையை வைத்தேன். வெற்றுடம்புடன் இருந்த அவர் மேல் கையை வைத்தவுடன் வியர்வை ஆறாக வடிந்து ஓடுவதைக் கண்டேன். உடம்பின் உள்ளே ஏதோ இரத்தநாளம் வெடிப்பதால்தான் இப்படி வியர்க்கும் என்று நான் கேள்விப்பட்டுள்ளேன். ஓர் இரத்தநாளம் வெடித்துவிட்டால் உடம்பில் உள்ள இரத்த அழுத்தம் உடனடியாகக் குறைக்கப்பட வேண்டும். அப்படிக் குறைந்தால்தான் இரத்தப் போக்கு இல்லாமல் இரத்தம் அதிகம் வீணாகாமல் பாதுகாக்கப்படும். அழுத்தத்தைக் குறைப்பதற்கு அதிலுள்ள தண்ணீர் வெளியாக்கப்பட வேண்டும். அதற்காகத்தான் இறைவன் திருவருள் மாபெரும் வியர்வை உண்டாக்கினான். அதன்மூலம் இரத்தத்தில் உள்ள நீர் வெளிப்படுவதால், அழுத்தம் குறைகிறது. இதைப் புரிந்துகொண்ட நான், கைத்தாங்கலாக அவரை அழைத்துவந்து, திண்ணையில் படுக்க வைத்துவிட்டேன். சற்றுத் தூரத்தில் குடியிருந்த ஓட்டுநரை வரவழைத்து மன்னார் சென்று மருத்துவரை அழைத்து வருமாறு ஏற்பாடு செய்தேன்.

நிலைமையை ஒரு சிறிதும் புரிந்துகொள்ளாத சகோதரியார் "ஐயா மிகவும் லட்டு தின்று போட்டார்" என்று சொல்லி "அசீரணம். அதற்கு மருந்து வாங்கிட்டு வா" என்றார். அவர் எதிரே ஒன்றும் சொல்ல முடியாத நான், ஓட்டுநரைப் பார்த்து, இது மாதிரி சொல்லு, வேர்த்து வேர்த்து ஊற்றுதாம், துணியால் எவ்வளவு துடைத்தாலும் நிற்கலையாம், என்று சொல்லி மருத்துவரையும் கூட்டிக் கொண்டு வா" என்று சொல்லி அனுப்பினேன். அரை மணி நேரத்தில் அந்த மருத்துவர் வந்து சேர்ந்தார். மிக இளைஞராக உள்ள அவர் அண்மையில்தான் பணியில் சேர்ந்திருக்கிறார். வண்டியிலிருந்து இறங்கியவுடன் பெரிய சத்தத்துடன் ஆங்கிலத்தில் என்னைப் பார்த்துப் பேசத் தொடங்கி விட்டார். "மிகவும் தேவையானதும் நோய் இன்னதென்று தெரிவிக்கக் கூடியதுமான அடையாளத்தைச்

சொல்லி அனுப்பிவிட்டீர்கள். உடனடியாக இரத்தக்குழாய் உடைப்பு "Thrombosis என்பதைத் தெரிந்துகொண்டேன்" என்று உளறிவிட்டார்.

ஆங்கிலத்தில் சிறப்புப் பெற்ற அம்மையார் டாக்டரின் உரையாடலைக் கேட்டுத் திடீரென்று மயங்கி விழுந்து விட்டார். இருவருக்கும் உடனடி வைத்தியம் செய்ய வேண்டிய நிலை ஏற்பட்டுவிட்டது. ஒரு வகையாக அம்மையாரை இயல்பு நிலைமைக்குக் கொண்டுவந்து விட்டார் மருத்துவர். உள்ளே ஒரு படுக்கையை விரித்து, கந்தையா அவர்களை நாங்கள் நால்வருமாகத் தூக்கி அப்படுக்கையில் கிடத்திவிட்டோம். இந்த நோய்க்கு எவ்வித மருந்தும் இல்லை என்று கூறிய மருத்துவர், மூலையில் அமர்ந்துவிட்டார். சகோதரியார் அவர்கள் தலைமாட்டில் அமர்ந்து கந்தையாவின் தலையைத் தூக்கித் தம் மடியில் கிடத்திக்கொண்டார். ஓர் அரை மணி ஆனதும் நான் அந்தப் பணியை ஏற்றுக்கொண்டு செய்தேன். கந்தையாவின் உடம்பில் எவ்விதச் சலனமும் இல்லை. ஆனால் ஒரு வேடிக்கை நடந்தது. கீழே கிடக்கும் அவர் கையைத் தூக்கிப் பக்கத்தில் வைக்க வேண்டுமானால் அந்தக் கையினாலேயே என் மணிக்கட்டைத் தடவிப்பார்ப்பார். சகோதரியார் மடியில் கிடந்திருந்தாலும் அவருடைய கை மணிக்கட்டைத் தடவிப் பார்ப்பார். இது ஏன் என்று அப்போது புரியவில்லை. பின்னர்த்தான் புரிந்தது. ஆண்களின் மணிக்கட்டிற்கும் பெண்களின் கை மணிக்கட்டிற்கும் வேறுபாடு உண்டு. ஆண்கள் கையில் மணிக்கட்டுத் தொடரும் இடத்தில் ஓர் எலும்பு சற்று உயரமாக தூக்கிக் கொண்டிருக்கும். பெண்களுக்கு அவ்வாறு இருக்காது. கடைசி யாத்திரையின்போது தாம் படுத்திருப்பது யாருடைய மடியில் என்பதை அறிந்துகொள்ள அந்த மாமனிதர் கையாண்ட வழி இது. காலை 8மணி ஆயிற்று. அம்மையார் அவர்கள் என்னிடம் ஒரு வேண்டுகோள் விடுத்தார். இங்கிருந்து 7 மைல் துரத்தில் படைகள் தங்கியிருக்கும் பாடி வீடு ஒன்று உள்ளது. அங்கே சென்று அதன் தலைவரைப் பார்க்க வேண்டும். இவர் பெயரைச் சொல்லி இவரிடமிருந்து வருவதாகச் சொன்னால் உடனே ஏற்பாடு செய்வார்கள் நீங்கள் சென்று பிரதம மந்திரியை Wireless மூலம் கூப்பிட்டு நீங்கள் நடந்ததைச் சொல்லி ஒரு விமானத்தை அனுப்புமாறு சொல்லுங்கள். எவ்வளவு விரைவில் வருகிறதோ அவ்வளவு நலம்' என்றார். கந்தையாவின் செல்வாக்குக் கொடிகட்டிப் பறந்த நேரம். அந்தப் பாடிவீட்டின் இராணுவத் தலைவர் என்னை வரவழைத்தார். பிரதம மந்திரியுடன் wirelessஇல் பேச ஏற்பாடு செய்து என்னிடம் தந்துவிட்டார்.

அ.ச. ஞானசம்பந்தன்

பிரதமரின் தனி அலுவலர் நான் சொல்வதைக் கேட்டு உடனே பிரதம மந்திரியிடம் டெலிபோனைத் தந்துவிட்டார். நடந்ததைக் கூறியதைக் கேட்ட பிரதம மந்திரி சேனநாயகா "அவையெல்லாம் ஒருபுறம் இருக்கட்டும்! அந்த மருத்துவ இளைஞர் என்ன சொன்னார்? நீங்கள் என்ன சொல்கிறீர்கள்" என்று கேட்டார். "ஐயா, ஒரு கடுகு அளவுகூட நம்பிக்கையில்லை. எந்த நிமிடம் முடிவு வரும் என்று சொல்வதற்கில்லை" என்றேன். "இன்னும் இரண்டு மணி நேரத்திற்குள் என் தனி விமானம் அங்கே வரும்" என்று கூறினார். நான் வீடு திரும்பிக் கந்தையாவை மடியில் வைத்துக்கொண்டு, அம்மையாரிடம் நடந்ததைச் சொல்லிக்கொண்டிருக்கும்பொழுதே அந்த மாமனிதரின் ஆன்மா கேலீச்சரத்தான் திருவடி சென்றுவிட்டது.

விமானத்தில் அவரை எடுத்துக்கொண்டு ஒரு சிலர் சென்றனர். மிகச் சிறிய விமானம் ஆதலால், நாங்கள்கூட காரிலேயே கொழும்பிற்குப் புறப்பட்டோம். மறுநாள் காலை, கொழும்பு நகரமே கந்தையாவுக்கு அஞ்சலி செலுத்தத் தொடங்கிவிட்டது.

ஊரின் நடுவே ஒரு சுடுகாடு. நான்கு புறமும் வீடுகள். மிகமிகப் பெரியவர்களைமட்டுமே அங்குத் தகனம் செய்வார்கள். மறுநாள் பத்து மணிக்கு இறுதி ஊர்வலம் புறப்பட்டது. வீட்டிலிருந்து சுமார் முக்கால் மைல் தூரம் நடந்து செல்லவேண்டியிருந்தது. தமிழகத்தில் இறந்தவர்களை எடுத்துச்செல்ல மூங்கிலில் பாடை கட்டுவது போல அந்த நாட்டில் செய்வதில்லை. சவப்பெட்டியில் உடம்பை வைத்து நான்கு புறமும் வளையமிட்டு அந்த வளையத்தைப் பிடித்துக் கொண்டு நால்வர் செல்வர். பாதி வழி சென்றதும், பிரதம மந்திரியும், கவர்னர் ஜெனரலும் எதிரே வந்தனர். மரியாதை நிமித்தம், தலைப்பக்கத்தில் உள்ள இரண்டு வளையங்களையும் அவர்கள் வாங்கிக் கொண்டனர். பத்தடி சென்றதும், ஏனையோர் அந்த வளையங்களை வாங்கிக்கொள்வது மரபு. அதேபோல இவர்களிடமும் வளையத்தை வாங்கிக்கொள்ள ஏனையோர் முயன்றபோது அதனைத் தர இருவரும் மறுத்துவிட்டனர். சுடுகாடு வரை தங்கள் அரிய நண்பரைத் தாங்களே சுமந்துவந்தனர்.

சுற்றிலும் வீடுகள் இருந்ததால் நான்கு புறங்களும் உயரமான கம்புகளை நட்டுத் துணியால் மூடப்பட்டு நடுவே சிதை அமைக்கப்பெற்றிருந்தது. உடலை அதன்மேல் வைத்தனர். பிரதமர் டட்லி சேனநாயகாவும் கவர்னர் ஜெனரலும் தங்கள் தலையணியை கையில் எடுத்து வைத்துக்கொண்டு மரியாதையாக நின்றனர்.

கூட்டத்தினர் சிவபுராணம் சொல்ல ஆரம்பித்தனர். அது முடிகின்றவரை ஒன்றும் நடைபெறாது. பிரதமரின் பக்கத்தில் நான் நின்றுகொண்டிருந்தேன். "இந்த முறை நீங்கள் வருவதற்குக் காரணம் என்ன தெரியுமா?" என்று கேட்டார். "தெரியாது, ஒரு முக்கியமான விஷயமாக நான் அவசியம் வரவேண்டும் என்று தங்கள் நண்பர் பிடிவாதமாகச் சொன்னதால் வந்தேன்" என்றேன். "இன்று இந்தக் கொடுமை நடந்திராவிட்டால் இன்று காலை நாம் மூவரும் என் வீட்டில் உணவு அருந்திக் கொண்டிருப்போம். அமைச்சராக வரவேண்டும் என்று எவ்வளவு நான் சொல்லியும் நண்பர் மறுத்துவிட்டார். ஏதாவது ஒரு பணி கண்டிப்பாக அவர் செய்யவேண்டும் என்று கேட்டுக்கொண்டவுடன் தமிழ் நாட்டின் இந்து சமய அறநிலைய அமைப்பு இருப்பதுபோல இங்கேயும் ஒன்றை அமைக்க வேண்டும்; அதன் தலைவராக வருபவர் இந்துக் கோயில்கள், புத்த தேவாலயங்கள் ஆகிய அனைத்தையும் நிர்வாகம் செய்பவராக இருக்க வேண்டும். அப்படி ஒரு பதவியை உண்டாக்கித் தந்தால், நான் அதில் பணி புரிகிறேன் என்று கூறியதோடு நிறுத்தாமல், என்னுடைய நண்பர் தமிழக அரசில் பணிபுரிகின்றார்; அவர் வந்தால் விவரமாக எடுத்துக்கூறுவார் என்று கூறி நீங்கள்தான் அந்த நண்பர் என்று கூறினார். அதனால்தான் இந்த வரவழைப்பு. ஆனால் விதி வேறுவிதமாக விளையாடிவிட்டது" என்று கூறினார். முக்கியமான சமாசாரம் என்று நண்பர் கூறியதன் பொருளை அப்பொழுதுதான் புரிந்துகொண்டேன்.

நாங்கள் ஆங்கிலத்தில் பேசிக்கொண்டிருக்கும் பொழுது கந்தையாவின் இளையமகன் அங்கே வந்து பிரமதரிடம் சிங்கள மொழியில் ஏதோ பேசினார். எனக்கு ஒன்றும் புரியவில்லை. ஆனால் பிரதமர்மட்டும் ஹாம், ஹாம்' என்ற வியப்புக் குறியோடு சொல்லிக் கொண்டிருந்தார். பேசியவர் புறப்பட்டுப் போனவுடன் பிரதமர் என் பக்கம் திரும்பி "இப்பொழுது சிதைக்கு நீங்கள்தான் தீ மூட்ட வேண்டும். அதனைச் செய்ய ஏற்பாடு செய்யுங்கள்" என்றார். "மாண்பு மிகுந்த பிரதமர் அவர்களே! இந்துக்களாகிய நாங்கள் சில பழக்க வழக்கங்களை வைத்துக்கொண்டுள்ளோம். மகன் இருக்கும்பொழுது மகன்தான் தீ மூட்ட வேண்டும். பிள்ளைகளே இல்லையென்றால் பங்காளிகள் தீ மூட்டுவார்கள். ஒரு தொடர்பும் இல்லாத நான் இதனைச் செய்வது பொருந்தாது" என்று கூறினேன். அத்தனையும் கேட்டுக்கொண்ட பிரதமர், "பேராசிரியரே, நேற்று என்னுடைய நண்பர் தம் மனைவியிடம் தம் கடைசி விருப்பத்தைச் சொல்லும்பொழுது நீங்களும்தானே

உடன் இருந்தீர்கள்? இப்பொழுது திருமதி கந்தையா மகனிடம் எல்லா விவரங்களையும் எடுத்துக்கூறி மகன் அதைச் செய்யக் கூடாது. நீங்கள்தான் செய்யவேண்டும் என்று ஆணையிட்டு அனுப்பியுள்ளார். நேற்றே நீங்கள் தடை எழுப்பினீர்களா? அதற்காகத்தான். அவர்களுடைய மகன் நடந்ததையெல்லாம் சிங்களத்தில் என்னிடம் எடுத்துக்கூறி இக்கடமையை நீங்கள் செய்தே தீரவேண்டும் என்று வேண்டிக்கொண்டு போனார். தயவு செய்து மறுக்காமல் நம் நண்பரின் கடைசி விருப்பத்தை நிறைவேற்றுங்கள், இது என்னுடையதும் திருமதி கந்தையாவுடையதுமான வேண்டுகோள். இதற்கு ஒன்றும் தடை சொல்ல வேண்டாம்" என்றார்.

அதே இடத்தில் தலைக்குத் தண்ணீர் வைத்து விட்டு, அந்த மாமனிதரின் சடலத்திற்கு நானே தீ மூட்டினேன். தம்முடைய முடிவு எதிரே நிற்கின்றது என்பதை உணர்ந்ததால்தான் போலும் சாமி வந்ததுபோலத் தம்மை மறந்து நண்பர் முதல் நாள் பேசினார். தம்முடைய முடிவை முற்கூட்டி உணர்பவரை மாமனிதர் என்று சொல்வதில் தவறென்ன?

25

சித்தர் யோக சுவாமிகள்*

இந்த நாட்டைப் பொறுத்தவரை பல்லாயிரக்கணக்கான ஆண்டுகளாகச் சராசரி மனிதரிலும் பன்மடங்கு உயர்ந்துநின்ற மகாத்மாக்கள் பலருண்டு. ஒரு சிலர் தம் பாடல்கள் மூலம் தாம் யாரென்பதை உலகிற்கு அறிவுறுத்தியுள்ளார்கள். திருமூலர், பாம்பாட்டிச் சித்தர், சிவவாக்கியர் போன்றவர்கள் தம் பாடல்கள்மூலம் மக்கள் சமுதாயத்திற்கு வழி காட்டியவர்கள் ஆவார்கள். இதன் எதிராக வேறு பல சித்தர்கள் தாங்கள் வாழ்கின்ற காலத்தில் தம்மை வந்தடையும் மக்களின் குறைகளைப் போக்கி நல்வாழ்வு வாழ வழி செய்தவர்கள் ஆவார்கள்.

யாழ்ப்பாணத்தில் நீண்டகாலம் வாழ்ந்து 1975 வாக்கில் வீடுபேறடைந்தவர் தவத்திரு யோக சுவாமிகள் ஆவார். இவர் ஒரு தனிப்பட்ட இடத்தில், சிறிய குடிசையொன்றை அமைத்துக்கொண்டு அதனுள் இருந்துவந்தார். அந்தக் குடிசைக்குள் நுழைய வேண்டுமானால் யாராக இருந்தாலும் குனிந்து இடுப்பை வளைத்துக்கொண்டுதான் உள்ளே செல்லமுடியும். மீண்டும் வெளியே செல்வதும் இதே முறையில்தான். அந்த நாட்டை ஆண்ட பிரதம மந்திரி முதல் ஆங்கிலேயர்வரை மிகப் பலர் சுவாமிகளிடம் அளவிலாத அன்பு பூண்டு வாழ்ந்தனர். சிங்களவர், இஸ்லாமியர், தமிழர், ஆங்கிலேயர்கள் என்ற எந்த வேறுபாடுமின்றி, சுவாமிகளிடம் ஒவ்வொருநாள் மாலையும் மக்கட் கூட்டம்

* இக்கட்டுரை என்னுடைய அருளாளர்கள்' என்ற நூலில் முன்னரே இடம்பெற்றுள்ளது.

திரண்டு நிற்கும். குடிசைக்குள் அதிகமாக நின்றால் பதினைந்து அல்லது இருபது பேர்தான் நிற்கமுடியும். இவ்வாறு நிற்பவர்கள் தம் வழிபாட்டை முடித்துக்கொண்டு வெளியே சென்றபிறகுதான் அடுத்த கூட்டம் உள்ளே நுழைய முடியும். ஒவ்வொருவரும் காணிக்கையாகப் பழங்களை வாங்கி வந்து சுவாமிகளின் திருவடிகளில் வைத்து வணங்குவார்கள். எந்த ஒன்றையும் சுவாமிகள் எடுத்து வாயில் போட்டதாக வரலாறு இல்லை.

குறைதீர்க்க வேண்டி வந்தவர்கள் வாய்விட்டுத் தம் குறைகளை சொல்லும் பழக்கமில்லை. எனவே, பதினைந்து இருபது நிமிஷங்கள் ஒரு கூட்டம் உள்ளே நின்றாலும் ஒருவர்கூட வாய்திறந்து எதனையும் சுவாமிகளிடம் கூறியதில்லை. இந்த நடைமுறையின் பொருளை நான் தெரிந்துகொள்வதற்குச் சிறிது காலம் பிடித்தது. 1950 வாக்கில் முதன் முறையாகச் சுவாமிகளைத் தரிசிக்கும் பாக்கியம் கிடைத்தது. அதற்குமுன்னர்ச் சுவாமிகளைப்பற்றி அதிகமொன்றும் தெரிந்துகொண்டதில்லை. முதன் முறையாக என்னை அழைத்துச் சென்றவர் வழக்கறிஞர் சிவசுப்பிரமணியம் என்ற ஓர் அன்பராவார். உள்ளே சென்று சுவாமிகளை விழுந்து வணங்கிவிட்டு ஏனையோர்களுடன் நானும் நின்றுகொண்டிருந்தேன். திடீரென்று சுவாமிகள், 'எடே பொடியன் இங்காலை வந்திருக்கட்டும்' என்று கூறிவிட்டு, வலப்புறம் கையைக் காட்டினார்கள். என்னைத்தான் சுவாமிகள் குறிப்பிட்டார்கள் என்பதை அறியாத நான், பொடியன் என்று கூறியது யாரையென்று தெரியாமல் நின்று கொண்டிருந்தேன். சுவாமிகள் விரலினால் சுட்டிக்காட்டி,

"பொடியா! உன்னைத்தான்" என்று கூறினார்கள். இப்பொழுது என்னை ஒரு பயம் கௌவிக்கொண்டது. சுவாமிகளிடம் நிற்பவர்கள் யாரும் எதிரே உட்காருவதில்லை என்பதைக் கேள்விப்பட்டிருக்கிறேன்.

அப்படியிருக்க நான்மட்டும் எப்படி அமர்வது என்று அஞ்சி நிற்கையில் கருணை நிறைந்த பார்வையோடு "வா மகனே! இங்கே வந்து உட்கார்" என்று கூறிவிட்டு வலக்கையால் அமரவேண்டிய இடத்தையும் தொட்டுக் காட்டினார்கள். அன்று முதல் எத்தனையோ தடவைகள் சுவாமிகளிடம் சென்றுள்ளேன். ஒவ்வொரு முறையும் வீழ்ந்து வணங்கியவுடன் அமரச் செய்வார்கள். முதல் இரண்டு தடவைகளில் சுவாமிகள் சொல்லிக் கொண்டிருந்தவை என் மனத்தில் குழப்பத்தை விளைவித்தன. சுவாமிகள் விடாமல் நீளமாகப் பாடிக் கொண்டே இருப்பார்கள். கூர்ந்து கவனித்தபொழுது திருவாசகத்தில் அரையடி, தேவாரத்தில்

ஒன்றரையடி, திருவிசைப்பாவில் நாலு சொற்கள் என்று மாறி மாறிப் பாடிக்கொண்டே இருந்ததை அறிந்தேன். என் போன்ற விவரம் புரியாதோருக்கு ஏன் சுவாமிகள் இப்படி அரையடி முக்காலடி என்று பாடுகிறார்கள் என்ற சந்தேகம், வெளியே வந்து நண்பர்களைக் கேட்டபோது எப்போதும் சுவாமிகள் இப்படித்தான் பாடிக்கொண்டே இருப்பார்கள் என்றார்களேதவிர யாரும் என் ஐயத்தைப் போக்கவில்லை. உள்ளிருந்து வெளியே வந்த அன்பர்களைக் கண்டு பேசும்போது ஓர் உண்மை தெரியலாயிற்று. தாங்கள் பெரும் குறையோடு இருந்ததாகவும், சுவாமிகள் பாடிக்கொண்டிருக்கையில் தம் மனத்துள் புகுந்து பெரிய அமைதியைத் தந்ததாகவும், தம்முடைய பிரச்சினைகட்கு அப்பாடல்கள் விடையாக அமைந்ததாகவும் கூறினார்கள்.

வருபவர் வாய்விட்டுக் குறைகளைக் கூறுவதும் இல்லை; தங்களுக்கு என்ன குறையென்று அந்த மகாபுருஷர் கேட்பதுமில்லை. ஆனாலும் வருபவர்க்கு அமைதி கிடைத்துவிடும். கம்பநாடன் "வாராதே வரவல்லாய்" என்று கூறுவதன் பொருளைச் சுவாமிகளிடம் இருக்கும்போது தெரிந்துகொள்ள முடிந்தது.

ஏறத்தாழ இருபது தடவைகளுக்குமேல் சுவாமிகளைத் தரிசித்திருக்கிறேன். ஒவ்வொரு முறையும் நான்கைந்து நாட்கள் யாழ்ப்பாணத்தில் இருப்பேன். ஆதலால் அன்றன்று என் சொற்பொழிவு முடிந்தவுடன் அந்த மகானின் சந்நிதிக்குச் சென்று அரைமணியோ ஒரு மணியோ அவரின் திருவடிக்கீழ் அமர்ந்து அவரின் அருளைப் பெறும் வாய்ப்புப் பெற்றிருந்தேன். அவற்றைத் தொகுத்துக் கூறுவதானால் ஒரு நூலாகவே ஆகிவிடும். எனவே, நான்கு நிகழ்ச்சிகளைமட்டும் அடியேன் தருகிறேன். இப்பெருமகனார் எல்லாம் வல்ல சித்தர் என்பதை நிரூபிக்க இந்நிகழ்ச்சிகள் துணைபுரியும் என்று நம்புகிறேன்.

ஒருமுறை திருவாளர் ஸ்ரீகாந்தா என்பவர் யாழ்ப்பாணத்தில் கலெக்டராகப் பணிபுரிந்து வந்தார். அவரும் அவர் மனைவியாரும் சுவாமிகளிடம் பெரும்பக்தி கொண்டவர்கள். அவர்களுடன் தங்கியிருந்த நானும் சுவாமிகளைப்பற்றி அவர்களிடம் பேசிக் கொண்டிருப்பதில் பெருமகிழ்ச்சி அடைவேன். ஒரு முறை கதிர்காமத்தில் ஆடிவேல் விழா நடைபெறுகின்ற சமயமாக இருந்தது. திருவாளர் ஸ்ரீகாந்தா எங்கிருந்தாலும் ஆடிவேலுக்குக் கதிர்காமம் செல்வது வழக்கம். ஆனால், இம்முறை ஊரைவிட்டுப் போகக் கூடாதென்று அரசு ஆணை பிறப்பித்தால் போக முடியவில்லையென்று வருந்தினார். நெருங்கிய நண்பராகிய

அ.ச. ஞானசம்பந்தன் 167

அவர், "அ.ச. ஐயா! யோக சுவாமிகள் தவறாமல் ஆடிவேலுக்குக் கதிர்காமம் போய்விடுவார்கள். இந்த ஆண்டும் போயிருப்பார்கள். நமக்கோ போகமுடியவில்லை. சுவாமிகள் தங்கி இருக்கும் குடிலுக்குச் சென்று அவர்கள் அமரும் பீடத்திற்கு ஒரு கும்பிடு போட்டு வரலாம் வாருங்கள்" என்றார். அதை ஏற்றுக்கொண்டு நான் புறப்படத் தயாரானேன். நானே காரை ஓட்டவும் ஏற்றுக்கொண்டேன். முதல் இருக்கையில் ஸ்ரீகாந்தாவும் நானுமிருக்க, பின் இருக்கையில் திருமதி ஸ்ரீகாந்தா அமர்ந்தார்கள். உறுதியாகச் சுவாமிகள் இருக்கமாட்டார்கள் என்ற துணிவுடன் சென்றோமாதலால் குடிலின் வாயிலை நெருங்குகின்றவரையில் பேசிக்கொண்டே சென்றோம். மூவரும் நுழைந்தவுடன் மிகப் பெரிய அதிர்ச்சிக்கு ஆளானோம். நாங்கள் வாய் திறந்து ஒன்றும் பேசவில்லை. பேசவும் முடியவில்லை. அந்த நிலையிலும் அந்த அருளாளர் "பொடியா, உன்னுடைய இடத்தில் வந்து இருக்கட்டும்" என்றார்கள். நண்பர் ஸ்ரீகாந்தாவும் அவர் மனைவியும் சுவாமிகள்கூட ஆடிவேலுக்குப் போகவில்லை என்பதைக் கண்டு, ஒன்றும் புரியாமல் நின்றார்கள். சுவாமிகள் அவர்களைப் பார்த்து "ஏன் மகனே! நீ ஆடிவேலுக்குப் போகவில்லையா?" என்று கேட்டார்கள். நண்பர் ஸ்ரீகாந்தா கண்ணீர் ஆறாகப் பெருக, வாய்குழறி அரசு ஆணை காரணமாகத் தாம் யாழ்ப்பாணத்தில் தங்க நேரிட்டது என்று சொல்லி அழுதார்கள்.

உடனே சுவாமிகள் பின்வருமாறு கூறினார்கள்: "கவலை வேண்டாம் மகனே, நமக்கென்ன வாகனமா இருக்கிறது? அந்த மடையனுக்குத்தான் மயில் வாகனம் இருக்கிறது. வேண்டுமானால் அவன்தான் நம்மிடம் வரவேண்டும். நாமெங்கே போவது?" என்று சொல்லிவிட்டுச் சிரித்துக்கொண்டே பாட ஆரம்பித்துவிட்டார்கள். ஒரு மணி நேரம் இங்கே தங்கியபிறகு சுவாமிகளிடம் விடை பெற்றுக்கொண்டு வீடு திரும்பினோம். வரும்பொழுது நண்பர் ஸ்ரீகாந்தா சொல்லியது இன்னும் என் கவனத்தில் உள்ளது. "அச ஐயா! பல ஆண்டுகளாகத் தவறாமல் ஆடிவேலுக்குக் கதிர்காமம் செல்லுகின்ற நான் இந்த ஆண்டு போகமுடியவில்லையே என்று வருந்தினேன். ஆனால், சுவாமிகளும் போகவில்லை என்பதை இப்போது கண்டுவிட்டோம். அவரைத் தரிசித்ததால் கதிர் காமத்தானைத் தரிசித்துவிட்டோம் என்ற எண்ணம் மனத்தில் நிறைந்துவிட்டது" என்றார்.

இரண்டு நாட்கள் கழித்துக் கொழும்பிற்குச் சென்றேன். அங்கு ஐந்து நாட்கள் பேச ஏற்றுக்கொண்டிருந்தேன். முதல்

நாள் போய் இறங்கியவுடன் வழக்கம்போல் சர். கந்தையா வைத்தியநாதன் உட்படப் பலர் விமானநிலையம் வந்திருந்தனர். அன்று மதியம் செய்தி விளம்பரத்துறைச் செயலாளர் வீட்டில் மதிய உணவிற்கு ஏற்பாடாகி இருந்தது. சாப்பிடுவதற்கு முன் அவர் ஆடிவேல் விழாவைச் சினிமா எடுத்திருக்கிறோம் பார்க்கிறீர்களா? என்று கேட்டார். நான் சரியென்றவுடன் ஜன்னல்களை எல்லாம் மூடிவிட்டு, 14mm புரஜெக்டர் (projector) கருவி வைத்து, மூன்று நாட்கள் முன்னர் நடந்த ஆடிவேல் விழாவில் எடுத்த படத்தைப் போட்டார்கள். சில நிமிடங்கள் கழிந்தவுடன் என் மூச்சே நின்றுவிடும்போல் ஆகிவிட்டது. காரணம் யாழ்ப்பாணத்தில் ஸ்ரீகாந்தா உட்பட எங்கள் மூவரிடம் ஒருமணி நேரம் காட்சி தந்த யோக சுவாமிகள் அதே நேரத்தில் கதிர்காமத்தில் ஒலிவாங்கியின் முன்னர்ப் பேசுவதை அந்தச் செய்திப் படம் காட்டிற்று.

அதிர்ந்துபோன நான் செயலாள நண்பரைப் பார்த்து, "இது என்ன பழைய படம், இதைப் போட்டுக் காட்டினீர்களே' என்றேன். அதை மறுத்த அவர் முந்தா நாள் எடுத்ததுதான் இது என்பதற்கு அத்தாட்சியாக அந்தப் படச்சுருளை வைக்கும் தகர டப்பாவின்மேல் எழுதியிருந்ததைக் காட்டினார். எப்பொழுது எடுக்கப் பட்டது, எந்த மணியிலிருந்து எதுவரை என்றெல்லாம் அதில் எழுதியிருந்தது. பொறுமை இழந்த நான் உடனே தொலைபேசி மூலம் யாழ்ப்பாணத்திலுள்ள ஸ்ரீகாந்தாவுடன் தொடர்பு கொண்டேன். நான் எவ்வளவு எடுத்துக் கூறியும் ஸ்ரீகாந்தா நம்ப மறுத்துவிட்டார். "அ.சஜயா! நாம் மூன்றுபேரும் சுவாமிகளிடம் ஒரு மணிநேரம் இருந்ததையும் அவர் சொன்ன பொன்மொழிகளைக் கேட்டதையும் நன்றாக அறிவோம். நமக்கென்ன வாகனமா இருக்கிறது. அந்த மடையனுக்குத்தான் மயிலிருக்கிறது என்று கூறியது நினைவில்லையா?" என்று கேட்டார். எவ்வளவு சொல்லியும் நண்பர் ரீகாந்தா படச்சுருளை நம்பத் தயாராக இல்லை. அரசுப் பணியாளர்கள் ஏதோ தவறு செய்துவிட்டார்கள் என்றே உறுதியாக நம்பினார். இந்நிலையில் நான் ஒரு முடிவுக்கு வந்தேன். ஐந்து நாள் சொற்பொழிவு முடிந்ததும் கொழும்பிலிருந்து நேரே சென்னை வருவதற்கு என்னிடம் பயணச் சீட்டிருந்தாலும் அதை மாற்றி யாழ்ப்பாணத்தில் ஒரு நாள் தங்கிச் செல்ல முடிவு செய்தேன். அன்று கூட்டத்திற்கு வந்திருந்த பலரும் கதிர்காமம் சென்று மயில்வாகன முருகனையும் மானுட வடிவில் யோக சுவாமிகள் என்ற பெயரில் இருந்த முருகனையும் கண்டவர்கள் ஆவர். சுவாமிகள் அங்குப் பேசியதை

இவர்களனைவரும் நேரே கேட்டவர்களாதலால் அவர்கள் என்னை நம்பத் தயாராக இல்லை.

இந்த நிலையில் என் பணி முடிந்தவுடன் ஆறாம் நாள் புறப்பட்டு யாழ்ப்பாணம் வந்தேன். விமான நிலையத்திற்கு வந்த ஸ்ரீகாந்தா இதுபற்றி அவசரமாக என்னுடன் பேச விரும்பியதால் ஓட்டுநரை விட்டுவிட்டு தானே வண்டியை ஓட்டி வந்திருந்தார். பலாலி விமான நிலையத்திலிருந்து கலெக்டர் பங்களா செல்லும்வரையில் நடந்தவற்றை யெல்லாம் கூறினேன். நண்பர் ரீகாந்தா அவர்கள் உறுதியாக அந்தச் சினிமாப் படம் பழைய படம் என்ற முடிவிலிருந்து மாறவேயில்லை. அன்று மாலை நாங்கள் மூவரும் சுவாமிகளைத் தரிசிக்கச் சென்றோம். விழுந்து வணங்கியவுடன் சுவாமிகள் "பொடியா! நீ ஏன் பட்டணம் போகாமல் இங்கே வந்தாய்?" என்றவுடன், நான் அச்சத்தோடு நடந்தவற்றைக் கூறினேன். சுவாமிகள் கடகடவென்று சிரித்துவிட்டு, "அந்த மடையனுக்குத்தான் மயிலிருக்கிறது. நாங்கள் எப்படி அங்கே போக முடியும்? மயிலா இருக்கிறது நமக்கு" என்று கூறிச் சிரித்தார். அட்டமா சித்திகளில், வேறொருவர் காணாமல் ஒரே நேரத்தில் பல இடங்களில் இருக்கும் சிறப்பு சித்தர்களுக்குரியது என்பதைப் படித்திருக்கிறேன். ஆதலால் மனத்தில் கொஞ்சம் தைரியத்தை வரவழைத்துக் கொண்டு, "சுவாமிகள் அங்கே இருந்ததும் உண்மை. இது அட்ட" என்று தொடங்கினேன். அந்த வார்த்தையை முழுவதும் கூறவிடாமல் சுவாமிகள் உரத்த குரலில் "பொடியா செருப்படி வேண்டுமோ மகனே உனக்கு: வாயை மூடடா" என்றார்கள். பிறகு அன்பொழுகப் பேசிக் கொண்டிருந்தார்கள். மறுநாள் நான் சென்னை மீண்டு விட்டேன். யோக சுவாமிகள் எல்லாம் வல்ல சித்தர் என்பதற்கு தலையாய எடுத்துக்காட்டு இதுவாகும்.

என் நினைவில் ஆழமாக நின்ற மற்றொரு நிகழ்ச்சியைக் கூறுகிறேன். ஒருமுறை யாழ்ப்பாண இந்துக் கல்லூரியில் சொற்பொழிவு ஆற்றுவதற்காகப் பல்கலைச் செல்வர் டாக்டர், தெ.பொ. மீனாட்சிசுந்தரனார், டாக்டர். டி.எம்.பி.மகாதேவன், நான் ஆகிய மூவரும் சென்றிருந்தோம். அமைச்சர் நடேசன் அவர்கள் வீட்டில் தங்கியிருந்தோம். திரு.தெ.பொ.மீ.யும் நானும் சுவாமிகளிடம் செல்லும் வாய்ப்பை முன்னரே பெற்றிருந்தோம். திரு. மகாதேவனுக்கு இது புதிய அனுபவம். நான்கு நாட்களும் சொற்பொழிவுகள் முடிந்தவுடன் சுவாமிகளிடம் சென்று ஒரு மணி நேரம் தங்கி அவர்கள் ஆசீர்வாதத்துடன் திரும்புவது

வழக்கம். முதல் மூன்று நாட்களிலும் பல திருவிளையாடல்களைச் சுவாமிகள் செய்தருளினார்கள். திரு. மகாதேவன் ஏதாவது பலகாரம் செய்து சுவாமிகளுக்கு அதை நைவேத்தியமாகப் படைத்துவிட்டு அந்த உச்சிஷ்டத்தை நாங்கள் உண்ணவேண்டுமென்று விரும்பினார். அமைச்சர் நடேசனாரிடம் இதைச் சொல்ல, அவர் சமையற்காரனை அழைத்து, "ஏழு அல்லது எட்டு மணிக்குக் குளித்துச் சுத்தமாக இடியப்பமும் சொதியும் தயார்செய்துவை" என்று உத்தரவிட்டார். மகாதேவனிடம் திரும்பி, 'உங்கள் ஆசைக்காக இதனைச் செய்யச் சொல்லிவிட்டேன். சுவாமிகள் எதையும் வாயிற் போட்டு நானறியேன். இருந்தாலும் இப்பலகாரத்தை எடுத்துக்கொண்டு சென்று உங்கள் விருப்பத்தை விண்ணப்பம் செய்யுங்கள். சுவாமிகள் மறுத்துவிட்டால் அதற்காக வருந்த வேண்டாம்" என்று கூறினார் நடேசனார்.

அப்போது ஓர் அதிசயம் நிகழ்ந்தது. நான்கு மணிக்கு அமைச்சர் உட்பட நாங்கள் நால்வரும் கல்லூரிக்குப் புறப்படத் தயாராக இருந்தோம். சமையற்காரனுக்குத் திடீரென்று காக்கைவலி கண்டுவிட்டது. மருத்துவமனைக்கு அனுப்பிவிட்டு நாங்கள் சொற்பொழிவுக்குச் சென்று விட்டோம். எங்களுக்கே உணவில்லாதபோது சுவாமிகளுக்கு நைவேத்தியம் கொண்டு செல்வதென்பது நடக்காமல் போய்விட்டது. எங்களுக்குக் கொடுத்து வைக்கவில்லை என்ற மனவருத்தத்துடன் பத்து மணியளவில் நாங்கள் மூவரும் சுவாமிகளிடம் சென்று வீழ்ந்து வணங்கிவிட்டு நின்றோம். திடீரென்று சுவாமிகள் "அடே மகாதேவா யோகனுக்குச் சாப்பாடு போடவேண்டும் என்று நினைத்தாயல்லவா? கவலைப்படாதே" என்று கூறிவிட்டு மூவரையும் அமருமாறு செய்தார்கள். திடீரென்று குடிசையில் ஒரு மூலையைச் சுட்டிக் காட்டி, "டேய் பொடியா! அங்கே இடியப்பமும் சொதியும் இருக்கிறது. நான்கு இலைகள் இருக்கின்றன. எடுத்துப் போடு" என்றார்கள். சுவாமிகளுக்குப் படைக்கப்பட்ட இலையில் இருந்த இடியப்பத்தை நன்கு பிசைந்து கடுகளவு தம்முடைய திருவாயில் போட்டுக் கொண்டு எஞ்சியவற்றை உருண்டைகளாக உருட்டி எம் மூவர் இலைகளிலும் போட்டு உண்ணுமாறு பணித்தார்கள். இவை முடித்தபிறகு திடீரென்று "டேய் மகாதேவா! நீ என்ன செய்யப்போகிறாய் நாளைக்கு?" என்றார்கள். அவர், தெ.பொ.மீ.யும், தாமும் மறுநாட்காலை விமானத்தில் சென்னை செல்லப்போவதாகக் கூறினார்கள். நான் கொழும்பு செல்லப்போவதாகக் கூறினேன். சுவாமிகள் சிரித்துக்கொண்டே, "அடே பொடியா, இவர்கள் இருவரும்

அ.ச. ஞானசம்பந்தன் 171

பறவை மாதிரி கைகளை இறக்கையாகப் பரப்பிக்கொண்டு பறக்கப்போகிறர்கள், தெரியுமா?" என்றார்கள். எங்கள் வயிற்றில் புளியைக் கரைத்து விட்டது. இவர்களைப் போக வேண்டாமென்று சுவாமிகள் கூறுகின்றார்களா என்ற சந்தேகம். சுவாமிகளின் எதிரே வருகின்ற பெரியவர்கள் பிரதம மந்திரியிலிருந்து சாதாரண மனிதர்வரை யாரும் பேசுவதில்லை. தொடக்கத்திலிருந்தே அவர்கள் எதிரே பேசும் உரிமையை எனக்கு வழங்கியிருந்தார்கள். நான் பேசாது இருந்தாற்கூட, "டேய் பொடியா! ஏன் சும்மா இருக்கிறாய்? ஏதாவது சொல்" என்றார்கள். அந்த உரிமையை வைத்துக்கொண்டு, "இப்பொழுது இவர்கள் பயணத்தை நிறுத்திவிடட்டுமா?" என்று கேட்டேன். சுவாமிகள் சிரித்துக்கொண்டு "அவர்கள் போவதை யோகன் ஏன் நிறுத்த வேண்டும். பறவை போலப் பறப்பார்கள்" என்று கூறினார்கள். சுவாமிகளை விட்டு வரும்போது நடுநிசி ஆகிவிட்டது. நடந்தவற்றைக் கூறியவுடன் அமைச்சர் நடேசனார், இவர்களைப் போக வேண்டாமென்று எவ்வளவோ கூறிப் பார்த்தார். இருவரும் கேட்பதாக இல்லை. வேறு வழியில்லாமல் மறுநாட் காலை ஏழேகால் மணிக்கு இவர்கள் இருவரையும் வழியனுப்ப அமைச்சரும் நானும் சென்றோம். இருவரும் விமானத்தில் ஏறி அமர்ந்து விட்டனர். ஓடு பாதையின் தொடக்கத்திற்குச் சென்ற விமானம் பல முறை விசிறிகளைச் சுழல விட்டுக் கொண்டிருந்ததைக் காண முடிந்தது. அது டக்கோட்டா விமானம். சிறிது நேரத்துக்கெல்லாம் ஒலிபெருக்கியில் பின்வருமாறு பேசப்பட்டது: "விமானம் பழுதடைந்து விட்டதால் இன்று சென்னை செல்லும் வாய்ப்பு இல்லை. நாளை இதே நேரத்திற்கு இதே பயணச்சீட்டுக்களுடன் பயணிகள் வரலாம்" என்று கூறிவிட்டு விமானத்தைக் கட்டி இழுத்துக் கொண்டு வந்தார்கள். தெ.பொ.மீயும், மகாதேவனும் கீழிறங்கினார்கள். அமைச்சர் நடேசனுக்குப் பெரிய ஆனந்தம், மகாதேவனுக்கு வருத்தம். வழக்கம்போல் அன்று மாலை சுவாமிகளைக் காணச் சென்றோம். சுவாமிகள் சிரித்துக்கொண்டே, "என்னடா மகாதேவா! இறக்கையை விரித்துப் பறக்கவில்லையோ!" என்றார்கள். மகாதேவன் அவர்கள் கண்ணிர் ததும்ப விழுந்து வணங்கிவிட்டுத் தாம் அவசரப்பட்ட காரணம் கூறினார். "அன்று சென்னை போயிருந்தால் நான் இரவு டில்லி சென்று T.W.A. விமானம் மூலம் ஹவாய்த் தீவில் (Hawai Island) உள்ள ஆனலூலுவுக்குச் (Honolulu) செல்ல வேண்டும். அதற்கு மறுநாள் அங்கு நடைபெறப்போகும் அகில உலக வேதாந்த மகாநாட்டிற்கு நான் தலைமை வகிக்க வேண்டும். எல்லாம் கெட்டுவிட்டது" என்று வருந்தினார்.

அதைக் கேட்ட சுவாமிகள், "கவலைவேண்டாம் மகனே, இம் மகாநாட்டைப் பதினைந்து நாள் தள்ளிப் போட்டுவிட்டார்கள். நீ அமைதியாகச் சென்று தலைமை ஏற்று நடத்தலாம்" என்று கூறினார்கள். சுவாமிகளிடம் விடை பெற்றுவந்து, நடேசன் வீட்டில் தங்கியபோது மகாதேவன் கூறிய வார்த்தைகள் அவர் துயரத்தை எடுத்துக் காட்டின. "இந்த மகாநாடுகள், ஒரு வருஷத்திற்குமுன்பே அட்டவணை போட்டுத் தயாரிக்கப்பட்டவை யாகும். உலகம் முழுவதிலிருந்தும் பலர் வருவார்கள். ஆகையால் இரண்டு நாள் முன்னர் அதை மாற்றுவது இயலாத காரியம்" என்று கூறி வருந்தினார். மறுநாள் அவர்கள் இருவரும் சென்னை சென்றனர். நான் கொழும்பு சென்று பதினைந்து நாட்கள் தங்கிவிட்டுச் சென்னை வந்து ஒரு மாதம் கழிந்தபின் டாக்டர் மகாதேவனைச் சந்தித்தேன். நாத்தழுதழுக்க, "சுவாமிகள் அவர்கள் எவ்வளவு பெரிய சித்தர் என்பதை அனுபவத்தில் அறிந்துவிட்டேன். அங்கே விமானம் தடைப்பட்ட அதே நேரத்தில் சென்னையில் என் வீட்டிற்கு ஒரு தந்தி வந்திருந்தது. பதினைந்து நாட்கள் மகாநாடு பல்வேறு காரணங்களால் தள்ளி வைக்கப்பட்டதென்றும், பதினாறாவது நாள் விழாத் தொடங்குமென்றும் தந்தியில் அறிவித்திருந்தார்கள். அப்படியே பதினாறாவது நாள் தொடங்கிய விழாவில் தலைமையேற்று என் பணி முடித்து வந்துவிட்டேன்" என்று கூறினார்கள். யோக சுவாமிகள் என்ற சித்தரிடம் நாங்கள் அனுபவித்த இந்த நிகழ்ச்சி, அவர் யாரென்பதை எடுத்துக் காட்ட உதவும்.

மேலே கூறிய இரண்டு நிகழ்ச்சிகளிலும் உடனிருந்து சுவாமிகளின் யோகசித்தியையும், பக்தர்களுக்கு அருளுகின்ற திறத்தையும் என்னால் காண முடிந்தது. இனி நான் சொல்லப்போகும் நிகழ்ச்சி எனக்கு நேரடியாக நேர்ந்த அனுபவமாகும். சுவாமிகள் இருக்கும் காலத்திலேயே இதுபற்றி எழுதவேண்டு மென்று ஈழகேசரி, தினகரன் போன்ற பத்திரிகைகள் வேண்டியும் மகானின் உத்தரவில்லாமல் அதைச் செய்ய முடியாதென்று கூறிவிட்டேன். இப்போது அதனை எழுதுவதற்கு இரண்டு காரணங்கள் உண்டு. முதலாவது, அப்பெருமகனார் சித்தி அடைந்துவிட்டார். இரண்டாவது, என்னுடைய வயதும் எண்பதைக் கடந்துவிட்ட காரணத்தால் பின்னர் வரும் சமுதாயம் எத்தகைய அருளாளர்களை இந்தத் தமிழினம் பெற்றிருந்தது என்பதை அறிந்துகொள்ள ஒரு வாய்ப்பாக இருக்கும். ஆதலால்தான் இதனை விரிவாக எழுத முற்பட்டேன்.

1955வாக்கில் யாழ்ப்பாணத்தை அடுத்துள்ள கரணவாய் தெற்கு என்ற ஊரில் பத்துநாட்கள் தொடர்ந்து சொற்பொழிவு செய்வதாக ஒப்புக்கொண்டு சென்றேன்.

மலாய்நாட்டு ஓய்வூதியம் பெறும் முருகப்பு என்பவர் வீட்டில் தங்கியிருந்தேன். பகல் முழுவதும் வேலையில்லை ஆதலாலும், இரவில் சொற்பொழிவு தொடங்குவதாலும் அன்பர்கள் சிலர் எனக்காக ஒரு காரைக் கொடுத்து பகலில் எங்கு வேண்டுமானாலும் போய் வர ஏற்பாடு செய்தார்கள். முதல் நாள் சொற்பொழிவு முடிந்து வழக்கம்போல் சுவாமிகளிடம் சென்று வணங்கி வழிபட்டு இரவு மீண்டுவிட்டேன்.

மறுநாள் பொழுது விடிந்தவுடன் பல்தேய்த்துக் கொண்டு நின்றேன். நண்பர் முருகப்பு வாலாயமாகக் கேட்கின்ற "நன்கு உறங்கினீர்களோ ஐயா" என்ற கேள்வியைக் கேட்டார். அவருக்குப் பதில்கூறத் தொடங்கினேன். ஆனால், வாயிலிருந்து ஒரு சொல்லும் வரவில்லை; காற்றுத்தான் வெளிவந்தது. எவ்வளவு முயன்றும் ஒரு எழுத்தைக்கூட உச்சரிக்க முடியவில்லை. அதிர்ந்து போன நான், என்ன செய்வது என்றறியாமல் திகைத்தேன். ஒன்பது மணியளவில் காரை நானே ஒட்டிக் கொண்டு சென்று சாவகச் சேரியில் ஓய்வு பெற்றிருந்த தொண்டை, காது, மூக்குநோய் நிபுணர் மருத்துவரைக் காணச்சென்று, என் குறையை அவரிடம் எழுதிக் காட்டினேன். அவர் சோதனை செய்துவிட்டு "இன்று மாலை உங்களுடன் ஒருவரை அனுப்புகிறேன். கொழும்பில் சென்று சில சோதனைகள் நடத்திய பிறகு மருத்துவம் செய்யலாம்" என்று கூறினார். அவரிடம் எழுதிக் காட்டும் பொழுது Paralysis of Vocal chord என்று எழுதிக் காட்டினேன். அவருடைய வாக்கை ஏற்றுக்கொண்டு மாலை கொழும்பு போவதற்குத் தயாராகக் காரில் ஏறி அமர்ந்தேன். கண்ணீர் மாலை மாலையாக வந்தது. காரணம் என் பிழைப்பே வாயின் மூலம்தான் நடைபெற்றது. கல்லூரிப் பேராசிரியர், தொடர்ந்து சொற்பொழிவு செய்பவர் என்ற இரண்டும் போய்விட்டனவே! என்னுடைய பெரிய குடும்பம் என்னாவது என்ற கவலை மனம் முழுவதையும் சூழ்ந்து கொண்டது. இந்த நிலையில் காரை ஆயத்தப்படுத்தச் சாவியைச் செருகிய நிலையில் அந்த மருத்துவ நிபுணர் வெளியே வந்து காரின் கதவைப் பிடித்துக்கொண்டு, "அசஐயா! யோகருடைய சீடர்தானே தாங்கள்? அவரைப் போய்ப் பாருங்களேன்" என்றார். அந்த விநாடிவரை சுவாமிகளின் நினைவே என் மனத்தில் தோன்றவில்லை. அவர் கூறியவுடன் சுவாமிகளிடம் செல்லப் புறப்பட்டேன். அக்காலத்தில்

பகலில் யாரும் சுவாமிகளிடம் செல்வதில்லை. அவருடைய தியானம் முதலியவற்றிற்கு இடையூறாக யாரும் போவதில்லை. மாலை ஆறுமணிக்கு மேல்தான் செல்வார்கள். அனைவருக்கும் தெரிந்த இந்தச் செய்தி எனக்கும் தெரிந்திருந்தது. எனவே, ஒரு விநாடி சிந்தித்து, உடனடியாகச் சுவாமிகளிடம் போவதே சரி என்ற முடிவிற்கு வந்தேன். நேரே வண்டியை ஓட்டிச் சென்று ஆசிரமத்தின் பக்கத்தில் நிறுத்திவிட்டு, எதிரே உள்ள கேணியில் கைகால்களைச் சுத்தம் செய்து மகானின் குடிலுக்குள் நுழைந்தேன். அடக்கமுடியாத அழுகையும், கண்ணீரும் என்னை ஆட்கொண்டிருந்தன. விழுந்து வணங்கிய நான் எழுந்திருக்க விரும்பவில்லை. ஓரிரு நிமிடங்கள் கழித்து, "ஏண்டா பொடியா. அந்த மருத்துவர் என்ன முருகன் என்ற நினைப்பா? எதற்காக அவரிடம் போனாய்?" என்று திட்டியதோடல்லாமல் என்னுடைய அறியாமை பற்றியும் வெகுவாக ஏசினார்கள். கடைசியில் "பொடியா இங்கே உட்கார்" என்று நான் வழக்கமாக அமரும் இடத்தைக் காட்டினார்கள். அப்பொழுது இருந்த மனநிலையில் சுவாமிகள் பேசியது எதுவும் என் மனத்திற் படியவில்லை. ஏதேதோ பேசிவிட்டு அரைமணி கழித்து அவர்கள் சொல்லிய வார்த்தைகளை ஏறத்தாழ அப்படியே கீழே தந்துள்ளேன். ஒரு சில சொற்கள் முன்பின்னாக இருக்கலாம். இத்தனை ஆண்டுகள் கழித்தும் அச்சொற்களை மறக்கமுடியவில்லை. காரணம் என்னுடைய வாழ்க்கையில் ஒரு மாபெரும் மாற்றத்தை ஏற்படுத்திய சொற்கள் அவை, "பொடியா! வழக்கம்போல் மாலையில் பிரசங்கம் செய்துவிட்டு இங்கே வா" என்று கூறிய சொற்கள் ஒரு பெரிய அதிர்ச்சியைத் தந்தன. அப்படியானால் நான் பேசமுடியும் என்பதைச் சுவாமிகள் குறிப்பாக உணர்த்திவிட்டார்கள் என்று உணரத் தொடங்கினேன். எழுந்து விழுந்து வணங்கிவிட்டு "உத்தரவுப்படியே செய்கிறேன்" என்றேன். அந்த இரண்டு வார்த்தைகள்தான் அப்பொழுது புதிதாகப் பிறந்த என் வாயிலிருந்து வந்த முதலிரண்டு சொற்கள் ஆகும். அந்தச் சித்தபுருஷன் எதிரே என்னை மறந்து நான் நிற்கும்போது திடீரென்று சுவாமிகள் பின்வருமாறு கூறினார்கள். "பொடியா, சேக்கிழாரையும் கம்பனையும் நாங்கள்தானே வெட்டிப் புதைக்கனும், கவலையில்லாமல் போய்வா" என்றார்கள். இதன் பொருள் என்ன என்பதைப் பின்னர் விளக்குகிறேன். வெளியில் வந்து காரை ஓட்டிக்கொண்டு சுவாமிகளிடம் என்னைப் போகுமாறு பணித்த அந்த மருத்துவப் பெருந்தகையைக் காணச் சென்றேன். தெருவிலிருந்தபடியே "டாக்டர்.." என்று பெருங் குரலெடுத்துக் கூவினேன். அந்த முதியவர் வீட்டினிலிருந்து

வெளியே வந்து நடுத்தெருவில் சாஷ்டாங்கமாக விழுந்து என்னை வணங்கினார். சற்றும் எதிர்பாராத இதனைக் கண்ட நான், பெரிதும் அதிர்ச்சி அடைந்து 'இவ்வளவு முதியவராகிய தாங்கள் என்னைக் கும்பிடலாமா? இது முறையன்று' என்று கூறினேன். என்னுடைய இரண்டு கைகளையும் பிடித்துக்கொண்ட அவர், உள்ளே அழைத்துச் சென்று அமர வைத்தார். அதே நேரம் அவர் பணியாளர் ஒருவர் இரண்டு விமான டிக்கட்டுகளைக் கொண்டு வந்து அவரிடம் தந்தார். ஏதோ அவருக்கு அந்த டிக்கட்டு என்று நினைத்தேன். அப்பெருமகனார் டிக்கட்டை என்னிடம் கொடுத்துப் படிக்கச் சொன்னார். யாழ்ப்பாணத்திலிருந்து சென்னை செல்வதற்கு என் பெயரிலும், அப்பணியாளர் பெயரிலும் இரண்டு டிக்கட்டுகள் இருந்தன. ஒன்றும் புரியாமல் திகைக்கும் என்னைப் பார்த்து பின்வருமாறு பேசினார்: "அ.ச, ஐயா! இங்குச் செய்த சோதனையிலேயே தாங்கள் எழுதிக் காட்டியது உண்மை என்பதைத் தெரிந்து கொண்டேன். இதற்கு இதுவரை மருத்துவ உலகம் ஒன்றும் செய்ய முடியவில்லை. கோடிக்கு ஒருவருக்கு இது வரலாம். வந்து விட்டால் அதுதான் அவருடைய முடிவு. ஆக உங்களிடம் சொல்லாமல் நாளைக்கு உங்களைச் சென்னைக்கு அனுப்ப முடிவு செய்தேன். பேச முடியாத தாங்கள் ஒன்றும் செய்ய முடியாது. ஆதலால் இந்த அன்பரையும் உங்களோடு அனுப்ப முடிவு செய்தேன். காரில் உங்களை ஏற்றுகின்ற வரை எனக்கும் சுவாமிகளின் நினைவு வரவில்லை. எப்படி உங்களை ஊருக்கனுப்புவது என்ற எண்ணம்தான் என் மனத்தில் மேலோங்கி நின்றது. தாங்கள் வண்டியில் ஏறிய பிறகு வண்டிக் கதவைத் தொட்டுக்கொண்டு "நீங்கள் சென்று வாருங்கள்" என்று விடை கொடுக்க முயலும்போதுதான் சுவாமிகளின் எண்ணம் திடீரென்று மனத்தில் தோன்றிற்று. நாற்பது வருடங்களுக்குமேல் E.N.T. மருத்துவராகக் கொழும்பில் பணி செய்த எனக்கு அந்த விநாடி ஓர் எண்ணம் தோன்றிற்று. மருத்துவ உலகம் உதவ முடியாத தங்களுக்கு இறைவனின் அருள் ஒன்றுதான் உதவமுடியும். அப்படியானால் அந்த அருளை வழங்கக்கூடிய இறைநேசர் சுவாமிகள் ஒருவராகத்தான் இருக்க முடியும். அதனால் தான் பகலில் யாரும் சுவாமிகளிடம் செல்வதில்லையென்று தெரிந்திருந்தும் தங்களைப் போகுமாறு பணித்தேன். சுவாமிகளே என் மனத்தில் அந்த எண்ணத்தைத் தோற்றுவித்திருக்க வேண்டும். இத்தகைய அற்புதங்கள் பலவற்றைப் பிறர் அறியாமல் ஒரு சிலருக்குச் சுவாமிகள் செய்கிறார்கள் என்பதை தழுதழுத்த குரலில் கூறிவிட்டு, என்னை அங்கேயே தங்கி 'மதிய உணவு உட்கொண்ட பிறகு போகலாம்' என்றும் பணித்தார்கள்.

அன்று மாலை வழக்கம்போல் பேசினேன். பின்னர் சுவாமிகளிடம் சென்று ஆசிபெற்றேன். ஏனைய ஒன்பது நாட்களும் இதே முறையில் சுவாமிகளைச் சென்று தரிசனம் செய்துவந்தேன். இந்த நிகழ்ச்சி நடைபெற்ற காலத்தில் கம்பனைப்பற்றி 'இராவணன் மாட்சியும் வீழ்ச்சியும்' என்ற நூலையும், "நாடும் மன்னனும்" என்ற நூலையும் எழுதி வெளியிட்டிருந்தேன். அதன் பிறகு ஏறத்தாழ முப்பது நூல்கள் எழுதியுள்ளேன். என்றாலும் சுவாமிகளின் வாக்குப் பொய்க்கவில்லை. இந்நூல்களில் முக்கால் பங்கிற்கு மேல் கம்பனையும் சேக்கிழாரையும் பற்றிய நூல்களே ஆகும். இவற்றோடு இல்லாமல் எஸ்.ராஜம் அவர்கள் வெளியிட்ட கம்பராமாயண மூலத்திற்கு ஆசிரியர் குழுவில் ஒருவனாக இருந்தேன். அடுத்துச் சென்னைக் கம்பன் கழகம் வெளியிட்ட 'கம்ப இராமாயணம்" பதிப்பிற்குப் பல்கலைச் செல்வர் தெ.பொ.மீ. அவர்களுடன் சேர்ந்து பணியாற்றினேன். 1993 முதல் கோவைக் கம்பன் கழகம் வெளியிடும் இராமாயண நூலுக்கும் முதன்மைப் பதிப்பாசிரியனாக இருந்துவருகின்றேன். தஞ்சைப் பல்கலைக்கழகத்தில் துணை வேந்தராக இருந்த முனைவர் வி.ஐ. சுப்பிரமணியம் அவர்கள் எதிர்பாராத விதமாக என்னை அழைத்துச் சேக்கிழாரைப்பற்றிய விரிவான நூலொன்றை எழுதுமாறு பணித்தார்கள். மூன்று ஆண்டுகள் பல்கலைக்கழகத்தின் ஏற்புப் பணியாக "பெரியபுராணம் ஓர் ஆய்வு" என்ற பெரியதொரு நூலை எழுதி முடித்தேன்.

1996ல் என்னுடைய எண்பதாவது வயது நிறைவு நாளில் இராமனைப் பற்றிப் புதிய கோணத்தில் ஒரு நூல் எழுதுமாறு 'தான சூர கர்ணன்' திரு.ஆர்துரைசாமி நாயுடு அவர்கள் (கோவை) பணித்தார்கள். "இராமன் பன்முக நோக்கில்" என்ற நூலை எழுதினேன். திரு.நாயுடு அவர்கள் தம் செலவில் அதை வெளியிட்டார்கள். அது 1997 பிப்ரவரியில் வெளியாயிற்று. சேக்கிழாரின் பெரிய புராணத்தைப் பக்தி அடிப்படையில் இல்லாமல் சமுதாய அடிப்படையில் காணவேண்டுமென்ற எண்ணம் மனத்தில் தோன்றியதுண்டு. அதற்கு வடிவு கொடுக்கத் தொடங்கி 1997 ஜூலையில் "சேக்கிழார் தந்த செல்வம்" என்ற நூலை வெளியிட்டேன்.

நூல்கள் எழுதும் பழக்கமுடைய நான், இவை இரண்டையும் எழுதியதில் என்ன புதுமை என்று பலர் நினைக்கலாம். ஆனால், என்னைப் பொறுத்தவரை யோக சுவாமிகள் இட்ட கட்டளை என்று ஒவ்வொரு விநாடியும் நினைக்கின்றேன். என்ன காரணத்தாலோ சென்ற நாற்பது ஆண்டுகளாக இவ்விருவரையும்

தாண்டி வெளியே செல்ல முடியவில்லை. தொல்காப்பியப் பொருளதிகாரத்திலுள்ள, மெய்ப்பாட்டியல், உவமவியல் என்ற இரண்டிற்கும் புதிய முறையில் பேராசிரியரிடம் மாறுபட்டு உரை எழுதும் எண்ணம் பல்லாண்டுகளாக இருப்பினும் ஏனோ எழுதமுடியவில்லை. தமிழ்த்தென்றல் திரு.வி.க. அவர்கள் திருவாசகத்திற்கு என்னால் ஓர் உரை எழுதப்பட வேண்டும் என்று பலமுறை என்னிடம் கூறியதோடு அவருடைய வாழ்க்கைக் குறிப்பிலும் இதனை எழுதியுள்ளார்கள். என்ன காரணத்தாலோ 1997வரை அதுவும் முடியவில்லை. எண்பது வயது பூர்த்தியாகும் போதும் இராமனைப் பற்றியும், சேக்கிழார் பற்றியுமே அடுத்தடுத்து இரண்டு பெரிய நூல்களை எழுதி வெளியிட முடிந்ததென்றால், அதன் உண்மையான காரணம் அ.சஞா. என்ற தனி மனிதனுடைய முயற்சியோ, விருப்பமோ காரணமல்ல. எந்த விநாடி அந்த மகான் வாயைத் திறந்து 'அந்த இருவரையும் வெட்டிப் புதைக்க வேண்டும்' என்று சொன்னார்களோ, அந்த விநாடியிலிருந்து அதே பணி என்னையும் அறியாமல் நடந்து கொண்டிருக்கிறது.

எண்பது வயதைக் கடந்தாலும் என்னுடைய குரல்வளத்தைக் கண்டு வியப்படைந்து 'எப்படி உனக்கு இந்தக் குரலிருக்கிறது' என்று என்னிடம் கேட்பவர்கள் பலருண்டு. இதற்காக நான் ஏதோ தனிப்பட்ட முறையில் மருத்துவம் செய்துகொள்கிறேனோ என்றும், குரலை நெறிப்படுத்தும் (Voice Culture) முறை கையாள்கிறேனோ என்றும் பலர் என்னிடம் கேட்டதுண்டு. எவ்விதக் கட்டுப்பாடுமில்லாமல் கண்டதையெல்லாம் உண்டு வாழும் எனக்கு, இந்தக் குரல் இன்னும் இருக்கின்றதென்றால் அது என்னுடையதன்று. அரசங்குடி சரவண முதலியாருக்கு 1916இல் மகனாகப் பிறந்து நான் பெற்றிருந்த குரல் யாழ்ப்பாணத்தில் 1955இல் இழக்கப்பட்டது. அந்தச் சித்த புருஷரைச் சந்தித்த பிறகு இன்றுவரை நான் பேசும் குரல் அப்பெருமகனார் இட்ட பிச்சையாகும். எனவே, இதில் ஆச்சரியப்படுவதற்கோ, பெருமை அடைவதற்கோ ஒன்றுமில்லை. இத்தகைய மகான்களின் திருவருள் எத்தகையவர்களையும் காக்கும் திறன் உடையது என்பதற்கு இது ஒரு சிறந்த எடுத்துக்காட்டாகும்.

மேலே கூறிய மூன்று நிகழ்ச்சிகளும் என்னோடு நேரடித் தொடர்புடையவை. இனி கூறப்போகும் நிகழ்ச்சிக்கும் எனக்கும் நேரடித் தொடர்பில்லை. சுவாமிகளிடம் மாபெரும் பக்தி பூண்டிருந்த யாழ்ப்பாண நண்பரொருவர் அவருடைய வாழ்க்கையில் நடந்ததைக் கூறினார். அதைப் பிறரிடம் சொல்லும் பழக்கம்

அவரிடமில்லை. ஆனால் என் அனுபவங்களை அறிந்த பிறகு அவருடைய அனுபவத்தை என்னிடம் சொல்வதில் தவறில்லை என்று கருதிக் கூறினார். இப்போது பெரிய பதவியிலிருந்து ஓய்வு பெற்ற அந்த நண்பரும் இல்லை. சுவாமிகளும் இல்லை. எனவே நண்பர் கூறியதை அப்படியே தருகின்றேன். "அ.சஜயா! சுவாமிகளின் மாபெரும் ஆற்றலுக்கு ஓர் உதாரணம் சொல்லப் போகிறேன். மனசுக்குள் வைத்துக் கொள்ளுங்கள். பிறரிடம் இதுபற்றிப் பேசத் தேவையில்லை. ஒரு முறை யாழ்ப்பாணம் சென்று சுவாமிகளைத் தரிசித்தபொழுது சிரித்துக்கொண்டே 'மகனே சிவனடி பாதம் போய் வரலாமோ' என்று கேட்டார். நான் கொஞ்சம் அஞ்சினேன். மலையின் மேலிருக்கும் அந்த இடத்திற்குச் செல்வதற்குச் சரியான பாதையொன்றும் அப்பொழுது இல்லை. பாறைகளைக் கடந்து தாண்டிக்கொண்டு செல்லவேண்டும். சுவாமிகளோ முதிர்ந்த பருவத்தினர். என்ன செய்வது என்று திகைத்து இறுதியில் ஒப்புக் கொண்டேன். அந்த மலையின்மேல் ஏறிச் செல்வதானால் போகவரவே பல மணிகள் ஆகும். வழியில் சாப்பிடுவதற்கு ஒன்றும் இராது. எனவே, சுவாமிகள் குறித்த நாளில் ஒரு சட்டி நிறைய இடியப்பமும் சொதியும் தயார் செய்து காரின் பின்புறம் வைத்துவிட்டுச் சுவாமிகளும்

நானும் மலையடிவாரம் போய்ச் சேர்ந்தோம். அங்கே காரிலிருந்து இறக்கிய இரண்டு பாத்திரங்களையும் பார்த்து 'என்ன மகனே இது என்று கேட்டார்கள். மதிய உணவிற்காக என்று நான் கூறியவுடன் கடகடவென்று சிரித்த சுவாமிகள் 'போகும் வழியில் பாதி தூரத்தில் அழகான டீக் கடை இருக்கிறது. வேண்டுமான பண்டங்களை வாங்கிச் சாப்பிடலாம்; டீ குடிக்கலாம்' என்றார்கள். எனக்குத் தலை சுற்றியது. ஒரு மாதம் முழுவதும் ஏதோ இரண்டொருவர் தவிர வேறு யாரும் அந்த மலைமீது ஏறிச் செல்வதில்லை. அந்த வழியில் யாரை நம்பி எந்தப் பைத்தியக்காரன் டீக் கடை வைத்திருப்பான் என்று நான் நினைத்தாலும் சுவாமிகளிடம் எடுத்துச்சொல்லும் துணிவு எனக்கு இல்லை. ஆனாலும் சுவாமிகள் நான் கொண்டுவந்த உணவை வண்டியிலேயே வைத்துவிடுமாறு பணித்தார்கள். வேறு வழியில்லாமல் அரைமனத்துடன் வண்டியிலேயே உணவை வைத்துவிட்டு இருவரும் மலையேறினோம். பாதி வழி சென்றதும் ஓர் அதிசயக் காட்சி, என்னென்று சொல்வது! பாண், ரொட்டி, பலகாரங்கள் இவை அனைத்தும் வைக்கப்பட்டிருக்கும் ஒரு டீக் கடை அங்கே இருந்தது. "பார்த்தாயா மகனே வேண்டுமானதைச் சாப்பிட்டுவிட்டு மேலே போகலாம்" என்றார், அந்தச் சித்த

புருஷர். இருவரும் உண்டுவிட்டு மேலே சென்றோம். மீண்டு வரும்பொழுதும் அதே டிக் கடையில் மறுமுறையும் சாப்பிட்டுவிட்டு டீ குடித்துவிட்டுக் கீழே வந்துவிட்டோம். இதுவரையில் இல்லாத பெட்டிக்கடை அங்கே எப்படி வந்திருக்கும்? அவ்வளவு பலகாரங்கள் அங்கிருந்தும் எங்களைத் தவிர வேறு யாரும் அங்கில்லையே, அக்கடைக்காரன் யாரை நம்பி இவ்வளவு பலகாரங்களையும், கடையையும் வைத்திருக்கிறான் என்ற எண்ணம் என் மனத்தை உலுப்பிக்கொண்டிருந்தது. சுவாமிகள் சிரித்ததைக் கொண்டே "மகனே, இந்த இடியப்பத்தையும் சொதியையும் சுமந்து செல்லவேண்டிய வேலையே இல்லாமல் போய்விட்டது பார்த்தாயா?" என்றார்கள். சுவாமிகளைக் கொண்டுபோய் யாழ்ப்பாணத்தில் விட்டுவிட்டுக் கொழும்பு மீண்ட எனக்கு மனத்தில் அமைதி ஏற்படவில்லை. இரண்டு நாட்கள் கழித்து உற்ற நண்பர் ஒருவரை அழைத்துக்கொண்டு சிவனடி பாதம் போய்ச் சேர்ந்தேன். நண்பரிடம் இதைப்பற்றி ஒன்றும் நான் சொல்லவில்லை. டிக்கடை இருந்த இடத்தின் அடையாளம் நன்கு தெரிந்து வைத்திருந்தேன். அப்படி ஒரு கடை அங்கிருந்த சுவடுகூடத் தெரியவில்லை. நான் சுற்றுமுற்றும் பார்ப்பதைப் பார்த்த நண்பர் என்ன பார்க்கிறீர்கள்?' என்று சொல்லிக் கேட்டார். 'இங்கு ஒரு டீக் கடை இருந்ததாக ஞாபகம். அதனால்தான் அது எங்கே போய்விட்டது என்று தேடுகிறேன்' என்றேன். நண்பர் சிரித்துவிட்டு, இந்த இடத்தில் டீக் கடையா? முழுப் பைத்தியமாக இருந்தால்கூட இந்த இடத்தில் டீக் கடையைத் தேடமாட்டாய். மனித நடமாட்டமே இல்லாத 'இந்த இடத்தில் எந்தப் பைத்தியக்காரன் டீக் கடை வைப்பான்? வா போகலாம்' என்று அழைத்துப் போனார். அந்த நண்பரிடம் நடந்தது எதனையும் நான் சொல்லவில்லை. காரணம், அதனைப் புரிந்துகொள்ளும் பக்குவம் அவருக்கில்லை என்பதை நான் அறிந்திருந்ததால் அவரிடம் ஒன்றும் கூறவில்லை. அ.சஜயா, மகானின் திருவருளுக்குத் தாங்கள் பாத்திரமானது போல நானும் பாத்திரமாயினேன்" என்று கூறி மெய்சிலிர்த்தார்.

அன்று இரவு கொழும்பில் பேசும்பொழுது இந்த நிகழ்ச்சியைச் சொல்லாமல் திருப்பைஞ்ஞிலியில் நாவரசர் பெருமானுக்கு இறைவன் கட்டமுது அளித்ததையும், சுந்தரர்க்கும் அவ்வாறே அளித்ததையும் கூறிவிட்டு "இதில் வியப்பொன்றுமில்லை. 'விச்சது இன்றியே விளைவு செய்குவான்' ஆகிய இறைவன் திருவிளையாடலில் இது ஒரு சாதாரண நிகழ்ச்சி. இதுபோன்ற நிகழ்ச்சிகளை அனாயாசமாகச் செய்துகாட்டும் மகான்கள்,

சித்தர்கள் இப்பொழுதும் இருக்கிறார்கள். நல்வினை உடையவர்கள் அவர்களைக் கண்டு ஆசிபெற முடியும்" என்று கூறி முடித்தேன்.

அருளாளர்கள் என்பவர்கள் எப்போதும், எல்லா இடங்களிலும் இருந்துகொண்டு இறைவன் கட்டளைகளை நிறைவேற்றிக்கொண்டுதான் இருக்கிறார்கள். அவர்களை இனங்கண்டு கொள்வதும், காண்பதும் அவர்களுடைய அருளாசிகளைப் பெறுவதும் பல பிறப்புக்களிலும் நாம் செய்த புண்ணியத்தின் பயனே ஆகும். 'கந்துக மதக்கரியை வசமாய் நடத்தலாம்' என்று முந்நூறு ஆண்டுகளுக்கு முன்னர்த் தாயுமானவப் பெருந்தகை கூறியதை 1955லும் செய்து காட்டும் அருளாளர்கள் இருக்கிறார்கள் என்பதை எடுத்துக் காட்டவே இப்பெருமகனாருடைய வாழ்வில் அவர் நிகழ்த்திய நான்கு அற்புதங்களை மேலே கூறியுள்ளேன். அப்பெருமானின் அருளாசி அனைவருக்கும் கிட்ட வேண்டும் என்று அவருடைய திருவடிகளை வேண்டி அமைகின்றேன்.

26

காஞ்சி மகாப்பெரியவர்

*கா*ஞ்சி சங்கர மடம் தோன்றிய நாளிலிருந்து எத்தனையோ பேர் அதன் தலைவர்களாக இருந்து போயினர். கணக்களவில் அவர்கள் இருந்தார்களே தவிரத் தனிப்பட்ட முறையில் எடுத்துச் சிறப்பிக்கப்படும் தன்மை ஒருவரிடம்மட்டுமே இருந்தது. சாதாரண இளைஞனாக இம்மடத்திற்கு வந்தார்; தொண்ணூறு ஆண்டுகளுக்கு மேல் அதன் தலைவராக இருந்தார். இந்த மடாலயத்தைப் பெரிதாக வளர்த்தார். இவை அனைத்தும் ஏனையோரும் செய்திருக்கக் கூடிய செயல்களே ஆகும். மாபெரும் கல்வியாளராய், எல்லாக் கலைகளிலும் வல்லவராய், நினைவாற்றல் பெற்றவராய், ‘தேவனாம் பிரிய’ என்ற வேதச் சொல்லிற்கு புதிய விளக்கம் தரக்கூடிய ஒருவராய் இம்மகான் இருந்தார். ஆனால், இவையெல்லாம்கூட இவரைப் போலவே ஒரு சிலர் செய்திருக்கக்கூடும்.

ஏனைய மடாதிபதிகள், கல்வியாளர்கள், சிந்தனையாளர்கள் ஆகியோருக்கு இல்லாத ஒரு தனிச்சிறப்பு மகாப்பெரியவருக்கு இருந்தது. ஸ்ரீ சந்திரசேகரர் என்ற பெயருக்குள் பலரும் காண முடியாமல் மிகமிகச் சிலரே காணக்கூடிய முறையில் ஒரு சந்திரசேகரர் வளர்ந்து வந்தார். நாட்கள் செல்லச் செல்ல உள்ளே இருந்த சந்திரசேகரர் வளர்ந்து வளர்ந்து வானை முட்டும் அளவுக்கு வளர்ந்துவிட்டார். ஆயிரக் கணக்கானவர்கள் அன்றாடம் வந்து மகாப்பெரியவரிடம் ஆசி பெற்றுச் சென்றனர். அந்த ஆயிரத்துள்

ஒருவராவது இந்த மகா பெரியவரினுள்ளே ஒரு மகாமகாப்பெரியவர் வளர்ந்துள்ளார்; வானைமுட்டும் அளவுக்கு வளர்ந்த அவரிடம் ஆசிபெறவேண்டும் என்று யாரும் கேட்டதில்லை. அவர்கள் கேட்டதெல்லாம்' பெண்ணுக்குக் கல்யாணம் ஆகவேண்டும், பிள்ளை நன்றாகப் படிக்க வேண்டும், வெளிநாடு போகவேண்டும், வைத்த தொழில் விருத்தியாக வேண்டும்' என்ற முறையில்தான் இந்தப் பக்த கோடிகள் வேண்டிக் கொண்டனர். அதற்கு ஸ்ரீ சந்திரசேகரர் என்ற சங்கராச்சாரியர் சுவாமிகளே போதுமானவர். உள்ளே வளர்ந்துள்ள மகாமகாப்பெரியவரை ஒருவர் இருவர் அறிந்துகொண்டார் என்றால், அத்தகையவர்கள் அவரிடம் சென்று மேலே சொன்ன அற்ப விஷயங்களைக் கூறி ஆசி வேண்ட மாட்டார்கள். அரசனிடம் சென்று "டீ குடிப்பதற்கு ஐந்து ரூபாய் வேண்டும்' என்று கேட்பது நம்முடைய அறியாமை நிறைந்த அற்பத்தனமாகும். நம்மையொத்த நண்பர்களை, நம்மை விட வசதி படைத்தவர்களைக் காணும்பொழுது அவர்களிடம் பத்து ரூபாய் கேட்பதில் தவறில்லை. அவர்கள் கொடுக்க முடிந்தது அவ்வளவுதான். ஆனால், அரசனிடம் சென்று, பாதி அரசை அல்லவா கேட்க வேண்டும்? அதைக் கொடுக்கும் ஆற்றலும், வன்மையும், வள்ளன்மையும் அவன்பால் உண்டு. யாரிடம் எதைக் கேட்க வேண்டும் என்று தெரிந்துகொள்வதே அறிவுடைமையின் அடையாளம்.

காஞ்சி சங்கர மடத்தில் அதிபராக விளங்கிய சந்திரசேகரர் என்ற சுவாமிகளிடம் மேலே கூறிய சாதாரண விஷயங்களைக் கேட்டு ஆசி பெறுவதில் தவறில்லை. ஆனால், ஐந்தடி உயரமுள்ளவரும் நலிந்து மெலிந்தவருமான அவருக்குள்ளே ஐந்தாயிரம் கிலோ மீட்டர் உயரமுள்ளவரும், எல்லா உயிர்களையும் நேசிப்பவரும் தம்மை நாடி வந்தவர்கள் எது கேட்டாலும் தரக்கூடியவருமாகிய சந்திரசேகரர் மறைவாக நின்றிருந்தார். அவருடைய கண்ணைப் பார்த்தால் ஒரு வேளை அதை விளங்கிக்கொண்டிருக்கலாம்.

ஸ்ரீராமனை எத்தனையோ பேர் பார்த்தார்கள். சிலர் தோள் கண்டார். சிலர் தாள் கண்டார்; சிலர் தடக் கை கண்டார். முடியக் கண்டார் யாரும் இலர் என்கிறான் கம்பன். ஆனால் ஒரே ஒருவன் இதற்கு விலக்கு. அத்துணைப் பேரும் கை கால் தோள் ஆகியவற்றைப் பார்க்க அனுமன் ஒருவன் மட்டும் தோளையும் தாளையும் நோக்காமல் இராமனுடைய கண்களைப் பார்த்தான். அவன் யார் என்பதைக் கணப்பொழுதில் அறிந்துகொண்டான். அதே போல இராகவனும் அனுமனின் கண்களைப் பார்த்தே அவன்

யார் என்பதை அறிந்துகொண்டான். உள்ளே வளர்ந்திருப்பதைக் காட்டும் கண்ணாடி கண்கள் என்பர். மகாப்பெரியவரைத் தரிசிக்கச் சென்ற எத்தனை பேர் அவர் கண்களைப் பார்த்தார்கள் என்பது தெரியாது. பார்த்திருந்தால் உள்ளே வளர்ந்திருப்பவரை ஓரளவு கண்டிருக்கமுடியும்.

1957இல் நான் சென்னை வானொலியில் பணிபுரிந்து கொண்டிருந்தேன். அப்பொழுது நிலைய இயக்குநராக இருந்த டாக்டர் வி.கே.நாராயண மேனன் 'காஞ்சி மடத்துப் பெரியவர் சமஸ்கிருதக் கல்லூரி வளாகத்தில் தங்கியுள்ளார்; தினம் மாலை 5, 6 மணி அளவில் அருளுரை பேசுகின்றார். நீங்கள் சென்று ஒலிப்பதிவு செய்துகொண்டு வாருங்கள்" என்று வேண்டினார். நாடகத் துறையில் தயாரிப்பாளராக இருந்த என்னுடைய பணியின் எல்லையில் வருவதன்று இப்பணி. ஆனால், ஒலிப்பதிவு செய்யப்போகின்றவர்கள் பெரியவரின் அருமை பெருமையைத் தெரிந்தவர்களாக இருந்தால் நலம் என்ற கருத்தில்தான் என்னைப் போகுமாறு வேண்டினார். இப்போது இருப்பதுபோலக், கையடக்கமான டேப் ரிகார்டர் அந்தக் காலத்தில் இல்லை. 10 கிலோ எடையுள்ள ஒரு டேப்ரிக்கார்டர்; அதைத் தூக்கிவர ஒரு பணியாளர். எனவே அதை ஒரு மூலையில் வைத்துவிட்டு அதனோடு இரண்டு ஒலிவாங்கிகளை இணைத்து விட்டு ஒலிவாங்கிகளைக் கையில் எடுத்துக்கொண்டு, பெரியவர் அமர்ந்திருக்கும் இடத்திற்கு மெல்லச் சென்றேன். சட்டை முதலிய வற்றைக் கழற்றிவிட்டபடியால் என் உடம்பில் பூணூரல் இல்லை என்பதை அறிந்த பெரியவரின் பக்கத்தில் இருக்கும் ஒருவர் நான் பக்கத்தில் வரக்கூடாது என்று பலமாக ஆட்சேபித்து விட்டு, என்னுடைய உதவியாளர் சீதாராமய்யர் என்பவரை அழைத்துப் பெரியவரிடம் வைக்குமாறு பணித்தார். அவர் பேசிய முறையும் நடந்து கொண்ட முறையும் எனக்குப் பிடிக்காததால் பேச்சை ஒலிப்பதிவு செய்யாமல் அனைத்தையும் சுருட்டி எடுத்துக் கொண்டு புறப்பட்டுவிட்டேன். அன்றிலிருந்து என் மனத்திடை ஒரு நெருடல் இருந்துவந்ததாதலின் பெரியவரை எங்கும் சென்று பார்த்ததேயில்லை. தமிழ்ப் பல்கலைக்கழகத்திற்காக, காஞ்சியில் தங்கி, மூன்று ஆண்டுகள் பணி புரிந்தபோதும் பெரியவரைச் சென்று பார்க்கவில்லை. பார்க்க வேண்டும் என்ற எண்ணமும் தோன்றவில்லை.

இந்த நிலையில் என் குடும்பத்திற்கும் எனக்கும் இரண்டு அற்புதங்கள் மகாப்பெரியவரின் மூலமாக நடைபெற்றன. ஒன்று, என் பெயரன் ஒருத்தனுக்கு ஆசிவழங்கி ஆயுள் நீடிக்குமாறு செய்தார்.

மற்றொன்று, 1993ஆம் ஆண்டு சேக்கிழார் ஆராய்ச்சி மையத்தை நிறுவி அதன் மூலமாகப் பெரிய புராணத்தைத் தமிழ்த் தென்றல் திரு. வி.க. அவர்களின் குறிப்புரையோடு பதிப்பிக்க முடிவு செய்தேன். சேக்கிழார் ஆராய்ச்சி மையத்தை நிறுவுவதற்கும் பெரிய புராணத்தை அச்சிடுவதற்கும் ஆகும் செலவு முழுவதையும் தாமே தருவதாகக் கூறி, முன் பணமாக ஒரு லட்சத்து இருபதினாயிரம் ரூபாயையும் அப்பொழுதே தந்துவிட்டார் ஒரு வள்ளல். அவர்தான் பெங்களூரைச் சேர்ந்த தமிழறிஞர், பெரும் செல்வர். எம். வி. ஜெயராமன் அவர்கள். இது நடைபெற்றது ஏப்ரல் மாதக் கடைசி வாரத்தில், எவ்விதக் கவலையுமின்றி நூலையும் வெளியிட்டு ஆகஸ்டு மாதத்தில் சேக்கிழார் விழாவையும் நடத்திவிடலாம் என்று இருந்த எனக்கு ஒரு பேரதிர்ச்சி, மே ஐந்தாம் தேதி காத்திருந்தது. எதிர்பாராத வகையில், மாரடைப்பால் ஒரே விநாடியில் உயிர் துறந்தார், வள்ளல் ஜெயராமன்.

நூலையோ அச்சிடுவதற்குக் கொடுத்தாகிவிட்டது. கையில் காசு ஒன்றும் இல்லை. மூன்று இலட்ச ரூபாவிற்கு மேல் தேவைப்பட்ட நிலையில் செய்வதறியாது திகைத்து நின்றிருந்தேன். எனது அருமை நண்பரும், ஆராய்ச்சி மைய அறங்காவலருள் ஒருவருமாகிய அமரர் கி. மு. அழகர்சாமி அவர்கள் “மனம் தளர்ந்து பயனில்லை. காஞ் சிபுரம் போய் அம்பிகையை வேண்டிக்கொண்டு வரலாம்” என்று அமைதி கூறினார். அதனை நான் ஏற்றுக்கொண்டதால் அவருடைய காரிலேயே இருவருமாகப் புறப்பட்டுச் சென்றோம்.

காஞ்சியிலுள்ள இராமாஸ் லாட்ஜில் தங்கிப் பகலுணவை முடித்துக்கொண்ட பிறகு மாலையில் கோவிலுக்குச் செல்ல முடிவு செய்தோம். அந்த லாட்ஜின் உரிமையாளர் நடராஜ ஐயர், அமரர் அழகர்சாமி, நான் ஆகிய மூவரும் ஓரறையில் அமர்ந்து, ‘மேற்கொண்டு எப்படி நூலை வெளியிடுவது?’ என்று சிந்தித்துக் கொண்டிருந்தோம். திடீரென்று கதவைத் திறந்து கொண்டு தமிழறிஞர் குமா. ஜெயசெந்தில்நாதன் உள்ளே நுழைந்தார். ‘எந்தக் கோட்டையைப் பிடிக்க இவ்வளவு தீவிர ஆலோசனை?’ என்றார். நடந்தவற்றைக் கூறினேன். ஒரு கணங்கூடத் தாமதிக்காமல் “அண்ணா புறப்படுங்கள், மகாப்பெரியவரைத் தரிசித்துவிட்டு வரலாம்” என்றார் ஜெயசெந்தில்நாதன் அவர்கள்.

திடீரென்று வந்த அந்தச் சொற்கள் ஏதோ ஓர் ஆணைபோல் என் மனத்திற் பட்டது. மறுபேச்சின்றி, “புறப்படலாம்” என்றேன்.

திரு. ஜெயசெந்தில்நாதன், அமரர் அழகர்சாமி, நான் ஆகிய மூவரும் உடனே சங்கர மடத்துக்குப் புறப்பட்டோம்.

அப்பொழுது மகாப்பெரியவர் முற்றிலும் உடல்நிலை தளர்ந்து, கால்களை நீட்டி ஒரு ஸ்டுலின் மேல் வைத்துக் கொண்டு ஒரு சாய்வு நாற்காலியில் படுத்திருந்தார். அவர் எதிரே ஒரு மேம்பாலம் போல ஓர் அமைப்பைச் செய்திருந்தனர். தரிசிக்க வருகின்ற பக்தர்கள் அதன்மேல் ஏறி அதன் உச்சிக்குச் சென்று, நேர் கீழே படுத்திருந்த மகாப்பெரியவரைத் தரிசனம் செய்துவிட்டுக் கீழிறங்கிச் சென்று விடுவர். நூற்றுக் கணக்கானவர்கள் இவ்வாறு சென்று வந்தனர்.

மகாப்பெரியவரிடம் ஏதேனும் சொல்லவேண்டும் என்று நினைக்கின்றவர்களில் அனுமதி கிடைத்த ஒரு சிலர் மட்டும், பாலத்தின் மேற்செல்லாமல், பெரியவர் படுத்திருந்த சாய்வு நாற்காலியின் எதிரே பத்தடி தூரத்தில் நின்று தம் குறைகளைக் கூறிக்கொண்டிருந்தனர். திரு. செந்தில்நாதன் மடத்திற்கு மிகவும் வேண்டியவராதலால் எங்களையும் அழைத்துக்கொண்டு பெரியவரின் எதிரே நிற்கவைத்தார்.

சில விநாடிகளுக்கெல்லாம் திரு. செந்தில்நாதன் மகாப்பெரியவரை நோக்கி, இங்குக் கூறப்பெறும் வார்த்தைகளை மட்டும் கூறினார். "பெரியவாளுக்கு நமஸ்காரம், அ.ச. பெரியபுராணம் அச்சிட விரும்புகிறார். அந்தப் பணி நிறைவேறப் பெரியவாளின் ஆசியை நாடி வந்துள்ளார்" என்று கூறி முடித்தார். அ.ச. என்றுதான் கூறினாரே தவிர, என் பெயரைக்கூடக் நண்பர் கூறவில்லை. ஆனாலும் ஓர் அதிசயம் நடந்தது. எப்படிப் பெரியவர்கள் ஆணை யிட்டார்கள் என்று யாருக்கும் தெரியாது. பெரியவர்களின் பக்கத்தில் பணிபுரிவதற்காகக் கரிய நிறமுடைய ஒருவர் நின்று கொண்டிருந்தார். திடீரென்று சுவரோரம் அடுக்கியிருந்த பட்டுக்களில் ஒரு சால்வையை எடுத்து, மகாப்பெரியவரின் திருப்பாதம் முதல் கழுத்துவரை போர்த்தினார், அவர். ஓரிரு நிமிடங்கள் கழித்துப் போர்த்தியிருந்த சால்வையை எடுத்து அந்தக் கரியவர் என்மீது போர்த்தினார். இவை அனைத்தும் நடைபெறுகின்றபோது, அப்பொழுது பாலப்பெரியவர் என்று அழைக்கப்பெற்ற ஸ்ரீலஸ்ரீ விஜயேந்திரர் மகாப்பெரியவரின் பக்கத்தில் அமர்ந்திருந்தார். 'ஆசி கிடைத்துவிட்டது' என்ற மகிழ்ச்சியில் ஜெயசெந்தில்நாதன் மகாப்பெரியவரிடம் நன்றி கூறிவிட்டு எங்களை அழைத்துக்கொண்டு லாட்ஜுக்குத் திரும்பிவிட்டார். நடந்ததை விவரமாகக் கூறக் கேட்ட லாட்ஜ்

உரிமையாளர் நடராசையர் பெரும் ஆச்சரியத்திற்கு உள்ளானார். "எத்தனையோ ஆண்டுகளாக இந்த ஊரில் இருக்கிறேன். மடத்தில் நடப்பவையெல்லாம் எனக்குத் தெரியும். இதுவரை ஒரே ஒருவரைத்தவிர வேறு யாருக்கும் இது நடைபெறவில்லை. முதலாவதாக இதனைப் பெற்றவர், இந்நாட்டின் பிரதம மந்திரியாக உள்ள திரு. பி. வி. நரசிம்ம ராவ் அவர்கள். அடுத்தபடியாக உங்களுக்குத்தான் இப்படிப் போர்த்தப்பட்டிருக்கிறது" என்று வியந்து கூறினார். இதன் தத்துவம் என்ன என்பதைப்பற்றி யாருக்கும் ஒன்றும் தெரியவில்லை.

மாதங்கள் சில சென்றன. உச்ச நீதிமன்ற ஓய்வுபெற்ற நீதிபதி எஸ். நடராஜன் அவர்களைத் தலைவராகக் கொண்டு, நூலையும் வெளியிட்டு, ஆகஸ்டு மாதம் இரண்டாம் வாரத்தில் சேக்கிழார் விழாவையும் நடத்தி விட்டோம்.

மாதங்கள் பல உருண்டன. மகாப்பெரியவர் அவர்களும் மகா சமாதி அடைந்துவிட்டார். சில மாதங்கள் கழித்துப் பெரிய புராணம் அச்சிட்ட பிரதிகள் இரண்டை எடுத்துக்கொண்டு, அப்பொழுது பட்டமேற்றுப் பீடாதிபதியாக இருக்கும் ஸ்ரீலஸ்ரீ ஜெயேந்திர சரஸ்வதி சுவாமிகள் அவர்களிடம் கொடுக்கச் சென்றோம். இம்முறை திரு. நடராச ஐயரும் கூட வந்தார். அவருடன் நாங்கள் மூவரும் சென்று பெரியவருக்கு வணக்கம் செலுத்திப் புத்தகத்தைக் கொடுத்தோம். பாலப்பெரியவரை அங்குக் காணவில்லை. பெரியவரிடம் உத்தரவு வாங்கிக்கொண்டு திரும்பிக் கொண்டிருந்தபொழுது எங்கோ சென்றிருந்த பாலப்பெரியவர் எதிர்ப்பட்டார். திடீரென்று என் பக்கத்தில் வந்து நின்றுகொண்டார். படம் எடுப்பவரிடம் 'எங்களை ஒரு படம் எடு' என்று ஆணையிட்டார். கையிலிருந்த பெரியபுராணப் பிரதியை அவரிடம் கொடுக்கும் பாவனையில் படம் எடுக்கப்பட்டது. அந்த நேரத்தில் என் காதருகில் வந்து, பாலப்பெரியவர் சொல்லியது, பெரு வியப்பையும் பெரிய ஆனந்தத்தையும் எனக்குத் தந்தது. அவர் கூறியதாவது "அ.ச. நீங்க மகாப்பெரியவாளிடம் ஆசி வாங்க வந்தபொழுது நானும் இருந்தேன். அந்த ஆசியின் விளக்கம் தெரியுமா?" என்றார். மிக்க பணிவுடன் "சுவாமி எனக்கு அதன் தத்துவம் தெரியாது. சால்வையை மகாப்பெரியவாளின் உடல்மேல் போர்த்தி பிறகு அதை எடுத்து எனக்குப் போர்த்தினார்கள் என்ற அளவில்தான் எனக்குத் தெரியுமே தவிர, இதன் இரகசியம் என்ன என்று தெரியாது" என்று கூறினேன்.

பாலப்பெரியவர், "அ.ச. இதற்குப் பெயர் பூரண ஆசிர்வாதம். இதற்குமேல் அவர்கள் தரக்கூடியது எதுவுமில்லை. அப்படியொரு முழு ஆசியை உங்களுக்கு வழங்கியிருக்கிறார். அது ஏன் என்பது யாருக்கும் தெரியவில்லை" என்று கூறினார்.

பிறகு அவரிடம் விடைபெற்றுக்கொண்டு ஊர் திரும்பி விட்டோம். அந்த மகானின் பூரண ஆசி இன்றுவரை என்னைக் காத்துநிற்பதோடு, இரண்டாயிரம் பக்கங்களில் திருவாசகத்திற்கு உரை எழுதும் ஒரு வாய்ப்பையும் தந்தது. இந்த எட்டு ஆண்டுகளாக எவ்விதப் பிரச்சினையும் இல்லாமல் அமைதியாக என் வாழ்க்கை நடைபெற, நல்ல செயல்களில் ஈடுபட, இன்றுவரை தோன்றாத் துணையாய் இருப்பது அந்த மகானுடைய ஆசியும்தான் என்பதை உணர்கின்றேன்.

27

அன்றைய சொற்பொழிவாளர்கள்

மிக இளமையிலேயே சொற்பொழிவு செய்யும் பழக்கம் இருந்ததாலும், தமிழகத்தின் தலைசிறந்த பேச்சாளருள் ஒருவராக என் தந்தையார் விளங்கியதாலும், அவரைச் சொற்பொழிவிற்கு அழைக்கும்பொழுதெல்லாம் என்னையும் உடன் அழைத்தார்கள். அதன் பயனாகவே, கப்பலோட்டிய தமிழன் வ.உ.சி. போன்றவர்களின் ஆசியைப் பெறமுடிந்தது. அதுமட்டுமல்லாமல், ‘கடல்மடை’ என்ற சிறப்புப் பெயர் பெற்ற மாரா. குமாரசுவாமி பிள்ளை, எ.சி.பால் நடார் போன்ற பெருமக்களின் தொடர்பு மிக இளமையிலேயே எனக்குக் கிடைத்தது.

அன்றைய சக பேச்சாளர்கள்

அ. சீனிவாசராகவன்: கம்பன் மேடை காரணமாக நெருங்கிப் பழகியவர் பேராசிரியர் அ. சீனிவாசராகவன் ஆவார். ஆங்கிலப் பேராசிரியராகிய இவர் கம்பனிலும் ஒப்பற்ற புலமை பெற்றிருந்தார். மில்டனில் ஈடுபடுவதைப்போலவே கம்பனிலும் ஈடுபடக் கூடியவர். நல்ல கவிஞரும்கூட. மிக எளிய நடையில் மிகச் சிறந்த கருத்துக்களை கேட்பவர் உள்ளத்தில் பதியுமாறு பேசக்கூடியவர் பேராசிரியர் இராகவன் ஆவார்.

திரு. ராபி. சேதுப்பிள்ளை: அந்நாளில் மிகச் சிறந்த பேச்சாளர்கள் என்று கருதப்பட்டவர்களுள் ஒருவராவர். எதுகை மோனைகளுடன் பேசவும் எழுதவும் ஆற்றல் பெற்றிருந்தார்.

அக்காலத்தில் அவரை அடுத்துப் பேசுவது கடினம் என்று பலர் நினைத்தனர்.

டி.கே.சிதம்பரநாத முதலியார்: அந்நாளில் பௌராணிகர் கைகளில் சிக்கியிருந்த கம்பனை விடுதலை செய்தவர்கள் இருவர். கம்பன் கழகங்களை நிறுவிக் கம்பனை மேடைக்குக் கொண்டுவந்தவர் சா.கணேசன் அவர்கள். இராமாயணம் என்றால் வால்மீகிதான் என்று நினைத்திருந்த ஒரு திருக்கூட்டத்தாரை மடக்கிப் பிடித்துக் கம்பன் பெருமையை உணருமாறு செய்தவர் டி.கே.சி. அவர்கள். வாழ்நாள் முழுவதையும் கம்பனுக்காகவே செலவிட்டவர் இவர். பாடல்களை எடுத்து ஆய்ந்து அதிலுள்ள நுணுக்கங்கள், இலக்கணச் சிறப்புகள், பாடல் அமைப்பு முறை என்பவற்றைப் பேசும் தமிழறிஞர்கள் போன்றவர் அல்லர் இவர். ஒரு பாடலை, ஏறத்தாழ ஆறு ஏழு முறை படிப்பார். கேட்பவர்கள் ஒவ்வொரு முறையும் புதிய புதிய சிந்தனைகளைப் பெறுவர். அதற்குக் காரணம் டி.கே.சி. அவர்கள் அந்தப் பாடல்களைப் படிக்கும் முறைதான். பெரும்பாலும் பேச்சாளர்கள் கேட்கின்றவர்கள் முகபாவங்களைப் பார்த்துக்கொண்டே பேசுவர். எவ்வளவு சிறந்த பேச்சாளராயினும் பேசுவோர் தம்மை மறப்பதேயில்லை. டி.கே.சி. அவர்களுக்கு அவர் பேச்சை கேட்பவர்கள் இரண்டு பேராயினும், இருநூறு பேராயினும் ஒன்றுதான். முதன்முறை பாட்டைப் படிக்கும்போது கம்பன் பாடல், அதனைப் படிக்கும் டி.கே.சி, அதனைக் கேட்போர் என்ற மூன்றிருக்கும். இரண்டு அல்லது மூன்றாம் முறை படிக்கும்போது டி.கே.சி. இருக்கமாட்டார்; கேட்போரும் இருக்கமாட்டார்கள்; பாடல் ஒன்றுமட்டுமே இருக்கும் அந்தப் பாடலில் டி.கே.சி. தம்மை மறக்கும்போது, எதிரேயுள்ளவர்கள் தங்களை மறப்பதில் அதிசயமில்லை, தமிழகத்தின் தலைசிறந்த அறிவாளிகளில் ஒருவராகிய இராஜாஜியும், தம்மை மறக்கும் நிலையிலுள்ளவர்களில் ஒருவர்தான். டி.கே.சி.யைச் சொற்பொழிவாளர் என்று கூறுவதைக் காட்டிலும் நாதோபாசனை செய்யும் ஒரு முனி என்று கூறுவது முற்றிலும் பொருத்தமாக இருக்கும்.

தொ.மு. பாஸ்கரத்தொண்டமான்: அந்நாளில் இந்திய ஆட்சிப் பணியில் வேலைபார்த்தவர், கம்பனில் தோய்ந்த ஈடுபாடுடையவர். காரைக்குடிக் கம்பன் விழாவில் தவறாமல் பங்குகொள்பவர்.

புலவர் கா. நயினார் முகம்மது: சிறந்த படிப்பாளி, சிறந்த பேச்சாளரும்கூட, உடுமலைப் பேட்டையில் தமிழாசிரியராகப் பணிபுரிந்தவர். சிறந்த எல்லாத் தமிழ் இலக்கியங்களிலும்

குறிப்பாகக் கம்பனிலும் பெரிதும் ஈடுபாடு கொண்டு கம்பன் விழா முதல் பல மேடைகளிலும் பேசிவந்தார்.

புரிசை முருகேசு முதலியார்: பாரதம் இராமாயணம் ஆகியவற்றை மாதக் கணக்கில் பேசும் திறம் வாய்ந்தவர்.

திருப்பாதிரிப்புலியூர் ஞானியார் சுவாமிகள்: பெரும் கல்வியாளர். காலட்சேபப் பாணியில் அல்லாமல் சொற்பொழிவாகவே மூன்று, நான்கு மணிநேரம் பேசும் வல்லமை படைத்தவர்.

பேராசிரியர் இரா. இராதாகிருஷ்ணன்: திருச்சி தேசியக் கல்லூரியில் தமிழ்ப் பேராசிரியராகப் பணிபுரிந்தவர், அற்றை நாள் மிகச் சிறந்த பேச்சாளர்களுள் அவரும் ஒருவர். மேலே கூறப்பெற்றவர்களைப்போல் அல்லாமல் பட்டிமண்டபத்திலும் பாங்கறிந்து ஏறிக் கேட்போரை பிரமிக்க வைக்கும் முறையில் பேசும் ஆற்றல் வாய்ந்தவர்.

தோழர் எஸ். இராமகிருஷ்ணன்: அண்ணாமலைப் பல்கலைக் கழகத்தில் நான் படிக்கும் காலத்தில் எனக்கு நான்கு ஆண்டுகள் கீழ்வகுப்பில் படித்துவந்தார். ஆங்கிலம், தமிழ் என்ற இரண்டிலும் மாபெரும் புலமை பெற்றவர். இரண்டு மொழிகளிலும் மிகச்சிறந்த பேச்சாளர். காரைக்குடிக் கம்பன் கழகத்தில் விடாமல் பங்குபற்றியவர், பட்டிமண்டபத்தில் அணித்தலைவராக இருந்து தம் புலமையைக் கேட்டார்ப் பிணிக்கும் வகையில் வெளிப்படுத்தியவர்.

1944இல் காரைக்குடி கம்பன் கழகத்தில் பட்டி மண்டபத்தைப் புதிதாக, முதன்முறையாகத் தொடங்கியதிலிருந்து மேலே கூறிய இவரும் நானும் தவறாமல் பங்கேற்று வந்தோம். பட்டி மண்டபம் என்றால் பேராசிரியர் இராதாகிருஷ்ணன், தோழர் இராம கிருஷ்ணன் (S.R.K), அ.ச.ஞா. என்ற மூவர்தான் அணித்தலைமை. இருபது இருபத்திரண்டு ஆண்டுகள் இந்த மும்முனைக் கூட்டு முறியாமல் நடைபெற்றுவந்தது. இதன் பயனாகக் காரைக்குடி அல்லாத பிற ஊர்களிலும் பட்டி மண்டபம் என்றால் நாங்கள் மூவருமே அணித்தலைமை ஏற்றிருந்தோம். /

காரைக்குடிக் கம்பன் கழகத்தில் தொடக்க காலந்தொட்டு கவியரங்கம் என்றொரு தனிப்பகுதி நடைபெற்று வந்தது. சொற்பொழிவுப் பகுதிகளில் மட்டுமல்லாமல் கவியரங்கப் பகுதியிலும் எல்லாச் சமயத்தினரும் பங்கு கொண்டனர். அந்நாட்களில் ஒரு முறை கவிக்கோ அப்துல் இரகுமான் கவியரங்கத்தில் இடம்பெற்றிருந்தார், அவர் பிரபலமடையாத காலமது. ஒரு சுவையான நிகழ்ச்சி.

கவியரங்கம் தொடங்குவதற்கு ஒரு மணி நேரம் முன்னர்ப் பல நாமங்களைத் தரித்திருந்த வைணவப் பெரியவர் ஒருவர் சா. கணேசனைப் பார்த்து 'இது என்ன நியாயம்? அப்துல் ரகுமான் என்ற இஸ்லாமியர் பாதுகை என்ற தலைப்பில் பாடுவதா? எனக் கோபத்தோடு கேட்டார். சா.க. சிரித்துக்கொண்டே பக்கத்திலிருந்த என்னைக் கைகாட்டி "இவன்தான் ஏற்பாடு செய்தான். அற்புதமாகக் கவிதை இயற்றுவார் என்று கூறினான். நம்முடைய மேடையில் எல்லாச் சமயத்தினருக்கும் இடமுண்டு. ஆதலால் இவருக்கும் இடந்தந்துள்ளேன்" என்றார்.

கவியரங்கம் தொடங்கிற்று. ரகுமான் எழுந்தார், "இங்குள்ள பலருக்கு, அப்துல் ரகுமானுக்கும் இராமாயணத்திற்கும் என்ன தொடர்பு? இவன் ஏன் இங்கு நிற்கின்றான் என்ற ஐயம் மனத்தில் உண்டு. ஒன்று சொல்லட்டுமா! உங்கள் இராமாயணமே, ரகு, மான் பின் சென்ற கதைதானே ஐயா! ரகு, மானின் பின்சென்ற கதையைப் பாட, ரகுமானுக்கு இல்லாத உரிமை வேறு யாருக்குண்டு" என்றார். கர ஒலி வானைப் பிளந்தது.

அடுத்தபடியாகப் பாதுகைபற்றி மிகப் புதிய கருத்துக்களைப் பாடி முடித்தார் அப்துல் ரகுமான். இங்கு ஓர் அதிசயம் நிகழ்ந்தது. கவியரங்கத்தில் இவரைப் போட்டதற்காகச் சினங்கொண்டிருந்த அந்த வைணவர் வெகு வேகமாக எழுந்துவந்து, ரகுமானைக் கட்டிப் பிடித்துக்கொண்டார். "ஐயா நீர்தான் உண்மையான வைஷ்ணவர். பாதுகா சகஸ்ரத்தில்கூடச் சொல்லப்படாத புதிய கருத்துக்களைப் பாடியுள்ளீர்கள். உங்களுக்கு என்னுடைய வாழ்த்துக்கள்" என்று கூறினார். கவிக்கோ அப்துல் ரகுமான் கம்பன் மேடையில் அறிமுகமான முறை இதுதான். பாதுகா சகஸ்ரத்தில் சொல்லாத கருத்துக்களைக்கூட ரகுமான் பாடியதால் அன்றே அவர் கவிக்கோ ஆனார்.

பா. ஜீவானந்தம்: பொதுஉடைமைவாதி. ஆயினும் மிகச்சிறந்த இலக்கியச் சொற்பொழிவாளர், மிக இளமையிலேயே பேசத் தொடங்கிவிட்டதால் 1943 வரையில் எழுத்துப் பணியில் ஈடுபடும் வாய்ப்பு ஏற்படவில்லை. எதுபற்றியும் எழுத வேண்டும் என்ற எண்ணம்கூட என் மனத்தில் தோன்றியதில்லை. நல்ல ஆராய்ச்சியாளராக இருந்த என் தந்தையார் கூட எழுத்துப் பணியில் ஈடுபடவில்லை. எனவே, எனக்கும் அதில் ஈடுபாடு தோன்றாததில் புதுமையொன்றுமில்லை.

இந்த நிலையில் 1940இல் சென்னையில் குடியேறினேன், 1932முதலே வாகீச கலாநிதி கி.வா. ஜகந்நாதன் அவர்களை அறிவேன் என்றாலும், 1940க்குப் பிறகு எங்கள் தொடர்பு நெருக்கம் பெற்றது.

பச்சையப்பன் கல்லூரியில் எம்.ஏ. மாணவர்களுக்கு இலக்கியத் திறனாய்வு போதிக்கும் பணி, எனக்குத் தரப் பெற்றது. அதற்கு முன்னர்த் திறனாய்வு என்ற பகுதியே தமிழ் இலக்கியத் துறையில் இடம்பெற்றதில்லை, புத்தம் புதிய துறை ஆதலின், அத்துறையிலுள்ள ஆங்கில நூல்களைப் படித்து மெள்ளமெள்ளத் தமிழாக்கம் செய்துகொண்டிருந்தேன். கி. வா. ஜ, இப்புதுத் துறையைத் தமிழில் புகுத்துவதற்குக் கலைமகள் மாத இதழைப் பயன்படுத்த முடிவுசெய்தார். எழுத்தைப் பொறுத்தவரை முழுச்சோம்பேறியாக இருந்த என்னை விடாமல் சொல்லிச் சொல்லி மாதந்தோறும் எழுதுமாறு ஓர் ஏற்பாடு செய்தார். எழுத்துத்துறையில் நான் புகுந்ததற்கு நண்பர் கி.வா.ஜ.வும் கலைமகளுமே காரணமாகும்.

இந்த எழுத்துத்துறை அல்லாமல் கி.வா.ஜவுடன் சேர்ந்து நூற்றுக்கணக்கான மேடைகளில் பேசும் சூழ்நிலையும் உருவாயிற்று.

28
நான் காணும் இளையர்

*வா*ழ்க்கையின் கடைசிக்கட்டத்தில் நின்றுகொண்டிருக்கும் நான், கடந்துவிட்ட எண்பது ஆண்டுகளைத் திரும்பிப் பார்க்கிறேன். தமிழ்த்தென்றல் திரு.வி.க., தெ.பொ.மீ., அ.மு.சி., ம.ரா.குமாரசாமிப்பிள்ளை முதலிய பெரும் பேச்சாளர்கள் பலரைக் கண்டும் கேட்டும் இருக்கிறேன்.

1960 முதல் 1990 வரை தமிழகப் பேச்சாளர் குழுவில் ஒரு தொய்வு ஏற்பட்டிருந்தது உண்மைதான். ஆனால் 1980 முதல் அங்கங்கே சில நல்ல கல்வியாளர்கள் பேச்சாளர்கள் தோன்றித் திகழ்கின்றனர். நினைவில் வரும் அளவில் கீழே ஒரு பட்டியலைத் தந்துள்ளேன். இப்பட்டியலில் சிலருடைய பெயர்கள் விடுபட்டிருக்கலாம். இப்பட்டியலைக்கூட மூன்றாகப் பிரிக்கலாம்.

தமிழை ஆழமாகப் பயின்று கற்பிக்கும் ஆற்றலும் நூலெழுதும் ஆற்றலும் ஓரளவு பேசும் ஆற்றலும் உடையவரை ஒரு தொகுப்பினராகக் கொள்ளலாம்.

நூல்கள் அதிகம் எழுதாமல் தமிழை பயின்று நல்ல பேச்சாளராக விளங்குபவரை ஒரு தொகுப்பினராகக் கொள்ளலாம்.

முறையாகத் தமிழைப் பயிலாமல் ஆர்வம் காரணமாக மிகமிக ஆழமாகத் தமிழையும் தமிழ்நூல்களையும் பயின்று சிறந்த சொற்பொழிவாளர்களாகவும், எழுத்தாளர்களாகவும் விளங்கும்,

பிறதுறைகளில் உயர்பதவி வகிக்கும் இவர்களை மற்றொரு தொகுப்பினராகக் கொள்ளலாம்.

சங்க இலக்கியம் சிலப்பதிகாரம் முதலியவற்றில் பெரிதும் ஈடுபட்டுப் பயின்று சிறந்த நூல்களை உருவாக்கியவர் முனைவர் மா. ரா. போ. குருசாமி அவர்கள்.

இடைக்கால பக்தி இலக்கியங்களில் ஈடுபட்டு ஆழ்வார்களின் பாடல்களில் தோய்ந்து கம்பனிலும் இளங்கோவிலும் ஆழங்காற்பட்டு நூல்களை எழுதியவர் பேராசிரியர் அ. ரா. இந்திரா அவர்கள்.

தமிழ்ப் பேராசிரியராய் இருந்துகொண்டே வடமொழி கற்று வியாக்கியானங்களில் ஈடுபட்டு அவற்றுள் சிலவற்றைத் தமிழாக்கம் செய்து சிறந்த நூல்கள் பலவற்றை எழுதியதோடு மிகச்சிறந்த பேச்சாளராகவும் விளங்குபவர் முனைவர் தெ. ஞானசுந்தரம் அவர்கள்.

அடக்கமே உருவானவர்; தமிழ்ப் பேராசிரியராகவும் கல்லூரி முதல்வராகவும் இருந்து ஓய்வு பெற்றவர்; திருமந்திரத்திற்கு உரைகண்டு மூன்று தொகுதிகளாக வெளியிட்டவர் முனைவர் சுப. அண்ணாமலை அவர்கள்.

கல்லூரி பேராசிரியராய் இருந்து ஓய்வுபெற்று, மகான் பாம்பன் சுவாமிகள் நூல்களில் ஆழங்காற்பட்டு அவரையே குருவாகவும் கொண்டு பல நூல்களை எழுதிய பேச்சாளர் முனைவர் ப. இராமன் அவர்கள்.

மேடைப்பேச்சில் ஆர்வம் காட்டாவிடினும் தமிழ், ஆங்கிலம் என்ற இருமொழிகளிலும் பெரும் புலமை பெற்று, தொல்காப்பியத்தைக்கூட ஆங்கிலத்தில் மொழிபெயர்த்து வெளியிடும் பேராற்றல் உடையவர், தமிழிலும் ஆங்கிலத்திலும் மிகப்பல நூல்களை யாத்துள்ளார் முனைவர் அ. மணவாளன். அவர்கள்.

தமிழ்த் துறையில் பட்டம் பெற்றாலும் பல்வேறுபட்ட பணிகளில் ஈடுபட்டு பல இடங்களில் பணிபுரிந்தாலும் தமிழையும் சைவ சித்தாந்தத்தையும் மறவாமல் மேடைகளிற் பேசுவதோடு பல நூல்களை யாத்துள்ளவர் முனைவர் டி. பி. சித்தலிங்கையா அவர்கள்.

தமிழ்க் கல்லூரியில் பேராசிரியராகவும் முதல்வராகவும் பணிபுரிந்து ஓய்வுபெற்றவர், மிகச்சிறந்த பேச்சாளர், ஆய்வு நூல்கள் பல எழுதியுள்ளவர் முனைவர் இரா. செல்வகணபதி அவர்கள்.

தமிழ்ப் பேராசிரியராகப் பணி தொடங்கி, கல்லூரி முதல்வராய் முன்னேறி ஓய்வு பெற்றவர். வள்ளலார் பெருமானிடம் மிகப்பெரும் ஈடுபாடுகொண்டவர். தமிழகமெங்கும் சுற்றித் திரிந்து பட்டிதொட்டிகளிலும்கூட தம்முடைய சிறந்த பேச்சு வன்மையால் மக்களைத் தம்பால் ஈர்க்கும் பேராற்றல் படைத்தவர் முனைவர் சோ. சத்தியசீலன் அவர்கள்.

அடுத்து வருபவர் முனைவர் அ. அறிவொளி அவர்கள். இவர் மேலே கூறியவற்றோடு அக்குபஞ்சர் மருத்துவ முறையையும் பயின்று பலருக்கு நோய் தீர்த்துள்ளார். சக்தி வழிபாட்டில் ஈடுபட்டு சக்தி உபாசகராக இருக்கும் இவர் யோகம் முதலிய கலைகளையும் பயின்றுள்ளார். ஆழமான தம் புலமையை வெளிப்படுத்தும்பொழுது ஒப்பற்ற நகைச்சுவையோடு பேசுபவர் முனைவர் அ. அறிவொளி அவர்கள்.

தமிழகத்தின் பல மேடைகளில் தோன்றி, அரிய தம் சொல்லாற்றலால் கேட்டார்ப் பிணிக்கும் முறையில் பேசுபவர் புலவர் திருமதி காந்திமதி அவர்கள்.

பெரும்புலவர் ஒருவரின் மகனாய்ப் பிறந்து, கல்லூரியில் தமிழ்த் துறையில் பணி புரிந்து கொண்டிருக்கும்பொழுதே பல நாடுகளுக்கும் சென்று சைவசமயத்தின் சிறப்புகளை சிறந்த முறையில் எடுத்துப் பேசும் ஆற்றலுடையவர் முனைவர் அ. பாலறாவாயன் அவர்கள்.

பல்கலைக் கழகத்தில் தமிழ்த்துறைத் தலைவராக இருந்து கொண்டே தமிழ், சைவம் என்ற இரண்டுபற்றியும் மிகச் சீரிய முறையில் சொற்பொழிவாற்றிக் கேட்டாரைத் தம் வசம் இழுக்கும் நாவீறு படைத்தவர் முனைவர் அரங்க. இராமலிங்கம் அவர்கள்.

தமிழ்த் துறையில் தலைமை வகித்து கல்லூரிப் பேராசிரியராய் பணிபுரிந்தும், உருது மொழியைத் தாய் மொழியாகக் கொண்டும் உள்ள இவர் சிறந்த பேச்சாளர், சிறந்த எழுத்தாளருமாவார். மரபுக் கவிதையில் ஊறிய இவர் புதுக்கவிதையில் இணையில்லாத பல நூல்களை யாத்துள்ளார். அவர்தான் கவிக்கோ அப்துல் ரகுமான் அவர்கள்.

மதுரைப் பல்கலைக்கழகத்தில் பேராசிரியராகப் பணிபுரிந்து பல நூல்களை வெளியிட்டு ஒப்பாய்வு இலக்கியத்தில் சிறந்த கவனம் செலுத்தி நூல்கள் எழுதியுள்ளவர் இவர். இப்பொழுது

தஞ்சைப் பல்கலைக் கழகத்தில் துணைவேந்தராக இருந்து கொண்டு, தொய்ந்து கிடந்த அப்பல்கலைக் கழகத்தைத் தூக்கி நிறுத்த அரும்பாடுபடுபவர் முனைவர் கதிர் மகாதேவன் அவர்கள்.

மொழியியல் தமிழ் இலக்கியம் என்பவற்றில் மூழ்கித் திளைத்து, பல நூல்கள் எழுதியும் வெளிபடுமாறும் இன்றும் பணிபுரிபவர் இவர். தஞ்சைத் தமிழ்ப் பல்கலைக் கழகத்தின் முதல் துணைவேந்தராக இருந்து ஈடுஇணையற்ற முறையில் அது விளங்குமாறு ஓய்வின்றி உழைத்து அதற்கு வடிவுகொடுத்தவர் முதுமுனைவர் வி. ஐ. சுப்ரமணியம் அவர்கள்.

இளமையிலேயே நுண்மான் நுழைபுலமும் ஆழ்ந்து கற்கும் இயல்புமுடைய பெரும் பேச்சாளர் முனைவர் அசோக்குமார் அவர்கள்.

ஈரோடு வாசியான இவர் வாழ்நாளில் பெரும் பகுதியை அரசியலில் செலவழித்துவிட்டு, சிவ பூஜா துரந்தரர் தங்கவேலு அவர்களின் மகனாகப் பிறந்த காரணத்தால் பெருவேகத்தோடு பெரியபுராணத்துள் புகுந்தார். நாயன்மார்கள் பிறந்த ஊர்களை யெல்லாம் சென்றுகண்டு படமெடுத்து நூல்வடிவு கொடுக்கும் முயற்சியில் முனைந்துள்ளார். அவர்தான் பெரும் பேச்சாளர் த. விசுவநாதன் அவர்கள்.

கம்பனையே வழிபடு தெய்வம்போல் போற்றும் ஒருவர், சைவசித்தாந்தத்திலும் மிக ஆழமாக ஈடுபட்டுக் கம்பனிலும் பெரிய புராணத்திலும் ஈடுஇணையற்ற முறையில், தம் தாய் நாட்டிலும் தமிழகத்திலும் வெளிநாடுகளிலும் சென்று பேசும் பிரம்மச்சாரி இன்றைய பெரும் பேச்சாளர்களுள் ஒருவராகத் திகழும் இலங்கை ஜெயராஜ் அவர்கள்.

பல்கலைக் கழக மாணவராக இருக்கும்பொழுதே கூட ஒப்பற்ற தம் பேச்சாற்றலால் அனைவரையும் கவரும் ஆற்றல் மிக்க பேச்சாளர் ஆகவும், இலங்கைக் கம்பன்கழகத்தின் அமைப்பாளர் ஆகவும் இருப்பவர் ஸ்ரீ பிரசாந்தன் அவர்கள்.

சைவ இலக்கியங்களில் மிக்க ஈடுபாடு கொள்வதுடன் சிறப்பாகக் கந்தபுராணத்தில் நல்ல ஈடுபாடுகொண்டு சிறந்த முறையில் பேசும் ஆற்றல் மிக்கவர் இலங்கை த. சிவகுமார் அவர்கள்.

தமிழ்த்துறையில் பயிலவோ பணிபுரியவோ இல்லாமல் பிறதுறைகளில் பயின்று நல்ல பதவிகள் வகிக்கும் ஒரு சிலர் ஆழ்ந்த

தமிழ்க்கல்வியும் மிகச்சிறந்த பேச்சாற்றலும் பெற்று விளங்குவதைக் காண்கிறேன். அவர்களுள் சிலரை இங்கே குறிப்பிடுகிறேன்.

கல்லூரியில் வணிகத் துறையில் பேராசிரியர் பதவி வகிக்கும் இவர் பொற்கிழிக் கவிஞர் என்ற சிறந்த விருது பெற்றவர். அன்னை மீனாட்சியிடம் மிக ஆழமான, அழுத்தமான பக்தி கொண்ட இவர் சைவ சமய இலக்கியங்களில் துளையமாடி, மிகச் சிறந்த தம் பேச்சாற்றலால் கேட்பவரை ஈர்க்கும் இயல்புடையவர். இவர்தான் பேராசிரியர் சொ.சொமீ. சுந்தரம் அவர்கள்.

அரசின் தலைமை செயலராக இருந்துகொண்டே பலரும் நெருங்காத திருமந்திரம் என்ற நூலில் புகுந்து ஆழ்ந்த புலமையும், ஓரளவு அனுபவமும் பெற்ற இவர் திருமந்திரம் பற்றிப் பேசியும், நூல்கள் எழுதியும் வருகிறார். இவரே டி.வி. வெங்கட்ராமன் அவர்கள்.

தென்னக இரயில்வேயின் பொதுமேலாளராகப் பணிபுரிந்து ஓய்வுபெற்ற ஒருவர் சங்கப் பாடல்களில் துளையமாடி பதிற்றுப் பத்துப் போன்ற நூல்களை ஆங்கிலத்தில் மொழிபெயர்த்துள்ளார். தொல்காப்பியத்தில் நல்ல புலமை பெற்றிருப்பதோடு முப்பதுக்கும் மேற்பட்ட நூல்கள் எழுதியுள்ளார். ஆங்கிலம், தமிழ் என்பவைபோக வடமொழியிலும் பெரும் புலமைபடைத்த இவர் வேத விற்பன்னரும் ஆவார். அவரே ஏ.வி.சுப்பிரமணியம் அவர்கள்.

மிக இளம் வயதிலேயே இந்திய ஆட்சிப்பணியில் பெரும் பதவி வகிக்கும் ஒருவர் தமிழ் இலக்கியங்கள், மேனாட்டு இலக்கியங்கள் என்பவற்றோடு புத்த சமய இலக்கியங்களையும் நன்கு பயின்றுள்ளார். பல்துறைகளிலும் செல்லும் இவருடைய அறிவாற்றலை இவர் அன்றாடம் வானொலி, தொலைக்காட்சிகளிற் பேசும் பேச்சுக்களின் மூலமும் செய்யும் சொற்பொழிவுகளின் மூலமும், எழுதியுள்ள நூல்களின் மூலமும் நன்கு அறியலாம். இவரே வே. இறையன்பு அவர்கள்.

காவல் துறையில் கூடுதல் தலைமைப் பொறுப்பை வகிக்கும் ஒருவர் பழந் தமிழ் இலக்கியங்களில் புகுந்து புறப்படுவதுடன் மந்திர சாத்திரங்களையும், இன்றைய மேனாட்டு இலக்கியங்களையும் நன்கு பயின்றுள்ளார். நூலெழுதும் ஆற்றலோடு, சிறந்த முறையில் பேசும் ஆற்றலையும் பெற்ற இவர்தான், இரவி ஆறுமுகம் அவர்கள்.

அரசியலில் முழுமூச்சாக ஈடுபட்டிருந்தாலும் கம்பனிலும் சேக்கிழாரிலும் தக்க ஈடுபாடுகொண்டு மிகச்சீரிய முறையில்

சொற்பெருக்காற்றி, இவர் இலக்கியத்துறைக்கு வந்திருந்தால் பெரும் பயன் விளைந்திருக்குமே என்று பிறர் எண்ணும் வண்ணம் பணியாற்றி வருபவர் குமரி அனந்தன் அவர்கள்.

எந்தத் தலைப்பைத் தந்தாலும் அத்துறையில் பலகாலம் ஈடுபட்டவரையும் வெல்லும் வகையில் பேசக்கூடியவரும் அரசியலில் மாட்டிக் கொண்டவரும் ஆகிய இவரே தமிழருவி மணியன் அவர்கள்.

ஆங்கிலப் பேராசிரியராய்ப் பணிதொடங்கி கல்லூரி முதல்வராகப் பணியாற்றும் இவர், தமிழ், ஆங்கிலம் என்ற இரண்டிலும் நன்கு பேசும் ஆற்றல் மிக்கவர். சமய இலக்கியங்களிலும் நன்கு ஈடுபட்டு மிகச்சிறந்த முறையில் பேசும் இவரே திருமதி இளம்பிறை மணிமாறன் அவர்கள்.

கல்வியோ மருத்துவக் கல்வி; தொழிலோ மருத்துவர் தொழில். இதனிடையே கம்பனையும் சேக்கிழாரையும் படிக்க நேரமேது? ஆனால், இந்த இருவர் பற்றி இவர் பேசத்தொடங்கினால் இதிலேயே மூழ்கித் திளைத்தவரோ என்ற ஐயம் ஏற்படும் வகையில் பேசுகிறார். இவர்தான் டாக்டர். சுதா சேஷையன் அவர்கள்.

படிப்போ பொறியாளர் படிப்பு; பணியோ பொறியாளர் பணி. ஒய்ந்த நேரமெல்லாம் திருக்கோயிற்பணி. திருமுறைகளில் முழு ஈடுபாடு. பேசத் தொடங்கினால் கேட்பவர் மூக்கின்மேல் விரலை வைப்பர். இவரே பொறியாளர் கே. சிவகுமார் அவர்கள்.

வழக்குறைஞர் தொழில்; கல்வியோ சட்டப்படிப்பு, மிகச்சிறந்த பேச்சாளராகிய இவர், இலக்கியச் சொற்பொழிவு என்று காலடி எடுத்துவைத்தது கம்பன் கழகத்தில் ஆகும். ஆனால் இன்று இவர் போகாத ஊரோ ஏறாத மேடையோ தமிழகத்தில் எங்கும் இல்லை. நூல்களும் பல எழுதியுள்ளார். இவர்தான் த. இராமலிங்கம் அவர்கள்.

திருக்கடையூர் அன்னை அபிராமியின் அருளைப் பெற்ற பரம்பரை. வணிக நிறுவனத்தில் பணி. தமிழகத்திலுள்ள பல ஊர்களில் பட்டி மண்டபம், கவி அரங்கம், இலக்கிய சொற்பொழிவுகள் ஆகிய அனைத்தையும் விடாது செய்பவர். பரம்பரைக்கு ஏற்ற முறையில் கோவையை அடுத்துள்ள தியானலிங்கத்தில் எல்லையற்ற ஈடுபாடு. இவரே மரபின் மைந்தன் முத்தையா அவர்கள்.

இன்றைய தமிழ்ப் பேச்சாளர்களில் புதிய சிந்தனைகளைப் புகுத்தி, மனத்தில் பட்டதை அஞ்சாமல் வெளியிடும் சிறந்த பேச்சாளர் சுகிசிவம் அவர்கள்.

தனித்தமிழ் பயிலத் தொடங்கி, பின்னர் ஆங்கிலமும் சிறந்த முறையில் பயின்று மொழியியல் துறையில் சிறந்த புலமை பெற்றுத் துறைத் தலைவராக விளங்குபவர் இவர் பல பிரச்சினைகளுக்கிடையே சிக்கித் தவிக்கும் சென்னைப் பல்கலைக் கழகத்தைத் தூக்கி நிறுத்த முயன்று வரும் துணைவேந்தராகிய இவர் முனைவர் பொன் கோதண்டராமன் (பொற்கோ) அவர்கள்.

மிக நீண்ட காலமாகத் தமிழ்ப் பேராசிரியராகவும் துறைத் தலைவராகவும் இருந்து, ஓய்வு பெற்ற பின்னரும் பல நூல்களை எழுதி வருபவர் முனைவர் தமிழண்ணல் அவர்கள்.

பல்கலைக் கழகத் தமிழ்ப் பேராசிரியராகப் பணிபுரிந்து ஓய்வுபெற்றவர், பழைமையில் ஊறினாலும் புதுக்கவிதை புனைவதில் சிறந்து நிற்பவர் முனைவர் சிற்பி பாலசுப்ரமணியம் அவர்கள்.

சென்னைப் பல்கலைக் கழகத்தில் தமிழ்த் துறைத் தலைமை பூண்டுள்ளவர் இவர். தமிழில் அதிகம் வளர்ச்சியடையாத நாடகங்களை வளர்க்கும் கடமையை மேற்கொண்டுள்ளவர் முனைவர் அரசு அவர்கள்.

மதுரைப் பல்கலைக் கழகத்தில் இலக்கியத் துறையில் தலைமை பூண்டு தமிழை வளர்ப்பவர் முனைவர் மோகன் அவர்கள்.

அப்பல்கலைக் கழகத்திலேயே தமிழ்த் துறையின் தலைமைப் பொறுப்பை ஏற்றுச் சிறப்பாக நடத்துபவர் முனைவர் வேங்கடராமன் அவர்கள்.

29
நீங்காத நினைவுகள்

திருவாவடுதுறை இராஜரத்தினம் பிள்ளை

1945இல் ஒரு சொற்பொழிவிற்காக நாகர்கோயில் சென்றிருந்தேன். மாலையில் சொற்பொழிவு ஆதலால், 'கோல்டன் ஹோட்டல்' என்ற விடுதியில் தங்கியிருந்தேன். வேலையொன்றும் இல்லை என்பதனால் அறைக் கதவைச் சாத்திவிட்டு, காலைத் தூக்கி மேசையின்மேல் வைத்துக்கொண்டு மனம்விட்டுப் பாடிக்கொண்டிருந்தேன். சண்முகப்பிரியா இராகத்தைத் தெரிந்தளவு பாடிவிட்டு, திருச்செந்தூர் முருகன் பிள்ளைத்தமிழில் ஒரு பாடலைத் தொடங்கப்போகும் நேரம். கதவை யாரோ தட்டினார்கள். "தாளிடவில்லை. திறந்துகொண்டு வாருங்கள்" என்று உள்ளிருந்தபடியே குரல் கொடுத்தேன்.

கதவு திறக்கப்பட்டது. முதலில் காட்சியளித்தது இரண்டு வைரக்கடுக்கன்கள். நாதஸ்வரச் சக்கரவர்த்தி திருவாவடுதுறை இராஜரத்தினம் பிள்ளையவர்கள் உள்ளே நுழைந்தார். எழுந்து வணக்கம் செய்துவிட்டு உள்ளே வந்து அமருமாறு வேண்டிக்கொண்டேன். அவரும் மெள்ளவந்து எதிரிலுள்ள நாற்காலியில் அமர்ந்தார். சற்றுநேரம் என்னைப் பார்த்தபடியே இருந்தார். பின்னர் மெள்ள வாய்திறந்து "தம்பி யாரு? இங்கு எதுக்கு வந்திருக்கு" என்று வினவினார். .

பச்சையப்பன் கல்லூரியில் பணிபுரியும் நான் யாரென்பதை அவருக்கு எடுத்துச் சொன்னேன். மேலும் அன்று மாலை

காரைக்கால் அம்மையார்பற்றிய சொற்பொழிவு செய்வதற்காக வந்துள்ளேன்' என்பதையும் சொன்னேன். "தம்பிக்குப் பாடத் தெரியும்போல இருக்கே! சண்முகப்பிரியா பாடிக்கிட்டிருந்ததைக் கேட்டேன்" என்றார். சிரித்துக்கொண்டே "கேள்வி ஞானத்தால் பாடுவதைத் தவிர முறையாக இசை பயிலவில்லை. ஓரளவு தேவாரம் பாடத் தெரியும்" என்றேன்.

சாதாரணமாகப் பேசிக்கொண்டிருந்துவிட்டுச் "சாயங் காலம் தம்பி பேசும்போது நானும் வந்து கேட்கலாமா?" என்றார். "எல்லோரும் வரலாம். முடிந்தால் நீங்களும் வாருங்கள்" என்றேன். மாலையில் கூட்டம் தொடங்கியவுடன் பிள்ளையவர்களும் அங்கே வந்துவிட்டார். கூட்டத்தில் ஒரே பரபரப்பு. பலர் எழுந்துசென்று அவரை வரவேற்று முன்வரிசையில் அமருமாறு செய்தார்கள். கொஞ்சமும் அலட்டிக் கொள்ளாமல் "தம்பி பேசுறேன்னு சொல்லிச்சு, அதைக் கேக்கிறதுக்குத்தான் வந்திருக்கேன்" என்றார். மிக்க ஆர்வத்தோடு சொற்பொழிவைக் கேட்டார். சொற்பொழிவு முடிந்தவுடன் அவர் கேட்ட ஒரு கேள்வி இன்னும் என் மனத்தை விட்டு நீங்கவில்லை; "ஏன் தம்பி! இப்படியொரு பெண்ணைக் கட்டிக்கிட்டு, அத்தனைவரிசம் குடும்பம் நடத்தி, அந்தப் பொண்ணு இன்னாரின்னு தெரிஞ்சுக்கவே இல்லையே. இவனெல்லாம் என்ன மனிசன் ?" பிள்ளையவர்களின் வினாவிற்கு இன்னும் விடை தெரியவில்லை; யாரும் சொல்லமுடியும் என்று நம்பவும் முடியவில்லை.

அக்காலத்தில் திருவாவடுதுறை ஆதீனகர்த்தராக இருந்த மகாசந்நிதானம் அவர்கட்குப் பட்டினப் பிரவேசம் அன்றிரவு நடைபெறுவதாக இருந்தது. திருவாவடுதுறை ஆதீன வித்துவானாகிய திரு. பிள்ளையவர்கள் அன்றிரவு நாதஸ்வரம் வாசிப்பதற்காகவே நாகர்கோவில் வந்திருந்தார். இரவு எட்டு மணிக்குமேல் பட்டினப் பிரவேசம் தொடங்கிற்று. மேளம் வாசிக்கின்றவர்கள் நடந்துகொண்டு வாசிக்காமல் 'சகடை என்ற ஒரு வாகனத்தின்மேல் ஏற்றப்பட்டார்கள். சகடை என்பது பதினைந்து அடிக்குப் பத்தடி அளவுள்ள ஒரு சட்டம் செய்து அதன்மேல் நீண்ட பலகைகளை வைத்து இறுக்கப்பெற்றதாகும். பூமியிலிருந்து ஆறு அல்லது எட்டங்குல உயரத்தில் இச்சகடை அமைந்திருக்கும். நான்குபுறமும் சக்கரங்கள் பூட்டியிருக்கும். அதில் பிள்ளையவர்கள் தாமும் ஏறிக்கொண்டு என்னையும் உடனேறச் சொன்னார்கள். நானும் ஏறி நின்றேன். ஊர்வலம் புறப்படும்பொழுது பிள்ளையவர்கள்

"இன்று தம்பிக்காகச் சண்முகப்பிரியா வாசிக்கலாம்" என்று உடனிருந்த நாதஸ்வரக்காரரிடம் கூறிவிட்டார்.

ஊர்வலம் பத்தடி சென்றதும் மிகமிக விஸ்தாரமாகச் சண்முகப்பிரியா இராகத்திற்கு அத்திவாரமிட்டார் பிள்ளையவர்கள். அரைமணிக்கு மேலாகியும் பிள்ளையவர்கள் அத்திவாரத்திலேயே நின்றுகொண்டிருந்தார். கேட்க வந்திருந்த ஆயிரம் பேர்களும் தம்மை மறந்து இலயித்து நின்றனர். திடீரென்று புறப்படலாம் என்று பண்டார சந்நிதி குறிப்புக் காட்டிவிட்டார். பிறவிக் கலைஞருக்கு எல்லையற்ற கோபம் வந்துவிட்டது. ஒலிவாங்கி எதிரே இருக்கிறது என்பதைக்கூடக் கவனிக்காமல், பிள்ளையவர்கள் வாயில் வந்தபடி ஏசிவிட்டு "இனி வாசிக்கமாட்டேன்" என்று கூறிமுடித்தார். அத்தோடு அவர் விடவில்லை. "தம்பி வாங்க போகலாம்" என்று என்னையும் அழைத்துக்கொண்டு சகடையை விட்டிறங்கி ஹோட்டலை நோக்கிப் புறப்பட்டுவிட்டார். எவ்வளவு பேர் வேண்டிக்கொண்டும் கலைஞரின் கோபம் தணிந்தபாடில்லை. இதுவே கலைஞரை நான் முதலில் சந்தித்த நிகழ்ச்சியாகும். இம்மட்டோடு இது நின்றிருந்தால் இதை இங்கு எழுதவேண்டிய தேவையே ஏற்பட்டிராது.

இது நடந்து பத்துப் பன்னிரண்டு ஆண்டுகள்வரை பிள்ளையவர்களின் கச்சேரி கேட்டிருக்கிறேனே தவிர அவரைச் சந்தித்துப் பேசும் வாய்ப்பே இல்லை. 1958 என்று நினைக்கின்றேன். நான் அகில இந்திய வானொலியில் பணி புரிந்துகொண்டிருந்த காலம் அது. சென்னை வானொலியில் உதவி இயக்குநராகப் பணிபுரிந்துகொண்டிருந்த திரு. சங்கரன் அவர்களிடம் இந்த நாகர்கோவில் தகவலை ஏதோ பேச்சுவாக்கில் கூறியிருந்தேன். அப்பொழுது அவர் "ஐயா! சென்ற மூன்று ஆண்டுகளாகப் பிள்ளையவர்கள் வானொலிக்கு வந்து வாசிப்பதையே நிறுத்தி விட்டார். ஏதோ கருத்துவேற்றுமை என்று நினைக்கின்றேன். நாமிருவரும் இன்று அவரிடம் செல்லலாம். தாங்கள் அழைத்தால் ஒருவேளை அவர் வந்தாலும் வரலாம்" என்றார். என்னைப் பொறுத்தவரை இது அவ்வளவு சரியாகப்படவில்லை. "ஐயா! பத்து வருடங்களுக்கு முன்னால் ஒரு சில மணிநேரம் கூடியிருந்ததை அவர் எப்படி நினைவில் வைத்துக்கொண்டிருப்பார்! அந்த உறவை நினைவூட்டி வானொலியிடம் கருத்து மாறுபாடு கொண்டிருக்கும் அவரை, வாருங்கள் என அழைக்க எனக்கு என்ன உரிமையிருக்கிறது? நான் வரவில்லை" என்று கூறினேன். சங்கரன் விடுவதாக

அ.ச. ஞானசம்பந்தன் 203

இல்லை. "வானொலி தம்மைச் செம்மையாக நடத்தவில்லை யென்று எங்கள்மேல் அவர் கோபம் கொண்டிருக்கிறார். அந்தக் கோபத்தைத் தணிக்க நீங்கள் உதவியாக இருக்கலாம் வாருங்கள் போகலாம்" என்றார். வண்டியை எடுத்துக்கொண்டு இருவரும் புறப்பட்டோம்.

பிள்ளையவர்களின் வீட்டுக்குச் சென்றபோது அவர் அமைதியாக உட்கார்ந்து சிந்தனையில் ஆழ்ந்திருந்தார். திரு. சங்கரனைப் பார்த்தவுடன் மிக்க மகிழ்ச்சியுடன் வரவேற்றார். உடனிருந்த என்னைப் பார்த்துத் "தம்பி யாரு?" என்று கேட்டார். "பத்துப் பன்னிரண்டு வருடங்களுக்குமுன் திருவாவடுதுறைப் பண்டார சந்நிதிக்காக நீங்கள் நாகர்கோயில் போயிருந்தீர்களா?" என்று திரு. சங்கரன் அவர்கள் கேட்டார். அதற்குப் பிள்ளையவர்கள் "இப்ப நினைவிற்கு வருது. போயிருந்தேன்" என்றார். "அங்கு நீங்கள் தங்கியிருந்தபோது ஏதாவது விசேசம் நடந்ததா? யாரையாவது பார்த்தீர்களா?" என்றார் சங்கரன். சற்று யோசனைக்குப் பிறகு "ஆமா. ஒரு ஹோட்டல்ல தங்கியிருந்தேன். இரண்டு ரூம் கழித்து ஒரு புள்ளை தங்கியிருந்திச்சு. அது பாடிச்சு. அந்தப் புள்ளைக்கிட்ட ரொம்ப நாழி பேசிக்கிட்டிருந்தன், சாயங்காலம் அந்தப் புள்ளை மீட்டிங் பேசிச்சு. நானும் போய்க் கேட்டன்" என்றார். உடனே சங்கரன் "அந்தப் புள்ளை இதுதான். இப்ப இது ஆல் இந்தியா ரேடியோவில் வேலை செய்யிது. உங்களைப் பார்க்கணும்னு சொல்லிச்சு. அதுதான் கூட்டிக்கிட்டு வந்தேன்" என்றார்.

பிள்ளயவர்கட்கு எல்லையில்லாத மகிழ்ச்சி. எழுந்துவந்து ஏறத்தாழ என்னைக் கட்டிப்பிடித்துக் கொண்டு "என்னைப் பார்க்கணும்னு வந்தீங்களே. ரொம்பச் சந்தோசம். உங்களுக்கு நான் என்ன செய்யனும்" என்றார். "ஐயா உங்களிடத்தில் இருக்கின்ற தெய்விகமான சங்கீதம் கோடிக் கணக்கான மக்களை மகிழ்விக்க வேண்டியது. இந்தக் காலத்தில் ரேடியோ ஒண்ணிலதான் கோடிக் கணக்கான மக்கள் ஒரே நேரத்தில் உங்க தெய்விகமான சங்கீதத்தை அனுபவிக்க முடியுது. தயவுசெய்து எனக்காக ஒரு தடவை வந்து வாசிச்சீங்கண்ணா எனக்கு ரொம்பத் திருப்தியாக இருக்கும்" என்று கூறி நிறுத்திவிட்டேன்.

ஒரு விநாடிகூடத் தாமதிக்காமல் "சங்கரண்ணை! தம்பியே வந்து கேக்குது, மாட்டேண்ணு எப்பிடிச் சொல்லுறது. தம்பி எப்ப சொல்லுதோ வந்து வாசிச்சிட்டாப் போகுது" என்றார். சற்றுநேரம் பேசிக்கொண்டிருந்துவிட்டு வெளியே வந்துவிட்டோம்.

திரு. சங்கரன் அவர்களுக்கு இருப்புக் கொள்ளவில்லை. "யாருமே செய்யமுடியாத காரியத்தை நீங்க செய்துவிட்டீங்க" என்று கூறி மகிழ்ந்தார்.

நிலைய இயக்குநர் முனைவர் வி.கே. நாராயணமேனன் அவர்களிடம் சென்று, நடந்ததைச் சங்கரன் கூறியவுடன் அவரும் எல்லையற்ற மகிழ்ச்சியடைந்தார். ஒரு குறிப்பிட்ட நாளைத் தேர்ந்தெடுத்து காலையில் ஆங்கிலச் செய்தி முடிந்தவுடன் திரு. பிள்ளையவர்கள் வாசிப்பதாக ஏற்பாடு செய்து, அவருக்கும் செய்தி அனுப்பிவிட்டோம்.

இந்த நிலையில்தான் இறைவன் திருவருள் பரிபூரணமாக, எங்கள் பக்கம் திரும்பியது. இராயப்பேட்டை பஜார் ரோட்டில் ஒரு வீட்டில் குடியிருந்தேன் நான். காலை ஆறரை அல்லது ஏழு மணியிருக்கும். வானொலி நிலையத்தின் காவலர்களில் ஒருவராகிய படைவேட்டன் என்பவர் சைக்கிளில் வெகுவேகமாக வீட்டிற்கு வந்து "ஐயா இராஜரத்தினம் பிள்ளை ஸ்டுடியோவிற்கு வந்திட்டாரு. முதல்ல உங்களைத்தான் எங்கேண்ணு கேட்டாரு. நிலைமையைப் புரிந்துகொண்ட நான் 'சீக்கிரமாக வந்திடுவீங்க' என்று சொல்லிவிட்டு ஓடிவந்தேன்" என்றான். அவனையே நிலைய இயக்குநரிடம் தகவல் சொல்லச் சொல்லிவிட்டுப் பத்து நிமிடங்களுக்குள் நானும் வானொலி நிலையம் சென்றேன். டாக்டர் மேனனும் அதே நேரத்தில் வந்துவிட்டார். அங்கே ஓர் அதிர்ச்சி காத்திருந்தது. அந்நாட்களில் இப்பொழுது உள்ளதுபோல வானொலிக்குப் பெரிய கட்டடம் எதுவும் இல்லை. இப்பொழுதுள்ள கட்டடத்திற்குப் பின்பகுதியிலுள்ள நான்கு அறைகள், அதற்குமேல் நான்கு அறைகள் என்பவைதான் இருந்தன. நாங்கள் போகின்ற நேரத்தில் ஸ்டுடியோவிற்குள் போகாமல் வராந்தாவில் அமர்ந்து பிள்ளையவர்கள் அற்புதமாக வாசித்துக்கொண்டிருந்தார். அவருடைய மனநிலையை நாங்கள் கெடுக்க விரும்பவில்லை. இயக்குநர் மேனன் இசைக்கலையிலும் வல்லவர், நாங்கள் இருவரும் கூடிப்பேசி, இந்தத் திறந்த வெளியிலிருந்தே பிள்ளையவர்களின் இசையமுதத்தை ஒலிபரப்புவது என்று முடிவுசெய்தோம். பொறியாளர்கள் அதற்குரிய பணிகளை மென்மையாகச் செய்துகொண்டிருந்தனர். இறைவன் அருளால் நிலைய இயக்குநர் மனத்தில் கூடவே இதனை ஒலிப்பதிவு செய்யவேண்டும் என்ற எண்ணம் தோன்றிற்று. அதற்குரிய ஏற்பாட்டையும் உடனடியாகச் செய்தோம். கச்சேரி தொடங்கவேண்டிய நேரத்தில் வாலாயமாகச் சொல்லப்படும் உரை இப்பொழுது கையாளப்படவில்லை. காரணம்

பிள்ளையவர்கள் ஒன்றரை மணிநேரம் முன்னர்த் தொடங்கி வாசித்துக்கொண்டே இருக்கிறார். அந்த நேரத்தில் அவர் என்ன இராகம் வாசிக்கிறார் என்பதை டாக்டர் மேனன் கூற, நானே அறிவிப்பாளனாக, நீண்ட காலத்திற்குப் பிறகு நாதஸ்வரச் சக்கரவர்த்தி இராஜரத்தினம் பிள்ளையவர்கள் வர்னொலிக்கு வந்து இப்பொழுது இன்ன இராகம் வாசித்துக் கொண்டிருக்கிறார் என்று அறிவிப்புச் செய்தேன். பத்து மணிவரையில் பிள்ளையவர்களின் அமுத கானம் பொழிந்துகொண்டேயிருந்தது. ஆம், அது தேவகானம்தான். இதன்பிறகு பிள்ளையவர்கள் நாதஸ்வரத்தைத் தொடவேயில்லை. சில நாட்களில் அவர் இறைவன் திருவடியை அடைந்துவிட்டார்.

இந்த நிகழ்ச்சியை இவ்வளவு விரிவாக எழுதுவதற்கு ஒரு காரணம் உண்டு. டாக்டர் மேனன் உள்ளத்தில் தோன்றிய எண்ணத்திற்கேற்ப மிகப் பெரிய ஒலி நாடாக்களில் பிள்ளையவர்களின் நாதஸ்வர இசையைப் பிடித்துவைக்க முடிந்தது. இருபது ஒலி நாடாக்களில் பிடித்ததாக என்னுடைய நினைவு. டாக்டர் மேனன் என்ன நினைத்தாரோ, தெரியவில்லை. இந்த இருபது டேப்புகளையும் ஒன்றாகக் கட்டி ஒலிக்களஞ்சியத்தில் சேர்க்க வேண்டியது என்று எழுதி வைத்துவிட்டார். அதன் பயனைத்தான் இன்றும் நாம் அனுபவித்துக் கொண்டிருக்கிறோம்.

கலைஞர்கள் இருவகைப்படுவர். தம்மை எப்போதும் இழந்துவிடாமல், அதே நேரத்தில் தம்முடைய கலையை வெளிப்படுத்துகின்றவர்கள் ஒருவகையினர். இப்படிப் பட்டவர்களிடம் அகமனத்திலிருந்து கலை வெளிப்பட்டாலும் புறமனம் விழித்துக்கொண்டேயிருக்கும். எதிரே வருபவர்களைப் புரிந்துகொள்ளவும், தெரிந்தவர்கள் வந்தால் சைகை மூலம் வரவேற்கவும் இவர்களால் முடியும். இவர்களும் சிறந்த கலைஞர்கள்தான்.

இரண்டாவது வகையினர் இவர்களினும் பெரிய அளவில் வேறுபட்டவர்கள். கலையைத் தொடங்குகின்ற வரையில் அகமனம் புறமனம் பொறிபுலன்கள் அனைத்தும் விழித்துக்கொண்டிருக்கும். தொடங்கிய சில நிமிடங்களில் பொறிபுலன்கள் அடங்கி, புறமனமும் அடங்கி அகமணம் ஒன்றுமட்டுமே பணிபுரியும். இவர்கள் கலையில் ஈடுபட்டிருக்கும்போது எங்கே இருக்கிறோம் என்பதையும், எதிரே உள்ளவர்கள் யார்யார் என்பதையும், தம்மை இரசிக்கிறார்களா இல்லையா என்பதையும்பற்றி அறிவதேயில்லை.

பிள்ளையவர்களின் இந்த வானொலிக் கச்சேரியின் போது இதனை நன்கு அறிந்துகொள்ள முடிந்தது. 'எனக்காகவே வாசிக்க வருகிறேன்' என்று கூறிய பிள்ளையவர்கள் உதவி இயக்குநர் சங்கரனையும், இயக்குநர் மேனனையும் நன்கு அறிந்திருந்த பிள்ளையவர்கள், மூன்றடி தூரத்தில் எதிரே அமர்ந்திருந்த எங்கள் மூவரையும் காணவும் இல்லை அறிந்து கொள்ளவும் இல்லை. ஆம், எதிரேயுள்ள கலைஞன் திருவாவடுதுறை இராஜரத்தினம் பிள்ளை அல்லர். அவருடைய அகமனத்தின் ஆழத்தில் தோன்றிய அந்த இசைக்கலை அவரையே மூழ்கடித்துவிட்டது. அவரே அங்கு இல்லாமயால் எதிரே உள்ள எங்களைப் புரிந்து கொள்ளவோ அறிந்து கொள்ளவோ முடியவில்லை.

மேலே கூறிய இருவகைக் கலைஞரில் நாதஸ்வரச் சக்கரவர்த்தி திருவாவடுதுறை இராஜரத்தினம் பிள்ளையவர்கள் இரண்டாவது வகையைச் சேர்ந்தவர் என்பதை அன்றைய கச்சேரியின்போது நாங்கள் அறிந்து கொண்டோம்.

கலைவாணர் என். எஸ். கிருஷ்ணன்

நாதஸ்வரச் சக்கரவர்த்தி இராஜரத்தினம் பிள்ளை அவர்கள் வானொலிக்கு வருகிறேன் என்று ஒத்துக் கொண்ட பிறகு, இயக்குநர் சங்கரன் அவர்களுக்குப் புதியதோர் ஆசை பிறந்தது. இராஜரத்தினம் பிள்ளை அவர்களைப்போலவே கலைவாணரும் ஏதோ ஒரு காரணம்பற்றி வானொலிக்கு வருவதையே நிறுத்திவிட்டிருந்தார். இரண்டாண்டுகளாக எவ்வளவு அழைத்தும் அவர் வர மறுத்துவிட்டார். திரு. பிள்ளையவர்கள் ஒத்துக்கொண்டார் ஆதலின், என்னை வைத்துக்கொண்டே கலைவாணரையும் வானொலிக்குத் திரும்பிவருமாறு அழைக்கலா மென முடிவுசெய்தார் சங்கரன்,

நிலைய இயக்குநர் டாக்டர் மேனன், துணை இயக்குநர் சங்கரன், நான் ஆகிய மூவரும் சேர்ந்து இது பற்றிச் சிந்தித்தோம். திரு. பிள்ளையவர்கள் நீண்ட நாளைக்குப் பிறகு வானொலிக்கு வருவதாக ஒத்துக் கொண்டுள்ளார் என்பதை விவரமாக எடுத்துச்சொல்லிக் கலைவாணரை அழைப்பது என்று முடிவுசெய்தோம்.

வழக்கம்போல் திரு. சங்கரனும் நானும் கலைவாணரைச் சந்திக்கச் சென்றோம். தமக்கேயுரிய முறையில் சிரித்த முகத்தோடு திரு.சங்கரனை வரவேற்ற கலைவாணர், என்னை யாரென்று அறிமுகம் செய்து வைக்குமாறு திரு. சங்கரனைக் கேட்டார். சங்கரன் அவர்கள் நாதஸ்வரச் சக்கரவர்த்திக்கும் எனக்கும் நாகர்கோவிலில்

ஏற்பட்ட தொடர்பு, அதை அடிப்படையாக வைத்துக் கொண்டு திரு. பிள்ளையவர்களிடம் சென்றது, விசயமறிந்த பிள்ளையவர்கள் வானொலிக்கு வர ஒத்துக்கொண்டது ஆகியவற்றைச் சொல்லிப் பிள்ளையவர்கள் இசைவிற்குக் காரணமாக இருந்த நாடகத் தயாரிப்பாளர் அ.சஞா. உங்களையும் வானொலிக்கு அழைக்க வந்துள்ளார். எங்கள் மேல்தான் உங்களுக்குக் கோபமே தவிரப் புதிதாக வானொலியிற் சேர்ந்துள்ள அ.ச.ஞா. அழைக்கும் பொழுது நீங்கள் மறுக்கமாட்டீர்கள் என்று நம்புகிறேன்" என்று இவ்வளவையும் ஒரே மூச்சிற் சொல்லி முடித்தார்.

ஒரு நிமிஷம் மௌனமாகவிருந்த கலைவாணர் "சரி வருகிறேன். எப்பொழுது வரவேண்டும்?" என்று கேட்டார். "அடுத்து வரப்போகின்ற தமிழ் வருஷப் பிறப்பிற்குப் பார்வையாளர் முன்னிலையில் கலைவாணர் அவர்கள் ஒரு மணிநேரம் ஒரு நிகழ்ச்சி செய்ய வேண்டும்" என்று திரு சங்கரன் சொன்னதும், கலைவாணர் உடனே ஏற்றுக் கொண்டார். மிக்க மகிழ்ச்சியோடு நாங்கள் நிலையம் திரும்பினோம்.

நிலைய இயக்குநரிடம் பேசும்பொழுதுதான் அவர்கள் இருவருக்கும் அச்சம் பிடித்துக்கொண்டது. கலைவாணர் என்ன பேசுவாரென்று சொல்ல முடியாது. வடவேங்கடத்தை ஆந்திரரும் தென் குமரியைக் கேரளத்தாரும் வலுவாக உரிமை கொண்டாடிய நேரமது, இந்த நிலையில் மத்திய அரசுக்குச் சங்கடம் கொடுக்கக்கூடிய நிலையில் கலைவாணர் பேசிவிட்டால் என்ன செய்வது என்ற அச்சம் நிலைய இயக்குநரையும், துணை இயக்குநரையும் பற்றிக்கொண்டது. மாபெரும் கலைஞராகிய கலைவாணரிடம் சென்று இதுபற்றிப் பேசவேண்டாம் என்று சொல்வதும் பொருத்தமற்றது ஆகும். எனவே, ஒருமுடிவிற்கு வந்தோம். புதிதாகப் பதவியேற்றுக்கொண்டிருந்த நான் கலைவாணர் என்ன பேசப்போகிறார் என்பதை எழுதி அனுப்புமாறு அவரை வேண்டிக்கொள்வது என்ற முடிவிற்கு வந்தோம். தொலைபேசியில் கலைவாணரை அழைத்து வானொலியில் ஒலிபரப்பப்படும் பேச்சுக்கள் அனைத்திற்கும் எழுத்துவடிவில் மூல ஆவணம் இருக்க வேண்டும் என்ற சட்டத்தை எடுத்துக்கூறி அவருடைய பேச்சைச் சுருக்கமாக வரைந்தனுப்புமாறு வேண்டிக் கொண்டேன். அவரும் எழுதி அனுப்பிவிட்டார்.

வருஷப்பிறப்பும் வந்தது. பூந்தமல்லி நெடுஞ்சாலையிலுள்ள தாஸ்ப்பிரகாஷ் ஹோட்டலிலுள்ள திறந்தவெளிக் கலையரங்கில்

கலைவாணர் பேச ஏற்பாடாகியிருந்தது. அது நேரடி ஒலிபரப்பு ஆதலின், அவர் பேச்சை அப்படியே ஒலிபரப்ப ஏற்பாடு செய்திருந்தோம். மிக அற்புதமான முறையில் கலைவாணர் பேசத் தொடங்கினார். ஆனால், அவர் பேச்சுக்கும் அவர் எழுதிக் கொடுத்திருந்த பேச்சுக் குறிப்பிற்கும் எவ்விதத் தொடர்பும் இல்லை.

திடீரென்று உணர்ச்சி மிகுந்த குரலில் "இன்று தமிழ் அன்னைக்கு ஓர் ஆபத்து. அவள் பெற்ற பிள்ளையாகிய திருவேங்கடத்தை யாரோ ஒருவர் தூக்கிக்கொண்டு போக முனைந்துவிட்டார். பிள்ளை தன்னுடையது என்று தமிழன்னை சண்டை போட்டுக்கொண்டு இருக்கும்போதே அவள் பெற்ற பெண்ணாகிய தென் குமரியை இன்னொருத்தர் எடுத்துக்கொண்டு போக முற்பட்டு விட்டார். ஒரே நேரத்தில் தமிழன்னையின் இரண்டு பிள்ளைகளாகிய வடவேங்கடத்தையும் தென்குமரியையும் பிறர் எடுத்துச்செல்வதை தமிழன்னை எப்படிப் பார்த்துக்கொண்டிருப்பாள்:" என்ற முறையில் கலைவாணரின் பேச்சுத் தொடர்ந்தது.

எங்களுக்கோ உதறல். நிலைய இயக்குநரும் நானும் செய்வதறியாது திகைத்தோம். பேச்சை அப்படியே நிறுத்தி ஒலி பரப்பில் தடங்கல் ஏற்பட்டது என்று கூறிவிடலாமா!' என்றுகூட நினைத்துப் பார்த்தோம். ஆனால், பல நாட்களாக வானொலிக்கு வாராமல் இருந்து இப்பொழுது வந்துள்ள கலைவாணரின் பேச்சைப் பல இலட்சம் மக்கள் ரசித்துக்கொண்டிருப்பார்கள். திடீரென்று நிறுத்தினால் விளைவு மோசமாகிவிடும். இதனை உணர்ந்த நாங்கள் நடப்பது நடக்கட்டும் என்ற முறையில் நிகழ்ச்சி நடைபெறுமாறு விட்டுவிட்டோம்.

கலைவாணர் பேச்சு இலட்சக்கணக்கான ரசிகரின் உள்ளத்தில் ஒரு கிளர்ச்சியை ஏற்படுத்திவிட்டது என்பது உண்மைதான். நிகழ்ச்சி நல்லமுறையில் முடிந்தது.

இருபது நாளைக்குப் பிறகு விதி விளையாடத் தொடங்கியது. அப்பொழுது வானொலித் துறைக்கு அமைச்சராக இருந்த கேஸ்கர் என்பவர் நிலைய இயக்குநர் மேனனைத் தொலைபேசியில் அழைத்துப் "புரட்சி உண்டாக்கும் வகையில் கலைவாணரைப் பேசவிட்டீர்களாமே! அது சட்டவிரோதமான தென்று உங்களுக்குத் தெரியாதா? நாடகத் தயாரிப்பாளராகவுள்ள அ. ச. ஞா. விடம், விரிவான விளக்கம் கேட்டு எழுதி வாங்கி எனக்கனுப்பவும்" என்று கூறிவிட்டார்.

இயக்குநர், துணை இயக்குநர், நான் ஆகிய மூவரும் ஒன்றாக அமர்ந்து, இதற்கு என்ன செய்வதென்று சிந்தித்தோம். கலைவாணர் எழுதித் தந்திருந்த பேச்சு என் கைவசம் இருந்தது. அந்த அடிப்படையில், இது தவிர வேறொன்றும் நடைபெறவில்லை என்று எழுதிவிட்டோம். இதனால் ஏதாவது சிக்கல் வந்தால் புதிதாகப் பணியிற் சேர்ந்துள்ள எனக்குப் பிரச்சினை எதுவும் வரக்கூடாது என்பதற்காக டாக்டர் நாராயண மேனன் இந்த விளக்கத்தைத் தாமே எழுதி அமைச்சருக்கு அனுப்பிவிட்டார். விதி மூலையில் நின்று சிரித்துக் கொண்டிருந்தது. கலைவாணர் பேச்சை யாரும் ஒலிப்பதிவு. செய்யவில்லை ஆதலால் நாங்கள் எழுதியதற்கு மாறாக எதுவும் நடைபெறப்போவதில்லை என்று மனப்பால் குடித்துக்கொண்டிருந்தோம்.

ஒரு இருபதுநாட்கள் கழித்து நிலைய இயக்குநருக்கு ஒரு இரகசியத் தபால் வந்தது. அதைப் படித்ததும் நாங்கள் மூவரும் அதிர்ந்தே போய்விட்டோம்.

கலைவாணரிடம் பெரும் பகைமை பூண்டிருந்தவரும் ஓரளவு பிரபலமானவருமாகிய சென்னையைச் சேர்ந்த ஒரு நபர், வானொலியில் வந்த கலைவாணரின் பேச்சை அப்படியே ஒலிப்பதிவு செய்துவிட்டார். அவர் அத்தோடு நிற்கவில்லை. ஆங்கிலம் அதிகம் தெரியாத அவர், ஆங்கிலமறிந்த ஒருவரை வைத்து இப்பேச்சின் ஆங்கில மொழிபெயர்ப்பையும் தயாரித்துவிட்டார். தமிழ், ஆங்கிலம், ஒலிப்பதிவு நாடா ஆகிய மூன்றையும் அப்படியே அமைச்சருக்கு அனுப்பி, இவ்வாறு பேசிய கலைவாணரை நீதிமன்றத்திற்கு இழுத்துத் தண்டிக்க வேண்டும் என்ற தம்முடைய மேலான கருத்தையும் அந்தப் பிரமுகர் அமைச்சருக்கு எழுதிவிட்டார். கலைவாணருக்குப் பல விரோதிகள் உண்டு என்பதை நாங்கள் அறிவோம். அவர்களுள் ஒருவர் இவ்வளவு நுணுக்கமாக வேலை செய்வார் என்பதை நாங்கள் கனவிலும் சிந்திக்கவில்லை.

இந்த நிலையில் உண்மையை அப்படியே அமைச்சரிடம் ஒப்புக்கொண்டு, நாங்கள் ஏன் ஒலிபரப்பை நிறுத்தாமல் அப்படியே விட்டோம் என்ற காரணத்தையும் அமைச்சருக்குச் சொல்ல விரும்பினோம். கூர்த்த மதியினரும் ஆட்சித்துறை, நுணுக்கமும் நன்கு அறிந்திருந்த டாக்டர் மேனன், எழுத்துமூலம் இதனை எழுத விரும்பவில்லை. சில நாட்கள் கழித்துத் தொலைபேசி மூலம் நடந்தவற்றையெல்லாம், அமைச்சருக்குத் தெரிவிப்பது என்ற முடிவுடன் என்னையும் பக்கத்தில் வைத்துக் கொண்டு அமைச்சரிடம் பேசினார் டாக்டர் மேனன். நடந்தவற்றை

விரிவாகக் கூறி, அன்று தமிழகம் இருந்த மனக்கொதிப்பு நிலையில், கலைவாணரின் இந்தப் பேச்சு ஒரு வடிகாலாகவே அமைந்தது என்றும், பேச்சை நடுவில் நிறுத்தியிருந்தால் ஒரு கலவரமே ஏற்பட்டு, இதனால் வானொலிக்கும் நட்டமுண்டாயிருக்கும் என்றும் இவற்றையெல்லாம் அ.ச.ஞா. வோடு பேசி, நாங்கள் இடையில் நிறுத்தாமல் அப்படியே விட்டுவிட்டோம் என்றும் தொலைபேசியில் பேசிமுடித்தார். நிலைமையைப் புரிந்துகொண்ட அமைச்சரும் மிக்க பெருந்தன்மையோடு இதனை அப்படியே விட்டுவிட்டார்.

வானொலியில் நாடகத் தயாரிப்பாளராக நான் பணிபுரிந்த மூன்றாண்டுகளில் மேலே கூறப்பெற்ற இரண்டு நிகழ்ச்சிகளும் நடைபெற்றதை என்னால் மறக்கவே முடியவில்லை.